अभिप्राय

मृत्यूच्या दाढेतून सुटका

१९७२ साली अँडीज पर्वतावर झालेल्या विमान अपघातानंतर त्यातील प्रवाशांना दुब्बल सत्तर दिवस त्या हिमाच्छादित पर्वताच्या भीषण थंडी-वाऱ्यात काढावे लागले. आलेल्या परिस्थितीला हे सर्वजण कसे सामोरे गेले? आपल्याच मित्रांची प्रेते विमानाशेजारी बर्फात पुरताना भावनांचे कल्लोळ कसे उठले? उपलब्ध मनुष्यबळाचा वापर कसा करण्यात आला? ...हे सर्व तपशील वाचताना आपल्या अंगावर काटा येतो.

दैनिक ऐक्य, सातारा, ३ फेब्रुवारी २००८

अल्पाइट

लेखक
पिअर्स पॉल रीड

अनुवाद
अशोक पाथरकर

मेहता पब्लिशिंग हाऊस

℡ +91 020-24476924 / 24460313
Email : production@mehtapublishinghouse.com
Website : www.mehtapublishinghouse.com

◆ *या पुस्तकातील लेखकाची मते, घटना, वर्णने ही त्या लेखकाची असून त्याच्याशी प्रकाशक सहमत असतीलच असे नाही.*

ALIVE by Piers Paul Read
© 1974 by Piers Paul Read
Published by arrangement with
Avon Books - an imprint of HarperCollins Publishers Inc.
Translated into Marathi Language by Ashok Patharkar

अलाइव्ह / अनुवादित सत्यकथा

TBC

अनुवाद   : अशोक पाथरकर

Email : author@mehtapublishinghouse.com

मराठी अनुवादाचे व प्रकाशनाचे हक्क मेहता पब्लिशिंग हाऊस, पुणे ३०.

प्रकाशक   : सुनील अनिल मेहता, मेहता पब्लिशिंग हाऊस,
                १९४१, सदाशिव पेठ, माडीवाले कॉलनी, पुणे – ४११०३०.

अक्षरजुळणी : इफेक्ट्स, २१/६ब, आयडिअल कॉलनी, कोथरूड, पुणे ३८.

मुखपृष्ठ   : चंद्रमोहन कुलकर्णी

प्रकाशनकाल : सप्टेंबर, २००७

P Book ISBN 9788177668339

१२ ऑक्टोबर १९७२ रोजी हौशी खेळाडूंच्या एका रग्बी टीमने भाड्याने घेतलेल्या, उरुग्वायन हवाईदलाच्या 'फेअरचाइल्ड F 227' विमानाने उरुग्वेतील माँटेविडियो येथून चिलीची राजधानी असलेल्या सांटियागोला जाण्यासाठी उड्डाण केले. वाटेत दक्षिण अमेरिकेतील सर्वांत उंच असणारा अँडीज पर्वत ओलांडावा लागणार होता. तिथे हवामान खराब असल्याचे वृत्त आल्याने विमान अँडीजच्या अलीकडे, अर्जेंटिनातील मेंडोझा या छोट्या शहरात उतरवावे लागले. दुसऱ्या दिवशी हवामान सुधारले होते. विमान दक्षिणेकडील प्लॅंचन खिंडीच्या दिशेने निघाले. दुपारी ३:२१ वाजता वैमानिकाने सांटियागो एअर ट्रॅफिक कंट्रोलला आपण प्लॅंचन खिंडीवर आहोत असे आणि ३:२४ वाजता चिलीतील क्युरिको शहरावर असल्याचे कळवले. त्याला उत्तरेकडे वळून पुडाहूलच्या विमानतळावर उतरण्यासाठी खाली यायला लागण्याची परवानगी देण्यात आली. ३:३० वाजता आपण १५,००० फूट उंचीवर असल्याचे वैमानिकाने कळवले; पण एकाच मिनिटाने सांटियागो कंट्रोल टॉवरने विमानाशी संपर्क प्रस्थापित करण्याचा प्रयत्न केला, तेव्हा त्यांना उत्तर मिळाले नाही.

चिली, अर्जेंटिना व उरुग्वे या तीनही देशांतील यंत्रणांनी विमानाचा आठ दिवस कसून शोध केला. विमानात फक्त रग्बी टीमचे पंधराजणच नव्हते; तर त्यांचे एकूण २५ मित्र आणि नातेवाईकही होते आणि त्यातील बरेच जण उरुग्वेतील प्रसिद्ध कुटुंबांमधील होते; परंतु शोध निष्फळ ठरला. बहुतेक, पर्वतावर असतानाच वैमानिकाने चुकून विमान उत्तरेकडे वळवले असावे. त्या भागात वसंत ऋतूचे आगमन नुकतेच होत होते. अँडीजवर अभूतपूर्व असा हिमवर्षाव झालेला होता. विमानाचा रंगसुद्धा बर्फासारखा शुभ्र होता. त्यामुळे ते सापडण्याची आणि त्यातील ४५ उतारू व चालकवर्ग जिवंत असण्याची शक्यता फारच कमी होती.

त्यानंतर अडीच महिन्यांनी, एक चिलियन शेतकरी गुरे चारण्यासाठी अँडीजच्या रांगांमध्ये आतवर गेला असता त्याला ओढ्याच्या पलीकडील बाजूला लांबवर दोन माणसे दिसली. त्याचे लक्ष गेल्यावर ते बरेच हातवारे व आरडाओरड करून त्याला काहीतरी सांगण्याचा प्रयत्न करू लागले. एकदा तर ते गुडघे टेकून गयावया करीत आहेत असे वाटले; पण हे कोणी दहशतवादी वगैरे असतील अशा कल्पनेने तो शेतकरी त्यांना कोणताही प्रतिसाद न देता निघून गेला. दुसऱ्या दिवशी जेव्हा तो पुन्हा त्याच ठिकाणी गेला, तेव्हा त्या दोन व्यक्ती अजून तिथेच होत्या आणि पुन्हा त्यांनी खाणाखुणा करून त्याला आपल्याकडे येण्याची विनंती केली. शेतकरी त्यांच्यासमोरच्या किनाऱ्यावर गेला व एका फडक्यात एक कागद व पेन बांधून ते त्याने त्यांच्याकडे फेकले. समोरील कळकट व दाढी वाढलेल्या व्यक्तीने कागदावर बरेच काही लिहून तो शेतकऱ्याकडे परत फेकला. त्यावर लिहिले होते—

'वरती डोंगरात एक विमान पडले आहे; मी त्यातील प्रवासी आहे. मी उरुग्वायन आहे...'

सोळाजण जिवंत होते. त्यांना कोणत्या दिव्यातून जावे लागले आणि ते अडीच महिने जिवंत कसे राहू शकले, हे सांगणारी ही सत्यकथा!

सहा

प्रकरण एक

१

उरुग्वे हा दक्षिण अमेरिका खंडातील एक छोटासा देश. प्लेट नदीच्या पूर्व किनाऱ्यावर ब्राझील व अर्जेंटिना या मोठ्या देशांच्या मधे असलेला लहानसा देश. समृद्ध जमीन, विस्तीर्ण कुरणांमध्ये चरणाऱ्या गाई, मेंढ्या वगैरे जनावरांचा आणि माँटेविडियो शहरात राहणाऱ्या व्यापारउद्योग, वकिली, डॉक्टरकी वगैरे व्यवसाय करणाऱ्या सुखवस्तू नागरिकांचा किंवा डोंगराळ भागात राहणाऱ्या भटक्या मेंढपाळांचा.

उरुग्वेचा एकोणिसाव्या शतकाचा इतिहास, अर्जेंटिना व ब्राझील यांच्याशी झालेल्या स्वातंत्र्याच्या लढ्यांनी भरलेला आहे. उरुग्वेची अर्थव्यवस्था, युरोपला होणाऱ्या शेतमालाच्या निर्यातीवर अवलंबून असे. १९५० च्या आसपास मालाच्या किंमती ढासळल्या व उरुग्वेची परिस्थिती खालावू लागली. बेकारी व महागाई वाढू लागली. समाजात असंतोष निर्माण झाला. त्यातूनच गनिमी काव्याने लढणाऱ्या क्रांतिकारकांच्या टोळ्यांचा जन्म झाला. त्याच काळात, काही कॅथॉलिक आईबाप एकत्र आले. सरकारी शाळांमधील शिक्षकांच्या नास्तिक प्रवृत्तींमुळे ते चिंताग्रस्त झाले होते. त्यांनी 'ख्रिश्चन ब्रदर्स'ना माँटेविडियो येथे शाळा स्थापन करण्यासाठी आमंत्रण दिले. ते स्वीकारून पाच आयरिश भाऊ आयर्लंडहून आले व त्यांनी १९५५ मधे 'स्टेला मारीस कॉलेज'ची स्थापना केली. अमेरिकन पद्धतीचा फुटबॉल *(रग्बी)* हा 'स्टेला मारीस'च्या मुलांचा आवडता खेळ होता.

स्टेला मारीस कॉलेजच्या माजी विद्यार्थ्यांनी रग्बी खेळण्यासाठी 'ओल्ड ख्रिश्चन्स क्लब' १९६५ मध्ये स्थापन केला. दर रविवारी दुपारी रग्बी खेळणे हाच क्लबचा मुख्य कार्यक्रम असायचा. ओल्ड ख्रिश्चन्सचा संघ साऱ्या देशात उत्तम म्हणून ओळखला जाऊ लागला. १९६८ व १९७० मध्ये त्यांनी उरुग्वायन नॅशनल चॅंपियनशिप जिंकली. यशाबरोबर त्यांची महत्त्वाकांक्षाही वाढत होती. रग्बीचे सामने खेळण्यासाठी ते अर्जेंटिनाला जाऊन आले आणि १९७१ मध्ये त्यांनी चिलीला जायचे ठरवले.

खर्च शक्यतो कमी करण्यासाठी क्लबने माँटेविडियो ते सांटियागो हा प्रवास

करण्यासाठी उरुग्वायन हवाईदलाचे विमान भाड्याने घेतले. खेळाडूंना सामावून विमानात ज्या जागा उरल्या, त्या पैसे आकारून खेळाडूंच्याच नातेवाईकांना व मित्र-मैत्रिणींना देण्यात आल्या. हा दौरा अतिशय यशस्वी झाला. सामने खेळण्याव्यतिरिक्त त्यांना परदेशात सुटीचा आनंद लुटायची संधी मिळाली होती. बऱ्याचजणांची ही पहिलीच परदेशवारी होती आणि ती करताना अँडीजची बर्फाच्छादित शिखरे बघण्याचीही पहिलीच वेळ होती. या दौऱ्यावरून ते परतले ते पुढच्या वर्षी पुन्हा जायचे, हा निश्चय करूनच.

□

२

पुढील वर्षी हवाईदलाने 'फेअरचाइल्ड F 227' हे चाळीस प्रवासी नेण्याची क्षमता असलेले विमान त्यांना देऊ केले. विमानाचे भाडे १६०० अमेरिकन डॉलर्स इतके होते. म्हणजे माणशी ४० डॉलर्स. नेहमीच्या विमान कंपन्यांच्या भाड्याच्या हे केवळ एकतृतीयांश इतके होते. जागा मोकळ्या राहिल्या तर माणशी खर्च वाढणार. शिवाय चिलीतील पाच दिवसांचा राहण्याचा खर्च होताच.

दौरा रद्द होऊ नये म्हणून प्रत्येकाने आपले मित्र व नातेवाईक यांना बरोबर येण्यासाठी गळ घालायचे प्रयत्न चालू केले. शेवटी एकदाचे चाळीस प्रवासी जमले. त्यात एकाची आई व बहीण होती, तर दुसऱ्याचा चुलतभाऊ असे काही नातेवाईक आणि इतर काही मित्रमंडळी होती.

चिलीच्या दुसऱ्या दौऱ्यासाठी १२ ऑक्टोबर १९७२ रोजी, गुरुवारी सकाळी सहाच्या सुमारास कॅरॅस्को विमानतळावर प्रवासी यायला सुरुवात झाली. त्यांना सोडायला कोणाचे आई-वडील तर कोणाचे मित्र-मैत्रिणी आपापल्या गाड्या घेऊन आले होते. सभोवार विस्तीर्ण हिरवळ आणि माडाची झाडे असलेली विमानतळाची टुमदार इमारत एखाद्या गोल्फ कोर्सच्या क्लबहाऊससारखी दिसत होती. पहाटे लवकर उठायला लागल्यामुळे झोप पुरी न झाल्याच्या खुणा बऱ्याचजणांच्या चेहऱ्यावर दिसत होत्या; पण तरीही सर्वजण खेळाडूंच्या आकर्षक कपड्यांत होते आणि एकमेकांना उत्साहाने अभिवादन करत होते. बहुतेकांच्या पालकांच्याही एकमेकांशी ओळखी असल्याचे दिसत होते. पन्नास-साठ जणांच्या एकत्रित असण्याने आणि उत्साही हसण्या-बोलण्याने पार्टीचे वातावरण होते.

या सर्व गोंधळात संघाचा कर्णधार मार्सेलो पेरेझ आणि क्लबचे अध्यक्ष डॅनियल युआन हे त्यांच्यात शांतपणे उभे होते. युआन हे खेळाडूंना निरोप देण्यासाठी आले होते. पेरेझचा आनंद त्याच्या चेहऱ्यावर दिसत होता. या दौऱ्यासाठी त्याने

उत्साहाने काम केले होते. असंख्य अडचणींना तोंड दिले होते. आत्तासुद्धा गिल्बर्टो रेगुल्स अजून पोहोचलेला नाही, हे कळल्यावर त्याच्या चेहऱ्यावर काळजीची छटा दिसू लागली. विमानतळावर पोहोचण्यासाठी इतर काही खेळाडू जमले होते, तिथे तो ठरलेल्या वेळी आला नव्हता आणि अजून विमानतळावरही पोहोचला नव्हता. त्याच्या घरी फोन केला तर तो कुणी उचलत नव्हते.

त्यांना फार वेळ वाट बघता येणार नव्हती. विमान सकाळी लवकर निघणे आवश्यक होते; कारण अँडीज पर्वतावरून दुपारी उडणे धोक्याचे होते. दुपारी अर्जेंटिनाच्या पठारावरून येणारे गरम वारे अँडीजवरून वाहणाऱ्या थंड हवेत मिसळून हवेत अस्थिरता निर्माण व्हायची. शिवाय हवाईदलाच्या लगतच्याच तळावरून फेअरचाइल्ड विमान धावपट्टीवर आधीच येऊन उभेही होते.

गर्दीतील तरुण अठरा ते सव्वीस वयांचे होते. सर्वजण ओल्ड ख्रिश्चन्स किंवा माँटेविडियोच्या येसुइट कॉलेजचे विद्यार्थी होते. जवळजवळ सर्वजण समाजाच्या उच्च थरातील आणि रोमन कॅथॉलिक होते.

खेळाडू, त्यांचे मित्र व नातेवाईक यांच्याशिवाय विमानातून जाण्यासाठी इतरही काही प्रवासी आले होते. हवाईदलाकडून त्यांनी परस्पर तिकिटे घेतली होती. त्यात सिनोरा मारियानी ही एक किंचित लठ्ठ, मध्यमवयीन महिला होती. चिलीत राहणाऱ्या तिच्या मुलीच्या लग्नासाठी ती निघाली होती. दोन मध्यमवयीन जोडपी आणि एक साधारण वीस वर्षांची प्रसन्न चेहऱ्याची मुलगी सुसाना पॅरेडो होती. ती, तिची आई व भाऊ नान्दो यांच्याबरोबर रांगेत उभी होती. त्यांना निरोप द्यायला तिचे वडील आलेले होते. सामान चेक इन केल्यावर पॅरेडो कुटुंबीय ब्रेकफास्ट घेण्यासाठी वरच्या मजल्यावर असलेल्या उपाहारगृहात गेले. तिथून विमानाची धावपट्टी दिसत होती. पॅरेडोंपासून जवळच एका टेबलापाशी अर्थशास्त्राचे दोन तरुण विद्यार्थी बसले होते. त्यांच्या अंगात जाडेभरडे कपडे होते. आपण 'समाजवादी' आहोत, हे त्यांना दाखवायचे असावे. त्यांच्या अगदी उलट सुसाना पॅरेडोने आदल्या दिवशीच खरेदी केलेला हरणाच्या कातड्याचा, आतून फरचे अस्तर लावलेला सुंदर कोट घातला होता.

तिची आई युजीना पॅरेडो ही युक्रेनमध्ये जन्मलेली. सुसाना आणि तिचा भाऊ नान्दो दोघेही उंच, डोक्यावर सोनेरी केस, निळे डोळे आणि रशियन लोकांचे असतात तसे गोल गुबगुबीत चेहरे असणारे असे होते; पण दोघांमध्येही आकर्षकपणा असा फारसा नव्हता. नान्दो जरा पोक असलेला, डोळ्याला चष्मा आणि जरा बुजरा असा होता. सुसाना सुंदर, टवटवीत चेहऱ्याची आणि बांधेसूद अंगाची होती; पण तिच्या चेहऱ्यावर एक प्रकारचा कठोर भाव होता.

ते कॉफी पीत असतानाच विमान तयार असल्याची सूचना लाऊडस्पीकरवर झाली. पॅरेडो कुटुंब, ते दोघे 'समाजवादी' तरुण आणि इतर सर्वजण खाली डिपार्चर

हॉलमध्ये गेले व कस्टम्स आणि इमिग्रेशन काउंटर पार करून विमानाकडे जाण्यासाठी बाहेर येऊन उभे राहिले. समोर चमकणारे पांढरे विमान दिसत होते. जिन्याने वर चढून विमानाच्या पुढील दरवाजातून आत जाऊन सर्वजण आपापल्या आसनांवर बसले. विमानात मध्ये चिंचोळी मार्गिका आणि तिच्या दोन्ही बाजूंना दोन दोन खुर्च्या होत्या.

सकाळी ८:०५ वाजता चाळीस प्रवासी, पाच सेवकवर्ग आणि त्यांचे सामान घेऊन विमानाने सांटियागोला जाण्यासाठी कॉरॅस्को विमानतळावरून उड्डाण केले. कर्नल ज्यूलिओ सीझर फेराडास हा विमानाचा कॅप्टन होता. त्याच्या हवाईदलातील वीस वर्षांच्या कारकिर्दीत त्याला ५११७ तास विमान चालवण्याचा अनुभव होता आणि त्या दरम्यान तो २९ वेळा अँडीज पर्वतावरून गेला होता. त्याचा सहवैमानिक *(को-पायलट)* लेफ्टनंट दांते हेक्टर लागुरारा हा त्याच्यापेक्षा वयाने मोठा होता; पण त्याचा विमान चालवण्याचा अनुभव कमी होता. एकदा T-33 जेट विमान चालवताना त्याला पॅरॅशूट घेऊन उडी मारावी लागली होती. हवाईदलाच्या नियमांप्रमाणे जास्त अनुभव मिळवण्यासाठी तो आता फेराडासच्या देखरेखीखाली हे विमान चालवत होता.

'फेअरचाइल्ड F 227' हे विमान उरुग्वायन हवाईदलाने अमेरिकेकडून दोनच वर्षांपूर्वी खरेदी केले होते. ते दोन इंजिनांचे टर्बोप्रॉप *(म्हणजे पंखांचे)* विमान होते. फेराडासने स्वत: ते अमेरिकेतील मेरिलँड येथून आणले होते. तेव्हापासून या विमानाने आत्तापर्यंत ७९२ तास उड्डाण केले होते. म्हणजे ते जवळजवळ नवीन असल्यातच जमा होते. वैमानिकांच्या मनात विमानाच्या शक्ती किंवा स्थितीबद्दल जराही शंका नव्हती. काळजी करण्यासारखे होते ते म्हणजे अँडीजवरील हवेचे खतरनाक प्रवाह. तीन महिन्यांपूर्वींच एक चार इंजिनाचे मालवाहू विमान त्याच्या सहा वैमानिक आणि इतर नोकरवर्गासह अँडीजवर बेपत्ता झाले होते.

लागुराराने आखलेल्या उड्डाणाच्या आराखड्यानुसार तो विमान मॉंटेविडियोहून ब्यूनोजएअर्स आणि मेंडोझावरून थेट सांटियागोला नेणार होता. हे अंदाजे नऊशे मैलांचे अंतर होते. फेअरचाइल्डचा वेग साधारणपणे २४० नॉट इतका होता. त्यामुळे हे अंतर तोडायला चार तास लागणार होते. त्यातील शेवटचा अर्धा तास अँडीजवरून जायचे होते. सकाळी आठ वाजता निघून दुपारच्या आत अँडीज पार करायचा म्हणजे दुपारी निर्माण होणारे धोकादायक हवाई प्रवाह टाळता येतील, असा त्याचा बेत होता. तरीसुद्धा अँडीजवरून जायचे म्हणजे जरा काळजीच होती. कारण अँडीज पर्वतरांग जरी शंभर मैलच रुंदीची असली, तरी तिची सरासरी उंची १३,००० फूट इतकी होती आणि काही शिखरे २०,००० फूट उंचीची होती. पृथ्वीवरील पश्चिम गोलार्धातील सर्वांत उंच शिखर ऑकॉनकाग्वा, ज्याची उंची २२,८३४ फूट, म्हणजे हिमालयातील एव्हरेस्ट शिखरापेक्षा फक्त ६०००

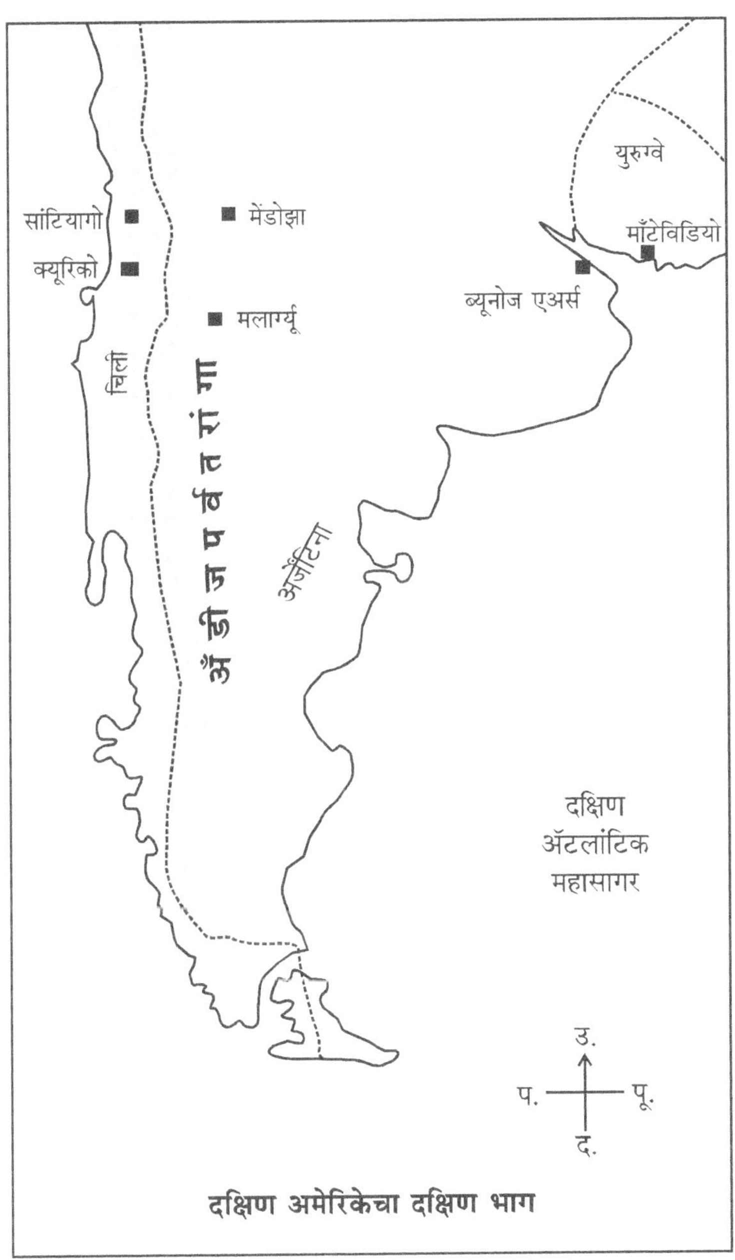

दक्षिण अमेरिकेचा दक्षिण भाग

फुटानेच कमी, ते तर मेंडोझा आणि सांटियागो यांच्यामध्ये विमानाच्या मार्गातच होते.

'फेअरचाइल्ड' जास्तीतजास्त २२,५०० फूट उंचीवर उडू शकत होते. त्यामुळे अँडीज पार करण्यासाठी कमी उंचीची शिखरे असलेल्या खिंडीतून जाणे भाग होते. हवामान स्वच्छ असेल तर चार खिंडींचे पर्याय होते. युंकल – ही मेंडोझा ते सांटियागोच्या सरळ मार्गात होती; नीवूज, अल्वाराडो आणि प्लँचॉन. जेव्हा लांबचे दिसत नसल्यामुळे वैमानिकाला विमान केवळ यांत्रिक साधने वापरूनच चालवावे लागत असेल, तेव्हा फक्त प्लँचॉन हा एकच पर्याय होता. प्लँचॉन खिंड मेंडोझाच्या सुमारे शंभर मैल दक्षिणेला होती. अँडीजवर केवळ विमान डोंगरावर आपटेल एवढाच धोका नव्हता, तर अँडीज भागातील हवामान अतिशय चंचल, फसवे आणि म्हणून भयंकर धोक्याचे होते. पूर्वेकडून खालून येणारे गरम वारे १४,००० ते १६,००० फुटांवरील हिमरेषा ओलांडून वरच्या बर्फाळ भागातील थंड हवेत मिसळायचे. त्याचबरोबर पश्चिमेला पॅसिफिक महासागरावरून येणारी चक्रीवादळे डोंगरावर आपटून दुसऱ्या बाजूने वर येऊन पूर्व बाजूने वर आलेल्या थंड व गरम वाऱ्यांना मिळायची व हवेत एक प्रचंड खळबळ निर्माण व्हायची. एखादे विमान त्यात सापडले तर झाडाच्या वाळलेल्या पानांप्रमाणे ते इकडून तिकडे फेकले जायचे. हे सर्व लागुराराला माहीत होते. त्याने मेंडोझाच्या कंट्रोल टॉवरशी संपर्क साधला.

विमानातील प्रवासी मजेत होते. मुले-मुली गप्पा मारीत होती, हसत होती. कोणी कॉमिक्स वाचत होते, तर कोणी पत्ते खेळत होते. मार्सेलो पेरेझ आपल्या टीममधील खेळाडूंबरोबर खेळविषयी बोलत होता. सुसाना पॅरडो तिच्या आईशेजारी बसली होती. तिची आई आजुबाजूच्या मुलांना चॉकलेट्स वाटत होती. त्यांच्यामागे नान्दो पॅरडो त्याचा जिवलग मित्र पंचितो अबल याच्याबरोबर बसला होता. हे दोघे मित्र कायम एकत्र असण्याबद्दल प्रसिद्ध होते. दोघांचेही बाप उद्योगपती होते आणि ते दोघेही वडिलांच्या कंपन्यांमध्ये काम करत होते. पॅरडो नट व बोल्ट विकण्याचे काम करायचा तर अबल तंबाखू विकण्याचे. वरवर पाहणाऱ्याला ते जरा विजोड वाटायचे. कारण अबल हा देखणा, चलाख आणि राजबिंडा दिसायचा आणि देशातील उत्कृष्ट खेळाडूंपैकी एक होता, तर पॅरडो जरा पोक असलेला, बुजरा होता आणि तसा प्रसन्न चेहऱ्याचा असला तरी फारसा देखणा नव्हता. तोही रग्बी खेळायचा.

रग्बी व धंदा याव्यतिरिक्त मोटरगाड्या आणि मुली हे त्यांचे समान आवडीचे विषय होते आणि त्यामुळेच ते रंगेल म्हणून प्रसिद्ध होते. उरुग्वेत गाड्या भयंकर महाग होत्या. तरीही पॅरडोकडे एक रेनॉ-४ गाडी होती, तर अबलकडे मिनी-कूपर होती. दोघांकडे मोटरसायकलीसुद्धा होत्या. मागील सीटवर मैत्रिणीला बसवून दोघेही समुद्रकिनाऱ्यावर भरधाव चालवायचे. मात्र या बाबतीत त्यांच्यात जरा फरक होता. तो असा की अबलबरोबर फिरायला उरुग्वेतील कोणतीही युवती एका पायावर

तयार असे, तर पॅरडोबरोबर फिरायला मुली टाळाटाळ करायच्या. त्याचे व्यक्तिमत्त्व अबलसारखे आकर्षक नव्हते. अबलची शक्ती आणि खेळातील कौशल्य यामुळे त्याला इतर खेळाडूंइतका सरावाला वेळ घ्यावा लागायचा नाही. हा वाचलेला वेळ तो मोटरगाड्या, मोटरसायकली, मुली आणि पॅरडोशी मैत्री यांच्यासाठी वापरायचा.

पण एका बाबतीत पॅरडोचे पारडे अबलपेक्षा जड होते. ते म्हणजे कौटुंबिक सुख. पॅरडो एका सुखी व आनंदी कुटुंबाचा घटक होता, तर अबलच्या आई-वडिलांनी घटस्फोट घेतलेला होता. त्या दोघांचेही हे दुसरे लग्न होते. दोघांची पहिल्या लग्नाची मुले होती. वडिलांपेक्षा आई वयाने बरीच लहान होती. वडिलांचे वय सत्तरच्या वर होते; पण अबलने वडिलांबरोबर राहायचे पसंत केले होते. आई-वडिलांच्या विभक्त होण्याने त्याच्या मनावर फार जबर आघात झाला होता आणि त्यामुळे वरवर जरी तो स्वच्छंदी व रंगेल दिसत असला तरी आतून तो बराच वैफल्यग्रस्त होता.

विमान अर्जेंटिनाच्या विस्तीर्ण पंपा या कुरणांच्या प्रदेशावरून जात होते. खाली हिरवीगार कुरणे, शेते, मधूनच टुमदार घरे दिसत होती. हळूहळू हिरवळ कमी होत जाऊन जरा खडकाळ जमीन दिसू लागली.

अचानक समोर अँडीजची रांग दिसू लागली. एखाद्या प्रचंड आणि दुर्गम भिंतीप्रमाणे दिसणारी. बर्फाच्छादित शिखरे करवतीच्या दात्यांची आठवण करून देत होती. हे दृश्य जगभर प्रवास केलेल्या अनुभवी माणसाचीसुद्धा छाती दडपेल असे होते. विमानातील तरुण-तरुणींनी तर मॉंटेविडियोच्या आसपासच्या टेकड्यांपेक्षा उंच काही पाहिलेच नव्हते. त्यामुळे ते तर अवाक होऊन बघत राहिले.

इतक्यात कॉकपिटमधून वैमानिकाचा सहाय्यक रामिरेझ बाहेर आला आणि त्याने लाऊडस्पीकरवर घोषणा केली की हवामान खराब असल्याने आत्ता अँडीज ओलांडणे कठीण आहे, त्यागुळे विमान मेंडोझाला उतरवण्यात येत असून हवामान सुधारेपर्यंत तिथेच थांबावे लागेल.

प्रवाशांमधून एक सामुदायिक नाराजीचा सूर उमटला. आधीच निलीत फक्त पाच दिवस मिळणार होते. त्यातला एक दिवस – आणि बरोबरचे डॉलर्स – अर्जेंटिनामध्ये घालवायला ते नाखूष होते; परंतु अँडीज पर्वतराजी दक्षिण अमेरिकेच्या उत्तरेपासून दक्षिणेपर्यंत सलग पसरली असल्याने तिला वळसा घालून जाण्याशिवाय पर्याय नव्हता. त्यामुळे दुसरा इलाज नव्हता.

सर्वांनी पट्टे बांधले व विमान मेंडोझाच्या धावपट्टीवर जरा आपटूनच उतरले. विमान विमानतळाच्या इमारतीजवळ येऊन थांबले. फेराडास कॉकपिटमधून बाहेर आला तसे एकाने जरा कुत्सितपणे विमान धाडकन् उतरवल्याबद्दल त्याचे 'अभिनंदन' केले.

''माझे नाही, लागुराराचे अभिनंदन करा.'' फेराडास म्हणाला.

"आणि आपण आता चिलीला केव्हा पोहोचणार?" दुसऱ्या एकाने विचारले.

"ते हवेवर अवलंबून आहे." खांदे उडवत फेराडास उत्तरला.

◻

३

वैमानिक आणि विमानातील इतर नोकरवर्गाच्या मागोमाग प्रवासी विमानातून बाहेर पडले आणि विमानतळाच्या इमारतीकडे इमिग्रेशन आणि कस्टम्स क्लिअरन्ससाठी चालू लागले. सभोवतीच्या उभ्या डोंगरांपुढे इमारत, तेलाच्या टाक्या, झाडे वगैरे सर्वच लहानसे वाटत होते; पण सर्व मुले उत्साहात होती. ती चार-पाचजणांच्या घोळक्याने, कोणी बसने, कोणी टॅक्सीने, तर कोणी रस्त्याने जाणारा ट्रक थांबवून त्याने, शहराकडे निघाली.

दुपारच्या जेवणाची वेळ होती आणि सर्वांना भूक लागली होती. त्यांच्यापैकी काहीजणांनी निघायच्या आधी न्याहारी केली होती तर काहींनी काहीच खाल्ले नव्हते. विमानातसुद्धा खाण्याचे पदार्थ जवळजवळ नव्हतेच. मुलांचा एक घोळका जवळच असलेल्या एका छोट्या रेस्टॉरंटमध्ये घुसला. ते पूर्वीच्या एका उरुग्वायन माणसाचेच निघाले आणि त्याने त्यांच्याकडून पैसे घ्यायलाही नकार दिला.

काहीजणांनी एका स्वस्त हॉटेलमध्ये खोली घेतली व शहरात फेरफटका मारायला ते बाहेर पडले. परॅडो मंडळी, अबल, सिनोरा मारियानी आणि दुसरी दोन वयस्क जोडपी यांनी जरा बऱ्यापैकी हॉटेलात खोल्या घेतल्या; पण जेवण झाल्यावर ते वेगवेगळ्या दिशांना निघून गेले. मुलांपैकी काही सिनेमाला गेले, काही मोटारींच्या रेसेस होत्या तिकडे गेले, तर काहींनी नाचण्या-गाण्यात रात्र घालवली.

रात्री बहुतेक मुले हॉटेलात उशिरा परतल्यामुळे दुसरे दिवशी ती उशिरापर्यंत झोपलेलीच होती. अजून विमानतळावरून काहीच निरोप न आल्याने पुन्हा खाणे-पिणे आटोपून मुले शहरात हिंडायला म्हणून बाहेर पडली. कार्लिटोझ पाएझला नेहमी आपल्याला काहीतरी होत आहे असे वाटायचे. त्याने ऑस्पिरिन वगैरे बरीच औषधे घेऊन ठेवली. इतरांनी चॉकलेट्स, सिगारेट, लायटर्स वगैरे खरेदी करण्यात घेतलेले अर्जेंटाइन पेसो संपवले.

मेडिकल कॉलेजचे दोघे विद्यार्थी रॉबटों कॅनेसा व गुस्टावो झर्बिनो हे एका कॅफेच्या बाहेर कॉफी घेत बसले असताना त्यांनी विमानाचा कॅप्टन फेराडास आणि इतर दोघे वैमानिक त्यांच्याच दिशेने येताना पाहिले.

"हे! आता निघायचे का आपण?" ते फेराडासला उद्देशून म्हणाले.

"अजून नाही." फेराडास उत्तरला.

''तुम्ही भित्रे आहात की काय?'' कॅनेसा म्हणाला.

फेराडास किंचित त्रासून म्हणाला, ''उद्या पेपरात 'पंचेचाळीस प्रवासी डोंगरात बेपत्ता' अशी बातमी तुमच्या आई-वडिलांनी घरी वाचायला हवी आहे का तुम्हाला?''

''नाही. 'पंचेचाळीस उरुग्वायन अँडीजपलीकडे गेले' असे त्यांनी वाचायला हवे आहे.'' झर्बिनो म्हणाला.

फेराडास आणि लागुरारा हसले व पुढे गेले. त्यांची परिस्थिती जरा विचित्र झाली होती. मुलांच्या टोमण्यांमुळे नाही; पण हवामानाबद्दलच्या वृत्तांमुळे. त्यात म्हटले होते की अँडीजवर हवामान सुधारत आहे; पण युंकल खिंडीतून जाऊ नये; दुपारी लवकर निघाल्यास प्लॅंचॉन खिंडीतून जाता येईल. याचा अर्थ साधारणपणे जी वेळ धोक्याची समजली जाते, त्या वेळी अँडीज पार करावा लागणार होता; पण खळबळणाऱ्या हवेच्या वरून विमान नेले तर जाता येईल असा विश्वासही त्यांना वाटत होता. शिवाय, नियमाप्रमाणे परदेशाच्या लष्करी विमानांना अर्जेंटिनाच्या भूमीवर चोवीस तासांपेक्षा जास्त थांबण्यास मनाई होती. त्यामुळे एक तर त्यांना मॉंटेविडियोला परत जाणे हा पर्याय स्वीकारावा लागला असता, ज्यामुळे सर्व प्रवाशांची फारच निराशा झाली असती आणि हवाईदलाचे उत्पन्न बुडाले असते. त्यामुळे दुपारी एक वाजता सर्वांनी विमानतळावर हजर व्हावे असा निरोप त्यांनी मार्सेलो पेरेझमार्फत पाठवला.

त्याप्रमाणे सर्वजण एक वाजता विमानतळावर हजर झाले; पण विमानातील नोकरवर्ग आणि पासपोर्ट व सामान तपासणारे अर्जेंटिनाचे अधिकारी अजून बेपत्ता होते. मुलांनी टिवल्याबावल्या करीत वेळ घालवायला सुरुवात केली. इतक्यात फेराडास व लागुरारा हातात मेंडोझा वाईनच्या मोठ्या बाटल्या घेऊन हॉलमध्ये येताना दिसले, त्याबरोबर मुले त्यांना चिडवायला लागली. ''दारुडे!'' एक ओरडला. ''स्मगलर्स!'' दुसरा ओरडला. कॅनेसा ओरडला, ''बघा! बघा! आपल्याला कसे वैमानिक मिळालेत ते!''

फेराडास व लागुरारा मुलांच्या टोमण्यांनी जरा खजील झाले. ते जरा दोलायमान स्थितीतच होते. विमान पुढे न्यावे की नाही याबाबत त्यांचा ठाम निर्णय होत नव्हता. खरे म्हणजे धोका न पत्करणे शहाणपणाचे आहे असे त्यांना वाटत होते; पण आपल्या सावधपणाचा आपण घाबरट आहोत, असा प्रवाशांनी चुकीचा अर्थ लावण्याची शक्यता होती. त्यांच्या मनाची अशी घालमेल होत असताना दुसरे एक विमान धावपट्टीवर उतरताना दिसले. ते एक जुनाट मालवाहू विमान होते. भयंकर आवाज करीत व धूर ओकत ते उतरले. त्या विमानाचा वैमानिक जेव्हा हॉलमध्ये आला, तेव्हा फेराडासने त्याला भेटून त्याचा सल्ला विचारला.

ते विमान आत्ता सांटियागोहूनच आले होते. पायलटच्या म्हणण्याप्रमाणे हवेत

खूपच खळबळ होती; पण फेअरचाइल्डवरील यंत्रणा अत्याधुनिक असल्याने त्यांना अडचण येऊ नये असे त्याचे मत होते. इतकेच नव्हे तर फेअरचाइल्डने सरळ युंकल खिंडीतून जायलाही हरकत नाही म्हणजे प्रवासाचे अंतर १५० मैलांपेक्षाही कमी होईल, असे त्याने सुचवले.

अखेरीस फेराडासने निघण्याचा निर्णय घेतला; पण युंकल खिंडीऐवजी दक्षिणेला सुरक्षित असलेल्या प्लॅंचॉन खिंडीतून जायचे त्याने ठरवले. त्याप्रमाणे घोषणा करताच मुलांमधून आनंदाच्या आरोळ्या आल्या; पण अजून अर्जेंटिनी तपासणी-अधिकाऱ्यांचा पत्ता नव्हता. त्यांची वाट बघत थांबले असतानाच मालवाहू विमानाने मोठा आवाज करीत पुन्हा उड्डाण केले. त्याबरोबर एक मुलगा त्याला पोहोचवायला आलेल्या स्थानिक अर्जेंटिनी मुलीला म्हणाला, ''बघा, तुमच्याकडे कशी डबा झालेली विमाने आहेत!'' त्यावर ती मुलगी उत्तरली, ''ते निदान अँडीज ओलांडून तरी आले. तुमचे विमान तेही करू शकेल की नाही शंकाच आहे!''

□

४

दुपारी दोन वाजून अठरा मिनिटांनी मेंडोझा विमानतळावरून फेअरचाइल्डने जेव्हा उड्डाण केले, तेव्हा सहवैमानिक लागुरारा ते चालवीत होता. त्याने चिलेसिटोवरून मालार्ग्यू या प्लॅंचॉन खिंडीच्या अर्जेंटिनाकडील छोट्या गावाच्या दिशेने विमान वळवले. विमान १८,००० फुटांवर उडत होते व त्याला मागून २० ते ६० नॉट वेगाने येणाऱ्या वाऱ्याची मदत होत होती. खाली ओसाड जमीन, उजव्या बाजूला आकाशाला भिडणारा, भिंतीप्रमाणे उभा खडकाळ पर्वत. पर्वताच्या पश्चिमेकडून पॅसिफिक महासागरावरून येणारे वारे डोंगराच्या भिंतीमुळे या बाजूला पोहोचू शकत नसत. त्यामुळे इकडे डोंगरावर साधे गवतसुद्धा उगवत नव्हते. शिवाय इकडे जी माती होती ती वस्तुत: ज्वालामुखीतून बाहेर पडलेली राख होती. त्यामुळे या भागात झाडे-झुडपे, गवत काहीच वाढत नसे. डोंगरावर १३,००० फुटांच्या वर कायम बर्फ असायचे; पण या ऋतूत ते त्याहूनही बरेच खालपर्यंत असायचे. डोंगरातील दऱ्यांत तर शंभर फुटांपेक्षाही जाड बर्फाचा थर असायचा.

फेअरचाइल्डमध्ये स्वयंचलित दिशादर्शक होकायंत्र (*Automatic Direction Finder Compass*) होते. त्याशिवाय त्याहूनही आधुनिक असे VOR (*VHF Omnidirectional Range*) हे उपकरणही बसवलेले होते. अद्यापही १८,००० फुटांवर उडत असणाऱ्या विमानाने पर्वतावरून G17 या मार्गाने जाण्यासाठी दिशा बदलली. लागुराराच्या हिशेबानुसार विमान तीन वाजून एकवीस मिनिटांनी प्लॅंचॉनवर

असणार होते. प्लॅचॉन हा खिंडीच्या मध्यावरील बिंदू होता. इथे विमान मेंडोझा हवाई वाहतूक नियंत्रकाच्या कक्षेतून बाहेर पडून सांटियागो विमानतळावरील नियंत्रकाच्या कक्षेत प्रवेश करणार होते. खिंडीत शिरताना खाली ढगांची गादी सुरू झाली, त्यामुळे खालील भूभाग दिसणे बंद झाले. अर्थात यामुळे काळजी वाटण्याचे कारण नव्हते; कारण ढगांच्या वर हवा स्वच्छ होती. शिवाय खिंडीत सगळीकडे बर्फच असल्यामुळे, खालचे दिसले असते तरी प्लॅचॉन नुसते दृष्टीने ओळखता आलेच नसते. मात्र एक महत्त्वाचा बदल हवेत झाला होता. तो हा, की आत्तापर्यंत जो मागून माफक दाबाचा वारा होता, तो आता समोरून बऱ्याच वेगाने येत होता. त्यामुळे विमानाचा वेग २१० पासून १८० नॉट इतका मंदावला होता.

दुपारी ३:२१ वाजता लागुराराने सांटियागो नियंत्रण कक्षाशी संपर्क प्रस्थापित केला व आपण आता प्लॅचॉनवर असून ३:३२ वाजता क्युरिकोवर पोहोचू, असा संदेश दिला *(क्युरिको अँडीजच्या पश्चिम बाजूला चिलीमधील एक लहान गाव आहे.).* नंतर तीनच मिनिटांनी त्याने पुन्हा सांटियागोशी संपर्क साधून आपण क्युरिकोवर असून मायपूच्या दिशेने उत्तरेला वळत आहोत, असा संदेश दिला. विमान नव्वद अंशातून उजवीकडे वळले व उत्तरेकडे जाऊ लागले. सांटियागो नियंत्रकाने लागुराराच्या म्हणण्याची शहानिशा न करता व तो बरोबर असणार असे गृहीत धरून त्याला १८,००० फुटांवरून १०,००० फुटांपर्यंत खाली यायला परवानगी दिली. ३:३० वाजता सांटियागो नियंत्रकाने फेअरचाइल्डची पातळी किती आहे हे बघितले असता, ते 'पातळी १५०'वर असल्याचे, म्हणजे लागुराराने विमान १५,००० फुटांवर आणले असल्याचे दिसले. या पातळीवर विमान ढगांत शिरले व हवेच्या उलट्या-सुलट्या झोतांमुळे जोरात वर-खाली होऊ लागले. लागुराराने 'पट्टे बांधा' व 'धूम्रपान निषेध'चे संकेत प्रवाशांना दिले. स्टुवर्ड रामिरेझने नुकताच फेराडाससाठी चहा आणला होता, त्याला प्रवाशांनी दिलेल्या सूचना पाळल्या आहेत की नाही हे बघायला सांगितले.

प्रवाशांच्या भागात सुटीचे वातावरण होते. बरीच मुले मधल्या मार्गिकेत फिरत विमानाच्या छोट्या खिडक्यांतून बाहेरचे बघण्याचा प्रयत्न करीत होती. काही मुले तर बरोबरचा रग्बीचा बॉल इतर प्रवाशांच्या डोक्यावरून एकमेकांकडे फेकत होती. जरा मागच्या बाजूला काहीजणांनी पत्त्यांचा डाव मांडला होता, तर त्याहून मागे गॅलीजवळ नेव्हिगेटर मार्टिनेझ रामिरेझबरोबर एक बुद्धिबळासारखा खेळ खेळत होता, तो रामिरेझ परतायची वाट बघत होता. रामिरेझने कॉकपिटमधून मागे परतताना मुलांना बसून घेण्यास सांगितले. ''पुढे हवा जरा खराब आहे. विमान जरा वरखाली उसळेल; पण काळजी करायचे कारण नाही. सांटियागोशी संपर्क झालेला आहे. लवकरच आपण उतरणार आहोत.''

विमानाने दुसऱ्या ढगांच्या भिंतीत प्रवेश केला आणि ते जोरात खालीवर हेलकावले. बरेच प्रवासी घाबरले. एकदोघांनी आपली भीती लपवण्यासाठी 'प्रॅक्टिकल जोक्स' करायला सुरुवात केली. एकाने विमानाच्या मागच्या भागात ठेवलेला मायक्रोफोन घेऊन घोषणा केली, ''सभ्य स्त्री-पुरुषहो, आपापल्या हवाईछत्र्या *(पॅरशूट्स)* पाठीवर बांधून तयार राहा. आपण डोंगरात उतरणार आहोत.'' त्याच क्षणी विमान वातावरणातील पोकळीमुळे एकदम शेकडो फूट खाली गेले. कॅनेसाने घाबरून सिनोरा निकोलाला विचारले, ''तुम्हाला भीती वाटतेय?''

''हो. मला फार भीती वाटतेय.'' ती उत्तरली.

मागे काही मुलांनी गाणे म्हणायला सुरुवात केली तर कॅनेसाने आपण घाबरलेलो नाही असे दाखवण्यासाठी आपल्या हातात असलेला बॉल डॉ. निकोलाकडे फेकला आणि तो त्याने परत मागे फेकला.

युजीना पॅरडो पुस्तक वाचत होती. तिने डोके वर करून बघितले. खिडकीतून फक्त पिंजलेल्या कापसासारखे दिसणारे ढगच ढग दिसत होते. तिने सुसानाकडे बघितले व तिचा हात हातात घेतला. त्यांच्यामागे नान्दो पॅरडो व पंचितो अबल गप्पा मारण्यात गुंग झाले होते. पॅरडोने तर पट्टाही बांधला नव्हता. विमान पुन्हा एकदा हवेच्या पोकळीत सापडून वरून टाकलेल्या दगडासारखे एकदम खाली गेले. प्रवाशांमधून भीतीचे चित्कार ऐकू आले. विमान आता ढगांच्या खाली आले होते; पण खाली चिलीची हिरवीगार सुपीक जमीन न दिसता डोंगरांचे कडे पंखांच्या टोकापासून अवघे १०-१५ फुटांवर दिसू लागले!

''डोंगराच्या इतक्या जवळून विमान नेतात?'' एका मुलाने भाबडेपणाने आपल्या मित्राला विचारले.

''मला नाही वाटत!'' मित्र म्हणाला.

बरेच प्रवासी प्रार्थना करू लागले. काहीजणांनी आता आपण आपटणार या अपेक्षेने पुढच्या सीटची पाठ घट्ट धरून ठेवली. इंजिनाचा आवाज प्रचंड वाढला आणि विमान वर चढू लागले; पण एवढ्यात उजव्या बाजूचा पंख डोंगरावर आपटून कानठळ्या बसतील असा आवाज झाला. पंख तुटून विमानाच्या वर फेकला जाऊन विमानाच्या मागील भागावर जाऊन आपटला आणि विमानाचा शेपटीकडील भाग तुटला. मागच्या उघड्या जागेतून स्टुवर्ड, नेव्हिगेटर त्यांच्या पत्त्यांसकट बाहेरील बर्फाळ हवेत फेकले गेले. त्यांच्यामागोमाग तीन मुलेसुद्धा खुर्चीला जखडलेल्या स्थितीतच फेकली गेली. काही क्षणातच डावा पंखही मोडून पडला आणि त्यावरील इंजिनाच्या पंख्याने पडता पडता विमानाच्या केबिनला काही ठिकाणी सुरी खुपसल्या-सारख्या जखमा केल्या.

विमानात उरलेल्या प्रवाशांच्या भीतीयुक्त किंकाळ्या ऐकू येत होत्या. पंख व

शेपूट तुटून पडलेले ते विमान दगडासारखे खाली जाऊ लागले; परंतु डोंगरावर आपटून तुकडे न होता ते आपल्या पोटावर, दरीत जाणाऱ्या उतारावर आपटले व बर्फावरून खाली घसरू लागले. आश्चर्य म्हणजे विमानाचा मधला भाग जरी अंदाजे २०० नॉट वेगाने आपटला होता तरी तो एकसंध राहिला. विमानाच्या मागील भागातून आणखी दोन मुले बाहेर फेकली गेली, बाकीचे प्रवासी विमानात राहिले; पण बर्फावरील घर्षणामुळे जसा वेग कमी होऊ लागला तसे त्या जोरामुळे विमानातील खुर्च्या तळापासून उखडल्या गेल्या व एकमेकांवर पुढे ढकलल्या जाऊन काही प्रवाशांचे देह त्यात चिरडले गेले आणि शेवटी त्या सामानाचा कप्पा व प्रवाशांचा भाग यांच्यामधे असणाऱ्या पातळ पडदेवजा भिंतीचा चुराडा करून पुढे एक ढीग होऊन थांबल्या. अँडीजवरील बर्फाळ वारा आत जोराने घुसून सर्वांना गारठवीत होता.

काही काळ कण्हणे, रडणे आणि वाऱ्याचे घोंगावणे याखेरीज कसलाच आवाज येत नव्हता. नंतर विमान थांबल्याचे लक्षात येऊन, जे अजून शुद्धीत होते त्यांनी आपले पट्टे सोडून खुर्चीच्या बाहेर येण्याचा प्रयत्न करायला सुरुवात केली. प्रथम झर्बिनो उभा राहिला. छताचा आधार घेत तो 'अरे देवा, वाचव!' असे ओरडू लागला. हळूहळू इतर प्रवासीसुद्धा हालचाल करू लागले. कण्हण्याचे, प्रार्थनेचे आणि मदतीची याचना करणारे आवाज ऐकू येऊ लागले.

बर्फावरून विमान घसरत खाली जात होते तेव्हा आपण आता काही क्षणातच मरणार असे वाटून कॅनेसा सीट घट्ट धरून बसला होता. तो प्रार्थना करण्याऐवजी विमानाचा वेग किती असेल आणि ते किती जोरात आपटेल या विचारातच होता. मग एकदम विमान थांबले आहे हे त्याच्या लक्षात आले.

'विमान थांबलंय!' असे ओरडून तो शेजारी बसलेल्या मुलाकडे वळला व 'तू ठीक आहेस ना' असे त्याला विचारले. तो मुलगा धक्का बसलेल्या स्थितीत होता. त्याने मानेनेच होकार दिला, त्यामुळे त्याला तसेच ठेवून कॅनेसा त्याचा मित्र डॉनियल मॅस्पॉन्स जो खुर्चीतून बाहेर पडण्यासाठी धडपड करीत होता, त्याला मदत करायला गेला. तो बाहेर पडल्यावर ते दोघेही मग इतरांना मदत करू लागले. इतरांचे विव्हळणे आणि मदतीसाठी ओरडणे चालू होते. त्यामुळे आधी आपणच दोघे काहीही दुखापत न होता बचावलो आहोत अशी त्या दोघांची समजूत झाली; पण मग हळूहळू इतर काहीजणही उभे राहू लागले. आधी झर्बिनो बाहेर पडला, त्यानंतर त्यांच्या संघाचा कॅप्टन मार्सेलो पेरेझ उभा राहिला. पेरेझच्या चेहऱ्यावर बरेच खरचटले होते आणि त्याच्या अंगाची एक बाजू दुखत होती; परंतु कॅप्टन या नात्याने त्याने ताबडतोब इतरांना बाहेर काढायला सुरुवात केली. कॅनेसा आणि झर्बिनो हे वैद्यकीय विद्यार्थी असल्यामुळे त्यांनीही आपापल्या परीने जखमींना मदत

करायला सुरुवात केली.

विमान थांबल्यावर पेट्रोलचा वास येऊ लागला, त्यामुळे विमान आता पेटणार व स्फोट होणार या भीतीने मागे बसलेल्या काही मुलांनी मागील उघड्या भागातून पटापट बाहेर उड्या मारल्या. ती कमरेपर्यंत बर्फात रुतली. बॉबी फ्रॅकॉइस सामानाच्या ढिगावर चढून प्रथम बाहेर पडला. सिगारेट पेटवत त्याच्यामागोमाग बाहेर आलेल्या कार्लिटोझ पाएझला म्हणाला, ''झालं! मेलो आता आपण!''

ते दृश्य भयाण होते! चारही दिशांना बर्फच बर्फ होता आणि तीन बाजूंना भिंतीप्रमाणे उभा काळा पहाड! विमान, पुढची बाजू किंचित खाली असलेल्या स्थितीत, दरीच्या उतारावर थांबले होते. समोरील डोंगर बऱ्याच अंतरावर होते; पण आत्ता ढगांमुळे दिसत नव्हते. कडाक्याचा गारठा होता आणि त्यात बऱ्याच मुलांच्या अंगात नुसता शर्टच होता. फारच थोड्या मुलांनी खेळाडूंचा कोट किंवा ब्लेझर घातलेला होता. इथल्या शून्य अंशापेक्षा कितीतरी खाली असलेल्या तापमानाला योग्य असे कपडे कोणाकडेच नव्हते. तसेच कपड्यांच्या थोड्याशाच बॅगा विमानात दिसत होत्या.

मागे डोंगरउतारावर कुठे बॅगा पडलेल्या दिसतात का हे बघण्यासाठी मुले वर बघत होती, तेव्हा त्यांना एक आकृती दूरवरून खाली येताना दिसली. ती जरा जवळ आली तेव्हा तो कार्लोस वॅलेटा असल्याचे लक्षात येऊन त्यांनी ओरडून आपल्याकडे येण्यासाठी त्याचे लक्ष वेधून घेतले; पण वॅलेटाला त्यांचे ओरडणे ऐकू येत नव्हते किंवा ते दिसतही नसावेत असे वाटत होते. प्रत्येक पाऊल टाकले की तो जवळजवळ कमरेपर्यंत बर्फात जात होता. उतार होता म्हणूनच तो पुढे तरी येऊ शकत होता. तो दुसऱ्याच दिशेने जाणार हे लक्षात येऊन मुले त्याचे लक्ष वेधून घेण्यासाठी मोठ्याने ओरडू लागली. पाएझ आणि स्टॉर्म हे दोघे तर त्याच्या दिशेने जायलाही निघाले; पण बर्फात चालणे आणि तेही चढावर, फारच त्रासाचे होत होते. ते बर्फात रुतून बसले आणि त्यांच्या समोरून वॅलेटा बर्फावरून घसरत खाली दरीत अदृश्य झाला!

विमानाच्या आत जी थोडी मुले सहीसलामत वाचली होती ती, जखमी होऊन खुर्च्यांमध्ये अडकलेल्या प्रवाशांना खुर्च्या उचकटून बाहेर काढण्याचा प्रयत्न करू लागली. डोंगरातील विरळ हवेमुळे हे सर्व करायला दुप्पट श्रम होत होते. ज्यांना दुखापत झाली होती ते अजून धक्क्यातून सावरले नव्हते.

जखमी माणसांना बाहेर काढण्यात यश आले, तरी त्यानंतर इतर मदत अशी फार करता येण्यासारखी नव्हतीच. कॅनेसा आणि झर्बिनो या दोन 'डॉक्टरां'चे ज्ञान आणि अनुभव अगदीच थोडा होता (*तिसरा वैद्यकीय विद्यार्थी स्टॉर्म अजून धक्क्यातून सावरला नव्हता.*). झर्बिनोचे वैद्यकीय शिक्षण एकच वर्ष झाले होते. त्यातील सहा

महिने मानसशास्त्र आणि समाजशास्त्र शिकण्यात गेले होते. कॅनेसाचे शिक्षण दोन वर्षे झाले होते; पण तेसुद्धा एकंदर वैद्यकीय अभ्यासक्रमाच्या एकचतुर्थांशच होते. तरीपण प्राप्त परिस्थितीत आपल्यावर इतरांपेक्षा विशेष जबाबदारी आहे, याची जाणीव त्यांना झाली.

एक स्त्री चिरडली गेली होती. कॅनेसा तिच्याजवळ गुडघे टेकून बसून तिला तपासू लागला. ती युजीना पॅरॅडो होती आणि तिचा प्राण गेलेला होता. तिच्या शेजारीच सुसाना पॅरॅडो होती. ती जिवंत पण अर्धवट शुद्धीत होती. तिला खूपच दुखापत झाली होती. तिच्या कपाळावर खोक पडली होती आणि तीतून भळभळ रक्त वाहत होते. ते एका डोळ्यावरून वाहत होते, त्यामुळे तिला दिसत नव्हते. कॅनेसाने रक्त पुसल्यावर तिला दिसू लागले. कॅनेसाने तिला विमानात जमिनीवर झोपवले.

तिच्याजवळ अबल होता. तोही गंभीरपणे जखमी झाला होता. त्याच्या डोक्यावर मोठी जखम झाली होती. तोही अर्धवट शुद्धीवर होता. कॅनेसा त्याच्याजवळ गुडघे टेकून बसताच त्याने त्याचा हात घट्ट धरला व म्हणाला, "कृपा करून मला सोडून जाऊ नकोस!" पण इतक्या लोकांना बघायचे होते त्यामुळे कॅनेसा त्याच्याजवळ थांबू शकला नाही. त्याने झर्बिनोला हाक मारून अबलकडे बघायला सांगितले व तो नान्दो पॅरॅडोकडे वळला. नान्दो त्याच्या खुर्चीतून फेकला जाऊन विमानाच्या पुढील भागात बेशुद्ध होऊन पडला होता. त्याचा चेहरा रक्ताने माखला होता व चेहऱ्यावर बऱ्याच ठिकाणी लागले होते. तो जिवंत तरी आहे की नाही अशी कॅनेसाला शंका आली. त्याने त्याची नाडी बघितली. त्यात थोडी धुगधुगी असल्याचे त्याला जाणवले. नान्दो अजून जिवंत होता; पण तो फार वेळ जगेल असे वाटत नव्हते आणि त्याला मदत करण्यासारखे काही नव्हते. त्यामुळे त्याला तसेच सोडून घ्यावे लागले.

युजीना पॅरॅडोव्यतिरिक्त आणखी दोन प्रवासी जागच्याजागी मरण पावले होते, ते म्हणजे निकोला जोडपे. ते खुर्चीतून फेकले जाऊन समोरच्या सामानाच्या केबिनवर आपटून मेले असावेत. सध्या त्यांना तसेच सोडून इतर जे जिवंत होते त्यांना मदत देण्याकडे कॅनेसा व झर्बिनो वळले. त्यांनी खुर्च्यांवरील गॉपकीन फाडून त्याची बँडेजे केली; पण बऱ्याचजणांच्या जखमांना ती पुरेशी नव्हती. राफेल नावाच्या एका मुलाची पोटरी फाटून ती पुढे आली होती. पायातील हाड उघडे पडले होते. झर्बिनोने ती रक्ताळलेली पोटरी पुन्हा जागेवर बसवून तिच्यावर एक शर्ट बांधला.

दुसरा एक मुलगा एन्निक प्लॅटेरो याच्या पोटात एक लोखंडी नळी घुसलेली होती, ती तशीच धरून तो झर्बिनोकडे आला. झर्बिनोला धक्काच बसला! पण डॉक्टरने पेशंटचे मनोधैर्य वाढवायचे असते, असे वैद्यकीय मानसशास्त्रात कॉलेजात शिकल्याचे त्याला आठवले. आणि एन्निककडे सरळ बघत, आवाजात शक्य तितका विश्वास आणत तो त्याला म्हणाला, "एन्निक, तू अगदी ठीक दिसतोयस."

''असं म्हणतोस?'' एन्रिक आपल्या पोटात गेलेल्या नळीकडे बोट दाखवीत म्हणाला, ''मग ह्याचे काय?''

''त्याची काही काळजी करू नकोस.'' झर्बिनो म्हणाला, ''तू मजबूत आहेस. जरा ही सीट धर बघू.''

एन्रिकने त्याप्रमाणे सीट पकडली. झर्बिनोने एन्रिकच्या पोटावर गुडघा रोवून नळी खेचली. नळी बाहेर आली; पण तिच्याबरोबर वीतभर आतडेही बाहेर आले! एन्रिक त्याच्या फाटलेल्या पोटातून लोंबणारे आतडे बघून चक्रावून गेला; पण तो काहीही म्हणायच्या आत झर्बिनो त्याला म्हणाला, ''हे बघ एन्रिक, तुला वाटत असेल की तुला फार गंभीर दुखापत झाली आहे; पण तुझ्याहून भयंकर स्थितीत इतर अनेकजण आहेत. तेव्हा तू मन खंबीर कर आणि माझ्या मदतीला ये. तुझ्या पोटावर आता शर्ट बांधून टाक. मग मी पुन्हा बघीन.'' एन्रिकने काहीही तक्रार न करता झर्बिनोने सांगितल्याप्रमाणे केले.

दरम्यान कॅनेसा, त्याच्याशेजारी जो मुलगा बसला होता– फर्नांडो– त्याला बघायला गेला. कॅनेसाची कल्पना होती की त्याचा पाय मोडला असावा; पण नीट बघितल्यावर त्याचे पूर्णपणे दोन तुकडे झाल्याचे त्याला दिसले! विमानाच्या इंजिनाचा पंखा आत येऊन त्याचा पाय कापून गेला होता! त्याच्या पायातून सर्व रक्त वाहून गेले होते आणि तो गतप्राण होऊन सीटमध्ये पडला होता!

खुर्च्या वाकल्यामुळे किंवा तुटल्यामुळे बऱ्याच मुलांच्या पायांना इजा झाली होती. एकाचा पाय तीन ठिकाणी मोडला होता, त्याच्या छातीतही फार मोठी जखम झाली होती आणि आता तो बेशुद्धावस्थेत होता. जे शुद्धीवर होते त्यांना असह्य वेदनांना तोंड द्यावे लागत होते. अबल, सुसाना परॅडो आणि जिला कोणीच ओळखत नव्हते अशी मध्यमवयीन स्त्री– सिनोरा मारियानी, तिचे दोन्ही पाय मोडले होते आणि ती खुर्च्यांच्या ढिगाऱ्याखाली अडकली होती. ती 'मला वाचवा' असा सारखा आक्रोश करत होती. तिच्यावरील खुर्च्यांचा ढीग हलवणे, खूप प्रयत्न करूनसुद्धा कोणालाच शक्य होत नव्हते.

विमानातील पाचवी स्त्री लिलियाना मेथॉल. तिच्या चेहऱ्यावर बरेच खरचटले होते आणि चेहरा रक्ताने माखला होता; पण तिच्या जखमा वरवरच्या होत्या. तिचा नवरा हावियर *(हा अबलचा मावसभाऊ होता)* याला काहीच दुखापत झाली नव्हती; पण उंचावरील विरळ हवेमुळे तो बेजार झाला होता. त्याने इतरांना मदत करायचा प्रयत्न केला; पण धाप लागून तो स्वतःच पडायच्या बेतात यायचा. त्यामुळे त्याला फारसे काही करता येत नव्हते. इतर काहीजण अपघाताच्या धक्क्यातून अजून सावरले नव्हते. पेद्रो अल्गोर्टाची स्मरणशक्तीच एकदम नाहीशी झाली. त्याला शारीरिक इजा झाली नव्हती; पण आपण कुठे आहोत आणि काय करीत आहोत

हेही त्याला कळेनासे झाले. दुसऱ्या एका मुलाच्या डोक्यावर मार बसला असावा, त्यामुळे तो सारखा विमानातून बाहेर पडून डोंगरावरून खाली जायचा प्रयत्न करू लागला.

विमान दुपारी साडेतीनच्या सुमारास कोसळले होते. आकाशात ढग असल्याने फारसा उजेड नव्हता. चारच्या सुमारास हिमवर्षाव सुरू झाला. थोड्याच वेळात त्याचा जोर इतका वाढला की आजुबाजूचे काहीच दिसेनासे झाले; पण तरीसुद्धा जखमींना बाहेर नेऊन ठेवावे आणि मग विमानात खुर्च्या बाजूला करून किंवा काढून टाकून मोकळी जागा करावी, असा तात्पुरता उपाय म्हणून मार्सेलो पेरेझ्ने सुचवले. आत्तापर्यंत विमान बेपत्ता झाल्याचे कळून मदतीसाठी पावले उचलली गेलीच असतील, अशी सर्वांना खात्री होती.

विमानाच्या रेडिओवरून संदेश पाठवला तर मदतीचे काम लवकर व सोपे होईल याची त्यांना जाणीव होऊन मुले पायलटच्या केबिनकडे वळली. आत जायचा मार्ग खुर्च्यांच्या ढिगामुळे बंद झाला होता; पण आतून कण्हण्याचे आवाज येत होते. तेव्हा मांचो सबेला या मुलाने विमानाच्या बाहेरून पायलटच्या केबिनकडे जाण्याचा प्रयत्न करण्याचा विचार केला.

बर्फात चालणे फारच कठीण जात होते. खुर्च्यांच्या गाद्या एकावर एक रचून विमानाच्या पुढील भागात प्रवेश करावा, अशी कल्पना त्याच्या डोक्यात आली. विमान आपटल्यामुळे त्याच्या पुढील टोकाचा चक्काचूर झाला होता; पण वर चढून, पुढच्या सामानखोलीतून पायलटच्या केबिनमधले दिसू शकले असते.

तसे केल्यावर मांचोला दिसले की फेराडास आणि लागुरारा दोघेही त्यांच्यापुढील यंत्रांचा भाग छातीत जाऊन आपापल्या खुर्च्यांमध्ये चेंगरले गेले आहेत. फेराडास मेला होता; पण लागुरारा अजून जिवंत होता आणि शुद्धीवर होता. मांचो दिसताच त्याने मदतीसाठी याचना केली. दुर्दैवाने मांचोला काहीच मदत करणे शक्य नव्हते; पण लागुरारा पाणी मागत होता, तेव्हा त्याने रुमालात बर्फ गोळा करून त्याच्या ओठांना लावला. नंतर त्याने रेडिओ चालवण्याचा प्रयत्न करून बघितला, तेव्हा तो 'डेड' झाल्याचे त्याच्या लक्षात आले; पण तिथून परतल्यावर, इतरांचा धीर सुटू नये म्हणून त्याने 'मी सांटियागोशी बोललो' असे खोटेच सांगितले.

नंतर कॅनेसा व झर्बिनो दोघे, मांचो गेला त्या मार्गाने जाऊन पायलटच्या केबिनमध्ये शिरले. लागुराराच्या छातीत घुसलेली यंत्रे ढकलायचा त्यांनी प्रयत्न केला; पण ती तसूभरही हलली नाहीत. मग त्यांनी बराच प्रयत्न करून खुर्चीच्या पाठीची गादी काढून टाकली. त्यामुळे लागुराराच्या छातीवरील दाब जरा कमी झाला.

ते लागुराराला मोकळे करायचा प्रयत्न करीत होते, तेव्हा 'आपण क्युरिको मागे टाकले' असे तो सारखे बोलत होता. त्यांच्या मदतीच्या प्रयत्नांना यश येत नाही असे बघून लागुराराने त्याच्या बॅगमधील पिस्तुल देण्याची विनंती केली; पण ती बॅग

कुठेच दिसत नव्हती आणि जरी दिसली असती तरी अर्थात कॅनेसा किंवा झर्बिनोने त्याला पिस्तुल दिले नसतेच; कारण ते रोमन कॅथॉलिक होते आणि त्यांच्या धर्माप्रमाणे आत्महत्येला मदत करणे हे पाप होते.

त्यांनी लागुराराला रेडिओ कसा वापरावा हे विचारले. त्याने सांगितल्याप्रमाणे त्यांनी बटणे फिरवून पाहिली; पण रेडिओ कामातून गेला असल्याचे त्यांना कळून चुकले.

लागुरारा सारखा पिस्तुल द्या, पाणी द्या, अशी विनवणी करीत होता. कॅनेसाने खाली उतरून थोडा बर्फाचा चुरा आणला व त्याच्या तोंडात घातला; पण त्याची तहान भागेना! त्याच्या नाकातून रक्त गळत होते. तो आता फार वेळ जगणार नाही हे कॅनेसा ओळखून चुकला.

शेवटी दोघेही 'डॉक्टर' विमानात परतले. जखमींना बाहेर आणून ठेवण्यात आले होते. आत इतरांना सोडवण्याचे प्रयत्न सुरू होते; पण आता उजेड कमी होत होता. सहा वाजेपर्यंत अंधार पडला. बाहेरील तापमान शून्याच्या खूप खाली गेले होते. आजच सुटका होण्याची शक्यता मावळली होती. त्यामुळे जखमींना पुन्हा विमानात नेण्यात आले व वाचलेल्या बत्तीसजणांनी रात्र काढायची तयारी सुरू केली.

◻

५

विमानात आडवे व्हायला तर नव्हेच; पण सर्वांनी नीट उभे राहायलासुद्धा पुरेशी जागा नव्हती. मागच्या बाजूला विमान वेडेवाकडे तुटले होते. त्यामुळे विमानाच्या डाव्या बाजूला सात खिडक्या राहिल्या होत्या, तर उजव्या बाजूला चारच होत्या. कॉकपिटपासून मागच्या भगदाडापर्यंत जेमतेम वीस फूट जागा होती आणि त्यातील बरीचशी एकमेकांत अडकलेल्या खुर्च्यांच्या ढिगाने व्यापली होती. अंधार पडेपर्यंत विमानात शिरायच्या दरवाजाच्या आसपास थोडी जागा मोकळी करता आली. तिचा उपयोग सुसाना, नान्दो आणि अबलप्रमाणे गंभीर जखमी झालेल्यांना ठेवण्यासाठी करण्यात आला. तिथे त्यांना जवळजवळ पूर्णपणे आडवे ठेवता आले; पण आत येणारा वारा व बर्फ यांपासून त्यांना संरक्षण देता येत नव्हते. मार्सेलो पेरेझने रॉय हार्ले या तगड्या तरुणाच्या मदतीने बॅगा व इतर सामान एकावर एक रचून आडोशासाठी भिंत उभी करायचा प्रयत्न करून पाहिला; पण जोरदार वाऱ्यापुढे तिचा टिकाव लागत नव्हता.

पेरेझ, हार्ले आणि दुखापत न झालेली इतर काही मुले मागील भगदाडापाशी कोंडाळे करून, वैमानिकांनी बरोबर आणलेली वाईन पीत आणि आडोशाची भिंत पडली की पुन्हा उभी करत बसले. उरलेले प्रवासी खुर्च्या आणि इतर अडगळीमध्ये

जिथे जागा मिळेल तिथे, जशा अवस्थेत बसता किंवा पडता येईल तसे करून झोपायचा प्रयत्न करू लागले. ज्यांना शक्य होते ते पॅसेंजर केबिन व कॉकपिट यांच्यामध्ये असणाऱ्या सामानाच्या खोलीत जाऊन मिळेल त्या जागेत झोपले. तिथे जागा अगदीच अपुरी होती; पण विमानात हाच भाग सर्वांत उबदार होता. तिथेसुद्धा ते वाईन घेत होतेच. काही मुलांच्या अंगात शर्टपेक्षा जाड काहीच नव्हते; ती ऊब येण्यासाठी घटाघट वाईन पीत होती. काहीजण ऊब आणण्यासाठी एकमेकांना मसाज करत होते किंवा गुद्दे मारत होते. कॅनेसाला एक कल्पना सुचली. त्याच्या लक्षात आले की खुर्च्यांच्या बसायच्या व पाठीच्या गाद्यांचे अभ्रे जाड नायलॉनच्या कापडाचे असून ते झिपने बंद केलेले होते. झिप उघडून अभ्रे काढून त्यांची छोटी छोटी ब्लॅंकेटे करता येत होती. अर्थात शून्याच्या खालच्या तापमानाची थंडी त्यांच्यामुळे पूर्ण निवारण होत नव्हती; पण अंगावर काहीच नसण्यापेक्षा जरा बरे.

पण त्या रात्री थंडीपेक्षाही भयानक होते ते विमानातील भीतीचे वातावरण. प्रत्येकजण आपली दुखापत सर्वांत जास्त गंभीर आहे असे समजून इतरांचे लक्ष वेधण्यासाठी मोठ्याने ओरडत किंवा विव्हळत होता. ज्या मुलाचा पाय मोडला होता तो कोणी जवळ येऊ लागले की धक्का लागेल या भीतीने आधीच ओरडायला लागायचा; पण त्याला जेव्हा तहान लागायची तेव्हा बर्फाचा चुरा घेण्यासाठी बाहेर जाताना तोच इतरांच्या अंगावर पाय देऊन जायचा. रॉय हार्ले त्याच्या बाजूची बॅगांची भिंत जरा ढासळली की शिव्या देत ओरडायला लागायचा. मार्सेलो पेरेझ सर्वांना चुचकारून शांत करायचा प्रयत्न करायचा.

रात्रभर विमानातून विव्हळण्याचे, किंचाळण्याचे आणि वातात बडबडण्याचे आवाज येत होते. सामानाच्या खोलीत लागुराराचे 'आपण क्युरिको मागे टाकले' हे सारखे मधूनमधून बडबडणे ऐकू येत होते. मधूनच त्याच्या 'पाणी... पाणी...', 'माझे पिस्तुल द्या' अश॥ विनवण्या ऐकू येत होत्या.

पॅसेंजर केबिनमधून सर्वांत आर्त किंकाळ्या सिनोरा मारियानीकडून येत होत्या. तिचा मोडलेला पाय खुर्च्यांच्या ढिगाऱ्याखालून सोडवता आला नव्हता. सर्वांनी पुन्हा एकदा तिची सुटका करण्याचा प्रयत्न करून बघितला होता; पण त्या खटाटोपात तिच्या वेदना वाढून ती फारच मोठ्याने किंचाळू लागली आणि तो प्रयत्न सोडून द्यावा लागला. राफेल व मांचो यांनी तिचा हात हातात घेऊन आणि थोपटून तिला दिलासा देण्याचा प्रयत्न केला आणि त्याचा थोडा उपयोगही झाला; पण थोड्या वेळाने पुन्हा तिचे ओरडणे सुरू झाले.

कोणीतरी ओरडले, 'ओरडणे बंद कर. बऱ्याचजणांना तुझ्यापेक्षाही जास्त लागले आहे!' त्यावर तिच्या किंकाळ्या वाढल्या. ''गप्प बस!'' कार्लिटोझ ओरडला, ''नाहीतर मी तुझे थोबाड फोडीन!''

हळूहळू तिचे ओरडणे कमी होऊ लागले; पण एवढ्यात धक्क्यातून न सावरलेला एक मुलगा दाराकडे जाण्यासाठी चालू लागला. त्याचा पाय तिच्या अंगावर पडला व ती जोरात किंचाळली, ''त्याला पकडा. तो मला ठार मारतोय. तो मारतोय.''

तो 'खुनी' एडवर्डो स्ट्रॉच होता. त्याला त्याच्या भावाने मागे खेचले; पण पुन्हा थोड्या वेळाने तो बॅगा आणि माणसांवर पाय देऊन वर कुठे जरा जास्त उबदार जागा मिळते का हे बघण्यासाठी निघाला. या वेळेस तो विमानचालकांपैकी जिवंत राहिलेल्या दुसऱ्या माणसावर– कार्लोस रोकवर– चढू लागला. त्याला एडवर्डो आपल्याला मारायचा प्रयत्न करित आहे असे वाटून, सैन्यातील सवयीने तो ओरडला, ''थांब! तू कोण आहेस? ओळख दे! ओळख दे!''

एडवर्डोने त्याच्याकडे लक्ष न देता त्याच्या अंगावर पाय देऊन वर चढण्याचा प्रयत्न चालूच ठेवला. रोक ओरडला, ''धावा! धावा! याला पकडा! हा वेडा आहे. तो मला जिवे मारणार!''

पुन्हा एकदा कोणीतरी एडवर्डोला मागे खेचला.

विमानाच्या दुसऱ्या भागात अल्फ्रेडो डेलगॉडो उभा राहिला आणि दरवाजाकडे जाऊ लागला. ''मी जरा दुकानात जाऊन कोकाकोला घेऊन येतो,'' तो म्हणाला. ''मग माझ्यासाठी एक पाण्याची बाटलीही घेऊन ये.'' कार्लिटोझ पाएझ म्हणाला.

एवढ्या अडचणीतसुद्धा काही मुलांनी थोडी झोप काढली. जे जागे होते ते एकमेकांना खेटून कोंडाळे करून बसले. कारण त्यांनी उभारलेल्या 'भिंती'तून, तसेच विमानाला पडलेल्या इतर छिद्रांमधून बर्फाळ वारा येत होता. जे अगदी दाराजवळ होते त्यांची दशा फारच वाईट होती. त्यांचे हात-पाय थंडीने गारठले होते आणि चेहऱ्यावर आपटणाऱ्या हिमकणांमुळे चेहराही बधीर झाला होता. ज्यांना दुखापत झाली नव्हती ते निदान एकमेकांना गुद्दे मारून आणि अंग चोळून रक्ताभिसरण थोडे सुधारू शकत होते. दोन्ही परॅडो आणि अबल यांची परिस्थिती फारच भयंकर होती. त्यांना ऊब आणण्यासाठी काहीही करता येत नव्हते. फक्त नान्दो बेशुद्धावस्थेत असल्यामुळे त्याला काहीच जाणवत नव्हते. दीएगो स्टॉर्म *(तिसरा 'डॉक्टर')* याने विचार केला की नान्दो परॅडो जरी बेशुद्ध असला, तरी त्याची हाडे वगैरे मोडलेली दिसत नव्हती; *त्यामुळे त्याला हलवायला हरकत नसावी.* त्यामुळे त्याने नान्दोचा देह ओढून आपल्या व आपल्या दोन मित्रांच्या अंगावर घेतला; जेणेकरून त्याला *(नान्दोला)* जरा ऊब मिळेल.

रात्र संपत नव्हती. एकदा झर्बिनोला बाहेर जरा उजाडल्यासारखे वाटले, म्हणून त्याने घड्याळात बघितले तर रात्रीचे नऊच वाजले होते.

❑

६

दुसरे दिवशी, शनिवार १४ ऑक्टोबर रोजी सूर्य उगवला, तेव्हा विमान बर्फात अर्धे बुडालेले होते. ते चिली व अर्जेंटिना यांच्यामध्ये ११,५०० फुटांवर अर्जेंटिनाच्या हद्दीत होते. मध्येच एखाद्या ठिकाणी करड्या किंवा गुलाबी रंगाच्या खडकांची टोके बर्फातून वर आली होती; पण ते सोडले तर चौफेर नुसते बर्फच बर्फ होते. जराही कुठे एखादे गवताचे पाते किंवा झुडुपसुद्धा दिसत नव्हते. विमान नुसते उंच डोंगराच्या रांगांच्या मध्यभागी कोसळले होते इतकेच नव्हे तर बर्फाळ वाळवंटात होते.

सकाळी सर्वांत प्रथम मार्सेलो पेरेझ आणि रॉय हार्ले बॅगांची भिंत पाडून बाहेर आले. आकाशात ढग होते; पण हिमवर्षाव थांबला होता. जमिनीवरील बर्फाचा भुसभुशीपणा जाऊन तो काचेसारखा घट्ट झाला होता आणि त्यावर ते चालू शकत होते. त्यांनी विमानाभोवती थोडे फिरून आजुबाजूची पाहणी केली.

आत कॅनेसा आणि झर्बिनो यांनी जखमी लोकांची पुन्हा तपासणी केली. रात्रीत तीनजणांचा प्राण गेला होता. अबलचा गतप्राण देह सुसानाच्या अंगावर पडला होता. त्याची पावले काळी-निळी झाली होती. काही क्षण त्यांना सुसानाही मेली आहे की काय अशी शंका आली; पण अबलचा देह तिच्या अंगावरून काढल्यावर ती जिवंत व शुद्धीत असल्याचे दिसले. तिची पावलेसुद्धा थंडीने जांभळट दिसत होती. ती क्षीणपणे आपल्या मृत आईला उद्देशून, ‘‘ममा, ममा, माझे पाय भयंकर दुखतायत. ममा, आपण घरी जाऊया ना!’’ असे विव्हळत, रडत म्हणत होती. तिला बरे वाटावे म्हणून कॅनेसाला काहीच करता येण्यासारखे नव्हते. त्याने तिचे पाय चोळून रक्ताभिसरण सुधारण्याचा प्रयत्न केला आणि तिच्या डोळ्यांवर घट्ट झालेले रक्त पुन्हा साफ केले. आपली दृष्टी गेलेली नाही हे लक्षात येऊन तिला बरे वाटले व तिने कॅनेसाला धन्यवाद दिले.

कॅनेसाला जखमींसाठी फार काही करणे शक्य नव्हते, कारण एकतर तो अजून वैद्यकशास्त्राचा विद्यार्थीच होता. दुसरे म्हणजे, विमानात औषधोपचार करण्यासाठी औषधे, साधने काहीच नव्हते. लिब्रियम, व्हेलियम आणि इतर बारीकसारीक औषधे काही प्रवाशांनी आणली असतील तेवढीच. ज्यांचे हात, पाय मोडले होते, त्यांना आधार म्हणून बांधण्यासाठी फळ्या किंवा तसे काहीच विमानातल्या वस्तूंत दिसत नव्हते. त्यामुळे अशा जखमींना मोडलेले अवयव बर्फावर ठेवा म्हणजे सूज कमी होईल एवढेच तो सांगू शकत होता.

तो जेव्हा सिनोरा मारियानीला तपासायला गेला, तेव्हा ती मेली असावी असे त्याला वाटले. तो तिच्याजवळ गुडघे टेकून बसला व तिच्या पायावरील खुर्च्या हलवण्याचा त्याने पुन्हा एकदा प्रयत्न केला, तेव्हा ती किंचाळली, ‘‘मला हात

लावू नका. मी मरेन!'' त्यामुळे त्याने माघार घेतली. थोड्या वेळाने तो जेव्हा पुन्हा तिला बघायला गेला तेव्हा शून्यात दृष्टी लावून ती शांत पडली होती आणि तो बघत असतानाच तिने डोळे फिरवले व तिचा श्वासोच्छ्वास थांबला.

कॅनेसा जरी झर्बिनोपेक्षा एक वर्ष पुढे होता, तरी एखादी व्यक्ती मृत म्हणून निश्चितपणे घोषित करायला घाबरायचा. त्याने झर्बिनोला बोलावले. झर्बिनोने मारियानीच्या छातीला कान लावून हृदयाच्या ठोक्यांचा आवाज ऐकू येत आहे का हे बघण्याचा काळजीपूर्वक प्रयत्न केला; पण सारे शांत होते. मग इतर मुलांनी तिच्यावरील खुर्च्या हलवल्या व तिच्या खांद्यांमधून एक पट्टा ओवून तिचा देह खेचून बाहेर नेला व बर्फावर ठेवला.

झर्बिनोने एन्रिक प्लॅटेरोचे पोट– ज्यात घुसलेली नळी त्याने आदल्या दिवशी ओढून काढली होती– बघायला गेला. त्याने पोटावर बँडेज म्हणून बांधलेला शर्ट सोडला. त्याला भीती वाटत होती त्याप्रमाणे मांसल स्नायूसारखे काहीतरी जखमेतून बाहेर लोंबत होते. तो आतड्याचा भाग किंवा पोटाच्या आतील अस्तराचा तुकडा असावा असे त्याला वाटले. त्यातून रक्त ठिबकत होते. झर्बिनोने एक धागा ओ द कोलाँमध्ये बुडवून त्याला बांधला व प्लॅटेरोला ते पोटात ढकलून देऊन वरून शर्ट बांधायला सांगितले. प्लॅटेरोने काहीही तक्रार न करता तसे केले.

लिलियाना मेथॉलचा चेहरा जखमांमुळे जांभळट दिसत होता, तरीही ती कॅनेसा व झर्बिनो यांच्या कामात आपल्यापरीने मदत करत होती. ती लहानसर बांध्याची, सावळ्या वर्णाची स्त्री होती. आत्तापर्यंतचे तिचे आयुष्य आपला नवरा हावियर व चार मुले यांची काळजी घेण्यात गेला होता. हावियरला लग्नाच्या आधी अपघात झाला होता. मोटरसायकलवर जाताना तो धक्का लागून रस्त्यावर पडला व त्याच्यावरून एक मोटार जाऊन तो बेशुद्ध झाला व नंतर बरेच महिने हॉस्पिटलमध्ये होता. त्या अपघातात त्याच्या उजव्या डोळ्याची दृष्टी गेली व त्याच्या स्मरणशक्तीवरही बराच परिणाम झाला. शिवाय, तो एकवीस वर्षांचा असताना त्याच्या आई-वडिलांनी त्याला तंबाखूच्या उत्पादन व विक्रीचे शिक्षण घेण्यासाठी क्यूबा व नंतर अमेरिकेला पाठवले होते. त्या काळात उत्तर कॅरोलिनामध्ये असताना 'तुला क्षयाची बाधा झाली आहे' असे डॉक्टरांनी त्याला सांगितले. त्याचा आजार इतका वरच्या स्थितीत होता की घरी न परतता तिथेच त्याला पाच महिने एका सॅनेटोरियममध्ये काढावे लागले. मॉंटेविडियोला परतल्यावरसुद्धा चार महिने तो अंथरुणात होता. तिथे त्याची मैत्रीण लिलियाना त्याला भेटायला यायची. ते १६ जून १९६० रोजी विवाहबद्ध झाले. त्यांच्या लग्नाच्या बाराव्या वाढदिवसानिमित्त हावियर, या दुर्दैवी विमानाने तिला चिलीला घेऊन चालला होता.

अपघात झाल्यावर हावियरला विरळ हवेमुळे त्रास होत असावा, हे लिलियानाच्या

लक्षात आले. त्याला अशक्तपणा वाटत होता, त्याच्या हालचालींमध्ये जडपणा आला होता आणि त्याची विचारशक्तीसुद्धा जरा मंद झाल्यासारखी वाटत होती. लिलियानाला त्याला सर्व बाबतीत मदत करावी लागत होती.

लिलियाना, हावियरप्रमाणे इतर मुलांनासुद्धा धीर देत होती. बरीच मुले वीस वर्षांचीसुद्धा नव्हती आणि घरी अजून त्यांच्या आया किंवा बहिणी त्यांची काळजी घेत होत्या. त्यामुळे अशा भयंकर संकटात साहजिकच ती लिलियाना– जी सुसाना वगळली तर एकमेव स्त्री विमानात उरली होती– हिच्याकडे वळले.

काही मुलांनी 'डॉक्टर' व 'नर्स'चे लक्ष त्यांच्यातील वयाने सर्वांत लहान मुलगा अन्तोनिओ विझिंटिन (याचे टोपणनाव 'टिनटिन' होते) याच्याकडे वेधले. टिनटिनला मुका मार लागला असावा अशी सर्वांची समजूत होती. त्याला सामानाच्या खोलीत ठेवण्यात आले होते. तिथे तो गुपचूप पडून होता. आता दुसऱ्या दिवशी त्याच्याकडे कोणाचेतरी लक्ष गेले आणि त्याच्या कोटाच्या बाहीतून रक्त ठिबकत असल्याचे दिसले! जेव्हा त्यांनी टिनटिनला 'तुझ्या हाताला काय झाले आहे' असे विचारले तेव्हा तो 'काही नाही. मला कुठेच दुखत नाहीये' असे म्हणाला; पण लिलियानाने त्याच्या हाताकडे जरा काळजीपूर्वक बघितले तेव्हा त्याच्या कोटाची बाही रक्ताने चिंब भिजली आहे असे तिला दिसले. दोन्ही 'डॉक्टरां'ना बोलावण्यात आले. त्यांनी टिनटिनचा कोट काढायचा प्रयत्न केला; पण तो निघेना तेव्हा त्यांनी चाकूने बाही कापली व ओढली. ती ओढताच बरेच रक्त वाहू लागले. टिनटिनची एक रक्तवाहिनी तुटली असावी. त्यांनी ताबडतोब हाताला जखमेच्या वरच्या बाजूला फडके बांधून रक्तस्राव बंद केला व जखम बांधून टाकली. टिनटिनला अजूनही काही वेदना जाणवत नव्हत्या; पण त्याला खूप अशक्तपणा वाटत होता. झर्बिनो व कॅनेसा यांना तो फार काळ टिकाव धरणार नाही असे वाटले.

त्यानंतर ते फॉफपिटमध्ये गेले. त्या दिवशी सकाळपासून लागुरराचा आवाज ऐकू आला नव्हता. तो त्यांना मेलेला आढळला. सुटका होण्यात ज्याची सर्वांत जास्त मदत होऊ शकली असती असा एकमेव माणूस गेला होता. विमानचालकांपैकी रोक अजून जिवंत होता; पण त्याचे मानसिक संतुलन पूर्णपणे ढळले होते. तो अपघात झाल्यापासून कायम रडत होता आणि त्याला देहधर्माचेसुद्धा भान राहिले नव्हते. तरीसुद्धा तो हवाईदलातील जवान होता; त्यामुळे मार्सेलो पेरेझने त्याला विमानात कुठे संकटकाळी वापरण्यासाठी खाद्यपदार्थ, औषधे किंवा खुणेचे हवाईबाण (सिग्नल फ्लेअर्स) आहेत का असे विचारले. रोकने नकारार्थी उत्तर दिले. त्यावर मार्सेलोने त्याला रेडिओ चालू करता येईल का म्हणून विचारले. रोक म्हणाला की रेडिओ ज्या बॅटऱ्यांवर चालतो त्या विमानाच्या शेपटीच्या भागात असतात आणि तो भाग मागेच डोंगरात कुठेतरी गळून पडला आहे. त्यामुळे आता काहीच करता

येणे शक्य नव्हते.

आपली लवकरच सुटका होईल असा मार्सेलोला विश्वास वाटत होता, त्यामुळे तो घाबरला नव्हता; पण तरीही, खबरदारीचा उपाय म्हणून जे काही खाद्यपदार्थ होते त्यांचे कडकपणे नियंत्रण करावे असे सर्वांनी ठरवले. मार्सेलोने विमानात असलेल्या व जे काही सामान उरले होते त्यात सापडलेल्या खाद्यपदार्थांची यादी बनवली.

मेंडोझाला वैमानिकांनी बरोबर घेतलेल्या वाईनच्या आठ बाटल्यांपैकी आत्तापर्यंत पाच संपवल्या होत्या व तीन उरल्या होत्या. त्याशिवाय व्हिस्कीची दीड बाटली व ब्रॅडीची एक बाटली मिळाली. खाद्यपदार्थांमध्ये चॉकलेटचे आठ मोठे बार, चिकीचे पाच बार, काही टॉफीज्, थोडा खजूर, एक खाऱ्या बिस्किटांचा पुडा, वाळवलेल्या मासळीचे दोन लहान डबे, खाऱ्या बदामाचा एक लहान डबा, ब्लॅकबेरी, पीच व ॲपलजॅमच्या प्रत्येकी एक लहान बाटल्या हे मिळाले. हे सर्व पदार्थ अठ्ठावीसजणांना एकवेळच्या जेवणासाठीसुद्धा पुरले नसते. शिवाय सुटका होईपर्यंत किती दिवस काढावे लागणार हेही निश्चित नव्हते. त्यामुळे आहेत ते पदार्थ जास्तीतजास्त दिवस पुरतील असा प्रयत्न करावा असे ठरले. त्या दिवशी दुपारचे जेवण म्हणून मार्सेलोने प्रत्येकाला चॉकलेटचा एक लहान तुकडा आणि बाटलीचे बूच भरून वाईन इतके दिले.

दुपारी डोक्यावर विमानाचा आवाज ऐकू आला; पण ढगांमुळे विमान दिसू शकले नाही. त्या दिवशी रात्र लवकर झाली; पण आज सर्वांनी जरा तयारी केली होती. विमानात शक्य तेवढी जास्त जागा मोकळी केली होती. वारा आणि हिमापासून बचाव म्हणून कालच्यापेक्षा जास्त मजबूत 'भिंत' त्यांनी विमानाच्या दाराजवळ बांधली होती. आणि कालच्यापेक्षा आज माणसांची संख्याही कमी होती!

□

७

रविवार दि. १५ ऑक्टोबर. सकाळी जे विमानातून बाहेर आले, त्यांच्या लक्षात आले की विमान कोसळल्यानंतर आज प्रथमच आकाश निरभ्र आहे. जमिनीवरील बर्फ कडक झाले होते. त्यावरून ऊन परावर्तित होत होते. सभोवार चारही बाजूंना असणारे डोंगर त्यांच्यावरील बर्फामुळे चमकत होते. अशा ठिकाणी अंतराचा अंदाज बरोबर येत नाही. त्यामुळे डोंगराची शिखरे जवळ वाटत होती.

हवा स्वच्छ असल्यामुळे आज आपली सुटका होईल किंवा निदान आकाशातून आपण दिसू अशी आशा त्यांच्या मनात पालवली. दरम्यान, त्यांना भेडसावणाऱ्या अडचणी दूर करण्यासाठी जरा पद्धतशीरपणे प्रयत्न करणे त्यांनी सुरू केले. त्यांची सर्वांत निकडीची गरज पाण्याची होती. पुरेसे पाणी मिळण्याइतपत बर्फ वितळत

नव्हता आणि पाण्याऐवजी भुसभुशीत हिमच खावे तर तोंड गारठायचे. मग त्यांच्या असं लक्षात आलं की बर्फ मुठीत दाबून त्याचा गोळा करून तो चोखला, तर जास्त समाधान होते. किंवा बर्फाचा चुरा बाटलीत घालून बाटली हलवत बसले की काही वेळाने त्याचे पाणी होत असे; पण असे करण्यासाठी लागणाऱ्या श्रमाच्या बदल्यात मिळणाऱ्या पाण्यामुळे एका माणसाचीसुद्धा गरज भागत नव्हती. शिवाय जे जखमी होते– नान्दो, सुसाना, विझिंटिन– ते कायम पाणी मागत होते आणि त्यांना स्वतःला पाणी मिळवण्यासाठी काहीच करता येणे शक्य नव्हते.

शेवटी फिटो स्ट्रॉचच्या डोक्यात एक कल्पना आली. फिटो हा एडवर्डोचा चुलत व मावस भाऊ– दोघांचे वडील एकमेकांचे भाऊ होते व आया एकमेकींच्या बहिणी होत्या. एडवर्डोला आर्किटेक्ट व्हायचे होते आणि तो युरोप फिरून आला होता, तर फिटो जरा बुजरा होता. तो शेतकीशास्त्राचा विद्यार्थी होता आणि प्रथमच परदेशी जात होता. विमान कोसळले तेव्हा फिटो व एडवर्डो दोघेही बेशुद्ध झाले होते. ते शुद्धीवर आल्यावरसुद्धा मानसिक धक्क्यामुळे, आपण कुठे आहोत हेही ओळखू शकत नव्हते; पण आता फिटो बराच सावरला होता आणि पाण्याचा प्रश्न कसा सोडवावा याचा विचार करीत होता. सूर्य जसजसा वर येऊ लागला, तसा उन्हातील प्रखरपणा वाढू लागला. बर्फाचा कडक झालेला पृष्ठभाग वितळू लागला. उन्हाचा वापर करून पाणी बनवावे असे फिटोला वाटले. बर्फ ठेवण्यासाठी भांड्यासारखे काही दिसते का हे तो शोधू लागला. त्याला ॲल्युमिनियमच्या कागदासारख्या पातळ पत्र्याचा (*foil*) एक चौकोनी तुकडा दिसला. तो अंदाजे एक फूट बाय दोन फूट असावा. विमानाच्या तुटलेल्या खुर्चीच्या पाठीतून तो अर्धवट बाहेर आला होता. तो त्याने खेचून बाहेर काढला, त्याला द्रोणासारखा आकार दिला व एका बाजूला धार पडण्यासाठी त्याला 'चोच' काढली. मग त्या द्रोणाच्या पृष्ठभागावर त्याने हिमाचा पातळ थर दिला व तो सूर्याकडे तोंड करून ठेवला. थोड्याच वेळात चोचीत पाण्याचे थेंब ओघळून खाली धरलेल्या बाटलीत पाणी गळू लागले.

प्रत्येक सीटमध्ये असा ॲल्युमिनियमचा पत्रा होता. त्यामुळे फिटोचे 'यंत्र' पाहून इतरही बरेचजण तसे करू लागले. अशा प्रकारे पाणी मिळवायला काहीच प्रयास पडत नव्हते. त्यामुळे जी मुले जखमी किंवा अशक्त होती त्यांना हे काम देण्यात आले.

मार्सेलोने सर्वांना वेगवेगळ्या तुकड्यांत विभागायचा विचार केला.

एक तुकडी जखमी व्यक्तींची, त्यांचे काम वर वर्णन केल्याप्रमाणे पाणी तयार करणे.

दुसरी तुकडी 'वैद्यकीय' उपचारांसाठी. यात कॅनेसा, झर्बिनो आणि लिलियाना यांचा समावेश होता.

एका तुकडीला विमानातील खोलीची (केबिन) व्यवस्था बघण्याचे काम देण्यात आले. या तुकडीत रॉय हार्ले, कार्लिटोझ पाएझ, दीएगो स्टॉर्म व गुस्टावो निकोलिच (कोको) यांचा समावेश होता. खोली स्वच्छ व नीटनेटकी ठेवणे, रात्री खाली उशा ठेवून झोपायची व्यवस्था करणे, रात्री ब्लँकेट्स म्हणून वापरलेले खुर्च्यांचे अभ्रे दिवसा उन्हात वाळवणे ही त्यांची कामे होती.

मार्सेलोने स्वत:कडे सर्वांचे सुसूत्रीकरण करणे व खाद्यपदार्थांचे वाटप ही कामे ठेवली.

पाणी बनवणाऱ्या तुकडीला लवकरच अडचणी येऊ लागल्या. विमानालगतच्या भागातील बर्फ हा विमानातील तेल व पेट्रोल सांडून, मृत व जखमी व्यक्तींचे रक्त ओघळून व मूत्रविसर्जनामुळे वापरण्यास योग्य राहिला नव्हता. थोड्या अंतरावर स्वच्छ बर्फ मुबलक प्रमाणात होता; पण भुसभुशीत बर्फात तेवढे अंतर चालून जाणे कठीण जात होते आणि बर्फ कडक असेल तेव्हा तो फोडून त्याचे तुकडे करणे कठीण जात होते. त्यामुळे असे ठरवण्यात आले की यापुढे फक्त दोन ठराबीक जागीच मूत्रविसर्जन करावे. एक म्हणजे विमानाच्या दरवाजाच्या जवळ एका बाजूला किंवा दुसरी जागा म्हणजे विमानाच्या पुढच्या चाकाजवळ पायलटच्या केबिनच्या खाली.

खाद्यपदार्थांचे वाटप मार्सेलो दुपारी बारा वाजता करणार होता. प्रत्येकाला बाटलीच्या बुचात मावेल एवढी वाईन व जॅमचा एक ठिपका! संध्याकाळचे जेवण म्हणजे चॉकलेटच्या लादीतील एक लहान चौकोन! काहीजणांनी, आज रविवार असल्यामुळे जरा जास्त द्यावे अशी सूचना केली; पण ती बहुमताने फेटाळली गेली.

त्यातच त्यांच्या खाण्यात एका वाटेकऱ्याची भर पडली– ती म्हणजे नान्दोची. तो मेला असावा असे समजण्यात आले होते; पण तो आता शुद्धीवर आला होता. त्याच्या चेहऱ्यावरील रक्त नीटपणे पुसले असता, ते डोक्याला झालेल्या जखमेतून आले होते; पण त्याच्या कवटीला इजा झालेली नव्हती असे लक्षात आले. शुद्धीवर आल्यावर प्रथम नान्दोने आपल्या आई व बहिणीविषयी विचारले.

"तुझी आई विमान आपटल्यावर जागीच ठार झाली." कॅनेसा म्हणाला. "तिचा देह बाहेर बर्फात आहे; पण तिचा विचार करण्यापेक्षा तू सुसानाची काळजी घे. तिचे पाय चोळ आणि तिला खायला, प्यायला मदत कर."

सुसानाची तब्येत आणखीनच खालावली होती. तिचा चेहरा तर जखमांनी भरला होताच; पण वाईट म्हणजे तिची पावले काळी पडली होती. ती साधारणत: नेहमी शुद्धीत असे; पण आपण कुठे आहोत हे तिला कळत नव्हते. ती सतत तिच्या आईची आठवण काढून रडत होती.

नान्दोने तिच्या पावलांना चोळून बघितले पण त्याचा काही उपयोग झाला नाही. थोडे जास्त जोरात चोळले तर पावलाची कातडीच निघू लागली. नान्दो तिची शुश्रूषा

करू लागला. तिने पाणी मागितले तेव्हा त्याने तिला पाणी पाजले व मार्सेलोने तिच्या वाटचा ठेवलेला चॉकलेटचा तुकडा तिच्या ओठांना लावला. 'ममा, ममा, मला बाथरूमला जायचे आहे' असे तिने म्हणताच काय करावे म्हणून त्याने कॅनेसा व झर्बिनोला विचारले. नान्दो त्यांना घेऊन तिच्याजवळ गेला व 'हे डॉक्टर आहेत' असे तिला सांगितले.

"डॉक्टर, मला बेडपॅन पाहिजे."

"तुझ्याखाली बेडपॅन आहे. तू ते वापर म्हणजे बरे वाटेल." झर्बिनो म्हणाला.

दुपारनंतर थोड्याच वेळाने एक विमान अगदी डोक्यावरून जाताना सर्वांनी पाहिले. ते जेट विमान होते व डोंगरांच्यावर बऱ्याच उंचीवरून चालले होते. सर्वांनी आरडाओरडा केला, उड्या मारल्या, जवळपासच्या वस्तू हवेत फेकल्या. काहीजणांना तर आनंदाने रडू आले! पण विमान निघून गेले.

काही वेळाने दुसरे एक टर्बोप्रॉप विमान त्यांच्यावरून बऱ्याच कमी उंचीवरून उत्तरेकडून दक्षिणेकडे गेले. सर्वांनी पुन्हा त्याचे लक्ष वेधण्यासाठी विविध प्रकारे प्रयत्न केले; पण विमान सरळ जात राहून डोंगरांच्या पलीकडे अदृश्य झाले.

आपल्याला वैमानिकाने बघितले असावे की नाही याविषयी चर्चा सुरू झाली. रोकला– विमानातील मेकॅनिकला– विचारले असता, इतक्या खालून जाणाऱ्या विमानाला आपण दिसलो असणारच असे त्याचे मत पडले.

"मग त्याने वरती घिरट्या का घातल्या नाहीत? किंवा त्याने आपल्याला बघितले आहे हे आपल्या लक्षात आणून देण्यासाठी पंख तिरपे का केले नाहीत?" फिटो स्ट्रॉचने विचारले.

"डोंगर इतके उंच आणि जवळ आहेत की तसे करणे शक्य नाही." रोक म्हणाला.

बरेचजण रोकच्या अंदाजावर विश्वास ठेवायला तयार नव्हते; कारण अजून त्याचे वागणे कधीकधी जरा चमत्कारिक असायचे.

काहीजणांच्या मते विमान अर्धेअधिक बर्फात बुडालेले असल्यामुळे वरून सहजपणे दिसत नसावे. त्यांनी विमानातील स्त्रियांच्या सामानातून मिळतील तेवढ्या लिपस्टिकच्या कांड्या व नेलपॉलिशच्या बाटल्या काढल्या व विमानावर चढून जांभळ्या रंगात SOS ही अक्षरे रंगवायला सुरुवात केली. परंतु पहिला S काढून झाल्यावर त्यांच्या लक्षात आले की ही अक्षरे एवढी लहान होतील की त्यांचा काहीच उपयोग होणार नाही.

नंतर, साडेचारच्या सुमारास पुन्हा विमानाचा आवाज ऐकू येऊ लागला. हा आवाज आधी येऊन गेलेल्या विमानाच्या आवाजाच्या तुलनेत बराच जवळ वाटत होता. डोंगराच्या मागून एक लहान विमान त्यांच्याच दिशेने येताना दिसले. सर्वजण

उड्या मारून व हात हलवून, तसेच पत्र्याचे तुकडे उन्हात चमकवून, वैमानिकाचे लक्ष वेधून घेण्याचा प्रयत्न करू लागले आणि विमानाने त्यांच्या डोक्यावरून जाताना पंख तिरके केल्यामुळे त्यांनी आपल्याला पाहिले असले पाहिजे असे त्यांना वाटू लागले.

आता लवकरच आपली सुटका होणार या आनंदात काही मुले हेलिकॉप्टरची वाट बघत आकाशाकडे डोळे लावून बसली, तर कॅनेसाने मेंडोझा वाईनची बाटली उघडली व त्याने स्वत: व तो ज्यांची काळजी घेत होता त्या सर्व मंडळींनी मिळून ती संपवून टाकली.

थोड्याच वेळात अंधार पडू लागला. सूर्य डोंगरामागे गेला आणि पुन्हा कडक गारठा जाणवू लागला. सर्वत्र नीरव शांतता होती. आज सुटका होत नाही हे स्पष्ट दिसू लागले. मार्सेलोने चॉकलेटरूपी जेवणाचे वाटप केले आणि एकामागून एक सर्वजण रात्र काढण्यासाठी विमानात जाऊन बसले. ज्यांना काहीच दुखापत झाली नव्हती, त्यांनी आपल्याबरोबर दरवाजाजवळ झोपावे असे मार्सेलोने सुचवले; परंतु ज्यांनी आत सामानाच्या खोलीत उबदार ठिकाणी जागा पटकावल्या होत्या, त्यांपैकी बरेचजणांनी आपल्या जागा सोडायला नकार दिला. 'रोज आम्हीच दरवाजाजवळ झोपलो, तर लवकरच गारठून मरू' असे त्यांचे म्हणणे होते.

त्या रात्री बराच वेळ कोणालाच झोप आली नाही. सुटका केव्हा होईल या विषयावर त्यांचे संभाषण चालले होते. 'हेलिकॉप्टर उद्याच येईल' असे काहींचे म्हणणे होते, तर 'इतक्या उंचीवर हेलिकॉप्टर येऊ शकत नाही, त्यामुळे सुटका होण्यास अजून ७-८ दिवस तरी लागतील' असे काहीजणांचे मत होते. या विचाराने सर्वांचा आशेचा व आनंदाचा कढ जरा कमी झाला. बेजबाबदारपणे वागून वाईन संपवून टाकल्याबद्दल मार्सेलोने कॅनेसाची कानउघाडणी केली. त्यातच मार्सेलोला, तो ज्या पेटीत चॉकलेटे ठेवत होता तीतून काही चॉकलेटे चोरीला गेल्याचे आढळले; पण चोर कोण ते कळू शकले नाही.

अज्ञात चोराला उद्देशून मार्सेलो उद्गारला, ''अरे, असं का केलंस? तू आमच्या सर्वांच्या जिवाशी खेळतोयस हे तुझ्या लक्षात कसं येत नाही?''

''तो हलकट माणूस आपल्याला मारून टाकणार!'' गुस्टावो ओरडला.

सगळीकडे अंधार व गारठा होता. सर्वांचे बोलणे थांबले. नान्दो आपल्या बहिणीला थंडी वाजू नये म्हणून, तिला आपल्या कुशीत घेऊन पडला होता. तिचा अनियमित श्वासोच्छ्वास आणि मधूनमधून आईला हाका मरून रडणे यामुळे तो व्यथित होत होता.

कोणालाच स्वस्थ झोप येत नव्हती. विमानात जेमतेम वीस फूट बाय आठ फूट एवढीच जागा मोकळी होती. त्या जागेत एकमेकांना खेटून, एकाच्या पायाकडे

दुसऱ्याचे डोके असे ते पडले होते. त्यात विमान त्याच्या अक्षाभोवती तीस अंश कललेले होते. त्यामुळे काहीजणांना घसरगुंडीवर झोपल्यासारखे वाटत होते, तर काहीजण पाय समोर तर पाठ बसल्यासारख्या अवस्थेत विमानाच्या बाजूला टेकलेली अशा अवस्थेत होते. जागा इतकी कमी होती की कोणा एकाला जरा जरी हलावे किंवा वळावेसे वाटले तर सर्वांना हलायला लागत होते. असे करण्यात जे जखमी होते त्यांना वेदना असह्य होऊन ते ओरडायला लागत आणि एखाद्याला लघवीसाठी बाहेर जायचे असेल, तर बिचाऱ्याला सर्वांच्या शिव्या खाव्या लागत होत्या. शिवाय काही मुले झोपेत नकळत हात किंवा पाय झटकायची व त्याचा प्रसाद शेजारील मुलाला मिळायचा. काहीजण तर झोपेतच उठून 'मी जरा फ्रिजमधून कोक घेऊन येतो' असे बडबडत इतरांच्या देहांवरून चालत दाराकडे जाऊ लागायचे.

कॅनेसाच्या डोक्यात एक कल्पना आली. जे जबर जखमी झाले आहेत त्यांना आणखी दुखापत किंवा वेदना होऊ नयेत यासाठी विमानात कुठे झोळी बांधता आली तर? दुसऱ्या दिवशी सकाळी त्याने जेव्हा ही कल्पना इतरांना बोलून दाखवली तेव्हा ती सर्वांनी धुडकावून लावली. ''तू मूर्ख आहेस! अशा झोळ्या वगैरे बांधून तू आम्हाला लवकर 'वर' पाठवशील.'' ते म्हणाले; पण नाउमेद न होता, कॅनेसाने डॅनियल मॅस्पॉन्सला मदतीला घेतले व झोळी बांधायला उपयोगी पडेल असे काही सामान दिसते का याचा शोध घ्यायला सुरुवात केली.

फेअरचाइल्डच्या रचनेचे एक वैशिष्ट्य असे होते, की ते विमान पूर्णपणे मालवाहू म्हणूनसुद्धा वापरता येत असे. यासाठी पॅसेंजर केबिनमधील खुर्च्या काढून टाकण्याची सोय होती आणि माल बांधून ठेवण्यासाठी बरेच पट्टे आणि लोखंडी पाईप सामानाच्या खोलीत ठेवलेले होते. त्यांचा वापर करून व बरेच प्रयत्न करून एक झोळी (*Hammock*) बांधण्यात त्यांना यश आले. दोन जखमींना सामावू शकेल एवढी ती झोळी प्रशस्त होती. या यशामुळे आणखी उत्साहित होऊन त्यांनी पॅसेंजर केबिन व सामानाची खोली यांच्यामध्ये जो दरवाजा होता, तो पट्टे आणि खांब यांच्या सहाय्याने बांधून आगगाडीतील स्लिपरकोचमधील बर्थप्रमाणे केला. त्यानंतर त्यांनी एका खुर्चीची पाठ पूर्णपणे पाडून तिचा एक 'बर्थ' बनवला.

त्या रात्री प्लॅटेरो (*ज्याच्या पोटात लोखंडी नळी घुसली होती तो*) दरवाजाच्या बर्थवर झोपला. पाय मोडलेली दोन मुले सीटच्या बर्थवर झोपली. दुसरी दोन मुले झोळीत झोपली. त्यामुळे जमिनीवर इतरांसाठी जास्त जागा मिळून सर्वांना प्रथमच जरा आरामात पडता आले. शिवाय धक्का लागल्याने किंवा कोणीतरी अंगावरून चालत गेल्यामुळे येणाऱ्या किंकाळ्याही जवळजवळ बंद झाल्या.

परंतु जागेची एक अडचण बऱ्याच अंशी दूर झाली तरी त्यामुळे दुसरी अडचण निर्माण झाली! ती अशी की, आत्तापर्यंत दाटीत झोपल्यामुळे त्यांना एकमेकांची ऊब

मिळायची ती मिळेनाशी झाली. शिवाय झोळीत व बर्थवर झोपणाऱ्यांना इतरांचा आडोसा न राहिल्याने विमानात येणारा रात्रीचा अतिथंड वारा थेट त्यांच्यावर आदळू लागला. त्यामुळे सर्वांनाच थंडीचा भयंकर त्रास होऊ लागला व थंडी बरी की गर्दीत झोपणे बरे याचा निर्णय करण्याची वेळ आली.

□

८

सोमवार. अपघातानंतरचा चौथा दिवस. अतिशय गंभीररित्या जखमी झालेल्यांपैकी काहीजणांच्या प्रकृतीत फारसे वैद्यकीय उपचार न होतासुद्धा, सुधारणा होण्याची लक्षणे दिसू लागली! तशा बऱ्याचजणांना वेदना होत होत्या; पण सूज बरीच ओसरली होती व उघड्या जखमा भरून येऊ लागल्या होत्या.

टिनटिन, जो अतिरक्तस्रावामुळे फार दिवस जगणार नाही असे कॅनेसा व झर्बिनो यांना वाटत होते, तो दुसऱ्याच्या आधाराने लघवीसाठी विमानाच्या बाहेरसुद्धा जाऊ लागला. त्याच्या मूत्राच्या रंगावरून 'तुला कावीळ झाली आहे की काय अशी मला शंका येते' असे झर्बिनो त्याला म्हणाला. त्यावर ''तेवढेच उरले होते!'' असे म्हणत त्याने झोळीत अंग टाकले.

नान्दोची तब्येतही झपाट्याने सुधारत होती. त्याने सुसानाची काळजी घेण्यावर लक्ष केंद्रित केले होते. इतर मुले जिथे सुटका होण्याची वाट बघत होती, तिथे नान्दोच्या डोक्यात वाट न बघता आपणच सुटकेचा काहीतरी मार्ग शोधला पाहिजे, असा विचार घर करून होता. तो त्याने फक्त कार्लिटोझ पाएझकडे बोलून दाखवला.

''अशक्य!'' कार्लिटोझ म्हणाला. ''तू वाटेतच गारठून मरशील.''

''भरपूर कपडे घातले तर नाही मरणार!''

''मग भुकेने मरशील. चॉकलेटचा तुकडा आणि चमचाभर वाईन एवढ्यावर डोंगर चढून जायचे बळ येत नाही.''

''मग मी पायलटला कापून खाईन! नाहीतरी त्याच्यामुळेच आपण या स्थितीत आहोत.''

नान्दोच्या वरील उद्गारांची कार्लिटोझने विशेष दखल घेतली नाही; परंतु सुटका होण्यासाठी जो वेळ लागत होता, त्यामुळे त्यालासुद्धा काळजी वाटू लागली होती. अपघात होऊन आता चार दिवस झाले होते. आणि परवा येऊन गेलेल्या छोट्या विमानाने त्यांना बघितले असण्याची शक्यता सोडली तर बाहेरील जगाला आम्ही जिवंत आहोत हे कळले तरी आहे की नाही, याबद्दल शंका वाटत होती. आपण आकाशातून दिसू शकतच नसू किंवा सर्व प्रवासी मेले असावेत असा निष्कर्ष

बाहेरच्या जगाने आत्तापर्यंत काढला असण्याचीसुद्धा शक्यता आहे. ही कल्पनासुद्धा इतकी भयंकर होती, की तिचा नुसता विचार करायलाही कोणी तयार नव्हते. त्यांनी असा समज करून घेतला होता की आपण इथे आहोत हे कळलेले आहे; पण इतक्या उंचीवर हेलिकॉप्टर येणे शक्य नसल्याने, जमिनीमार्गे आपली सुटका करण्यासाठी लोक पाठवले असावेत आणि म्हणून वेळ लागत असून आज ना उद्या ते येऊन पोहोचतील.

देव आपल्याला असेच मरू देणार नाही, असे अल्फ्रेडो डेलगॅडो सर्वांना प्रभावीपणे सांगत होता. त्यामुळे प्रत्येकाच्या मनातील भीती कमी व्हायला मदत होत होती. कॅनेसा, झर्बिनो, नान्दो, स्ट्रॉच बंधू असे काहीजण सुटकेच्या शक्यतेविषयी शंका व्यक्त करीत होते. त्यांच्यावर विश्वास ठेवायची त्यांची तयारी नव्हती.

फिटो स्ट्रॉचने शंका काढली– ''आपल्याला जर त्यांनी बघितले असेल तर विमानातून काही अन्न वगैरे अजून का टाकले नाही?''

''कारण वरून टाकलेली अन्नाची पाकिटे भुसभुशीत बर्फात बुडून जातील आणि आपल्याला तिथपर्यंत पोहोचता येणार नाही असे त्यांना वाटत असेल.'' मार्सेलो म्हणाला.

आपण निश्चित कुठे आहोत, याचा कुणालाच अंदाज करता येत नव्हता. वैमानिकाच्या केबिनमध्ये त्यांना काही नकाशे मिळाले होते. त्यांचा ते तासन्तास अभ्यास करून निष्कर्ष काढण्याचा प्रयत्न करीत होते; पण त्याला यश येत नव्हते. विमानात वापरले जाणारे नकाशे कसे वाचायचे, हे कोणालाच माहीत नव्हते. अखेरीस अर्तुरो नोगिरा *(या बुज्र्या मुलाचे दोन्ही पाय मोडले होते.)* याला नकाशावर क्युरिको शहर सापडले. लागुरारा *(सहवैमानिक)* मरण्यापूर्वी सारखे 'आपण क्युरिको मागे टाकले' असे बडबडत होता, हे त्यांना आठवले. नकाशावरून क्युरिको अँडीज पर्वताच्या पश्चिमेला चिलीमध्ये आहे हे दिसत होते. याचा अर्थ आपण अँडीजच्या पायथ्याजवळ कुठेतरी असणार असा अंदाज त्यांनी केला. कॉकपिटमधील उंची दर्शविणाऱ्या घड्याळात ७००० फुटांवर काटा होता. तेव्हा पश्चिमेला चिलीतील काही खेडी जवळच असण्याची शक्यता होती.

अडचण अशी होती की पश्चिमेकडील बाजूला डोंगराची उंचच उंच शिखरे होती. विमान ज्या घळीत पडले होते, तिचा उतार पूर्वेच्या बाजूला होता. त्या दिशेला गेले तर आपण पर्वतरांगेच्या आणखी आतल्या भागात जाणार. त्यामुळे कसेही करून आपण जर पश्चिमेकडील शिखरावर पोहोचू शकलो तर पलीकडे हिरवीगार शेते आणि घरे दिसावीत अशी त्यांची ठाम समजूत झाली.

मुलांनी विमानाच्या आसपास शोध घेण्यासाठी फिरण्याचा प्रयत्न केला होता;

पण सकाळी नऊ वाजल्यानंतर ऊन असेल तर जमिनीवरील बर्फाचा कडक थर विरळायला सुरुवात होऊन, चालणारा खालील भुसभुशीत बर्फात मांड्यांपर्यंत रुतायचा. त्यामुळे आतापर्यंत विमानापासून थोड्या अंतरापलीकडे जाण्यास कोणीही धजावले नव्हते. तसे धाडस केले तर वॅलेटाप्रमाणे आपणही बर्फात गाडले जाऊ, अशी भीती प्रत्येकाच्या मनात होती; पण फिटो स्ट्रॉचने, पावलांना विमानातील खुर्च्यांच्या गाद्या बांधल्या तर पाऊल रुतत नाही, असा शोध लावला. अर्थात अशा प्रकारे चालणे अशक्य नसले तरी फारच जिकिरीचे होते. या 'शोधा'मुळे उत्साहित होऊन फिटो व कॅनेसा ताबडतोब डोंगरावर चढायला निघाले. वर पोहोचलो तर पलीकडे काय आहे ते दिसेल आणि विमानाची शेपटी, त्यांच्या काही मित्रांसह मागे कुठेतरी पडली होती ती दिसेल आणि तिच्यात कोणी जिवंत असल्यास तेही कळेल, असा त्यांचा विचार होता. शिवाय रोकने सांगितले होते, विमानातील रेडिओच्या बॅटऱ्या शेपटीच्या भागात आहेत. त्या मिळाल्या तर रेडिओ चालू करून सुटकेसाठी बाहेरील जगाला संदेश पाठवणे शक्य होणार होते. विमानातून पडलेल्या सामानाच्या बॅगासुद्धा मिळण्याची शक्यता होती. तसे झाले तर आणखी कपडे आणि कदाचित चॉकलेटे वगैरेही मिळण्याची शक्यता होती. कार्लिटोझ पाएझ व नुमा तुर्कॅटीसुद्धा त्यांच्याबरोबर जायला उत्सुक होते. दुसरे दिवशी सकाळी लवकर निघायचे असे चौघांनी ठरवले.

◻

९

मंगळवार, १७ ऑक्टोबर. सकाळी सात वाजता फिटो, कॅनेसा, कार्लिटोझ व नुमा असे चार वीर गिर्यारोहण मोहिमेवर निघाले. आकाश निरभ्र होते; परंतु हवेत अजून भयंकर गारठा होता. त्यामुळे पायाखाली बर्फ कडक होता. त्यांनी रग्बीचे बूट घातले होते. चालण्यात बरीच प्रगती होत होती. कॅनेसाने पायमोज्यांपासून केलेले हातमोजे घातले होते.

तासभर चालल्यावर त्यांनी थोडी विश्रांती घेतली व मग पुढे चालणे सुरू केले. हवा विरळ होती त्यामुळे धाप लागत होती. सूर्य उगवल्यावर बर्फ वितळू लागला. पायाला उशा बांधल्या त्या ओल्याचिंब झाल्या. पायात पाय अडकू नये म्हणून पाय फाकून चालावे लागत होते. गेले पाच दिवस ते सर्वजण जवळजवळ उपाशीच होते. आता परत जाऊया असे कॅनेसाने सुचवताच त्याला तिघांनीही जोरदार विरोध केला आणि ते पुढे जात राहिले; पण इतक्यात बर्फातील एका खोल फटीच्या (*crevasse*) काठावर वितळलेल्या बर्फात फिटो एकदम कमरेपर्यंत आत गेला.

हे बघितल्यावर सर्वजण भयंकर घाबरले. मागे बघितले तर विमान अगदी दूर वाटत होते. मुले केवळ ठिपक्यांएवढी दिसत होती. आजुबाजूला विमानाची शेपटी किंवा बॅगा कुठेच दिसत नव्हत्या.

''इथून बाहेर पडणे हे भयंकर संकटाचे काम होणार आहे.'' कॅनेसा म्हणाला.

''हो; पण दुसऱ्यांनी आपली सुटका केली नाही तर आपल्यालाच आपला मार्ग शोधावा लागणार आहे.'' फिटो म्हणाला.

''आपण यशस्वी होणे अशक्य वाटते.'' कॅनेसा म्हणाला, ''उपाशी राहिल्यामुळे आपल्यातील शक्तीही गेली आहे.''

''नान्दो मला काय म्हणाला माहीत आहे?'' फिटो म्हणाला, ''तो म्हणाला आपली सुटका झाली नाही तर मी वैमानिकाला खाईन; पण इथून सुटेन!''

थोडा वेळ कोणीच बोलले नाही. मग कार्लिंटोझ म्हणाला, ''त्याच्या डोक्याला मार बसलाय त्यामुळे तो जरा वेडा झालाय!''

''असेल कदाचित.'' फिटो गंभीरपणे म्हणाला, ''पण जिवंत राहायचे असेल तर तोच एक उपाय दिसतो.''

कार्लिंटोझ काही बोलला नाही व ते मागे वळून डोंगर उतरू लागले.

□

१०

पहिल्या मोहिमेच्या अनुभवावरून सर्वांना निराशेने घेरले. त्यानंतरच्या दिवसांत लिलियाना आणि अल्क्रेडो डेलगॅडो त्यांचे मनोधैर्य वाढेल असा प्रयत्न करत राहिले; परंतु दिवसावर दिवस जात होते आणि सुटका होण्याची काहीच चिन्हे दिसत नव्हती. त्यांच्यातील तगड्या मुलांनी डोंगर चढून जायचा प्रयत्न केला तेव्हा त्यांची काय दशा झाली हे लक्षात घेता, जे जखमी किंवा अशक्त अशांना तर आशाच करायला नको!

रोज रात्र झाली की ते विमानात जाऊन पडायचे आणि त्या किर्र अंधारात आपल्या कुटुंबीयांच्या आठवणी प्रकर्षने येऊन व्याकूळ व्हायचे.

आठव्या दिवशी नान्दोला जेव्हा जाग आली, तेव्हा सुसानाचे अंग गार पडले आहे असे त्याच्या लक्षात आले. तिचा श्वासही थांबला होता. त्याचे तिच्या तोंडाला तोंड लावून फुफ्फुसात हवा भरून श्वासोच्छ्वास पुन्हा सुरू करण्याचा प्रयत्न केला. इतर मुलेही जागी होऊन बघू लागली व नान्दोच्या प्रयत्नांना यश यावे म्हणून प्रार्थना करू लागली; पण काहीही उपयोग झाला नाही. सुसाना देवाघरी गेली होती!

□

प्रकरण दोन

१

शुक्रवार, १३ ऑक्टोबर रोजी दुपारी फेअरचाइल्डशी संपर्क तुटल्यावर सांटियागोच्या पुडाहूल विमानतळावरील हवाई वाहतूक नियंत्रण कक्षाने ताबडतोब सांटियागोचा दुसरा विमानतळ लोस सेरिलोस येथील हवाई बचाव पथकाला टेलिफोनवर संदेश दिला. त्या वेळेस पथकाचा प्रमुख तेथे नव्हता, त्यामुळे कार्लोस गार्शिया आणि जॉर्ज मासा या दोन निवृत्त प्रमुखांना बोलावून घेतले गेले. हे दोघेही पूर्वी चिलियन हवाईदलात होते आणि त्यांना हवाईदलाकडे असलेली सर्व प्रकारची लहान व मोठी विमाने व हेलिकॉप्टर्स उठविण्याचे शिक्षण मिळाले होते.

दुपारी ताबडतोब एका DC-6 विमानाने फेअरचाइल्डने शेवटी कळवलेल्या त्याच्या ठिकाणापासून म्हणजे क्युरिकोपासून अंगोस्तुरा ते सांटियागो अशा पूर्ण विमानमार्गावर शोध सुरू केला. लोकवस्तीच्या भागात विमानाला अपघात झाला असता, तर ताबडतोब कळले असतेच. तसे झाले नव्हते त्यामुळे तो भाग सोडून डोंगराळ प्रदेशावर लक्ष केंद्रित करण्यात आले; परंतु त्या भागात काहीच न सापडल्याने क्युरिकोच्या पलीकडे विमान ज्या मार्गाने आले होते तो प्लॅचॉनपर्यंतचा भाग शोधण्यात आला. प्लॅचॉनवर हिमवादळ होते त्यामुळे काहीच दिसू शकले नाही व DC-6 सांटियागोला परतले.

दुसऱ्या दिवशी गार्शिया व मासा यांनी आत्तापर्यंत मिळालेल्या सर्व माहितीचा पुन्हा एकदा थंड डोक्याने अभ्यास केला– फेअरचाइल्डने किती वाजता मेंडोझाहून उड्डाण केले, ते किती वाजता मालार्ग्यूवरून गेले असावे, विमानाचा वेग, वाऱ्याची दिशा व वेग वगैरे. सर्व माहितीच्या आधारे त्यांनी असा निष्कर्ष काढला, की फेअरचाइल्डच्या वैमानिकाने ज्या वेळी आपण क्युरिकोवर असल्याचे कळवले होते त्या वेळी तो तिथे असण्याची शक्यता नव्हती. त्या वेळी विमान प्लॅचॉनवरच असले पाहिजे आणि अंगोस्तुरा/सांटियागोच्या दिशेने आपण वळलो आहोत अशी वैमानिकाची

जरी समजूत झाली असली तरी वास्तविक विमान अँडीजवरच मधोमध वळले असले पाहिजे. गार्शिया व मासा यांनी त्यांच्याकडील नकाशावर, ज्या भागात विमान पडले असण्याची शक्यता होती, तो दाखवणारा चौकोन काढला व त्या भागात शोध घेण्यासाठी त्यांनी सांटियागोहून विमाने रवाना केली.

मात्र शोध घेण्यातील अडचणी अपेक्षित होत्या. त्या भागात काही शिखरे १५,००० फूट उंच होती. जर त्यांपैकी एखाद्या शिखरावर फेअरचाइल्ड आपटले असेल, तर ते तेथील दऱ्यांमध्ये पडले असणार. या दऱ्यासुद्धा १२,००० फूट उंचीवर होत्या आणि त्यांच्यात २० फूट ते १०० फूट इतका बर्फाचा थर असण्याची शक्यता होती. फेअरचाइल्डचा वरचा भाग पांढऱ्या रंगाचाच असल्यामुळे शिखरांपेक्षा जास्त उंचीवरून जाणाऱ्या विमानाला ते दिसणे जवळजवळ अशक्य होते. शिखरांच्या मधून खाली येऊन विमान नेणे म्हणजे मृत्यूलाच आमंत्रण होते; कारण त्या भागात वारे जबरदस्त वेगाने वाहत असत व अचानक दिशाही बदलत असत; परंतु हे सर्व धोके पत्करूनही शोध घेणे आवश्यक होतेच.

सुरुवातीपासूनच हवाई सुटका पथकातील कोणालाही अशा अपघातात कोणी वाचला असेल, याविषयी आशाच नव्हती. अपघाताच्या भागात या मोसमात तापमान उणे ३० ते ४० अंश जाते, हे त्यांना माहीत होते. त्यामुळे काही चमत्कार घडल्यामुळे कोणी अपघातातून वाचले असतीलच तरी थंडीमुळे पहिल्या रात्रीच ते मृत्युमुखी पडणार, अशी त्यांची खात्री होती.

परंतु आंतरराष्ट्रीय समझोत्यानुसार, ज्या देशाच्या हद्दीत अपघात होतो त्या देशाने कमीतकमी दहा दिवस प्रामाणिकपणे शोध घेतला पाहिजे, असा संकेत आहे. त्याला अनुसरून, त्या काळात चिलीमध्ये बरीच सामाजिक व राजकीय उलथापालथ चाललेली असतानासुद्धा, शोध घेणे भाग होते. शिवाय विमानातील प्रवाशांचे नातेवाईक आता सांटियागोमध्ये येऊन थटकू लागले होते.

□

२

प्रवाशांच्या घरी विमान बेपत्ता झाल्याची बातमी कळल्यावर काही काळ चिंतेचे व जरा गोंधळाचे वातावरण निर्माण झाले. विमान रात्रीसाठी मेंडोझाला उतरवावे लागले आणि दुसऱ्या दिवशी तिथून निघाल्यावर बेपत्ता झाले आहे अशी रेडिओवर बातमी येऊन गेल्यावर, सरकारकडून माहितीची काहीच घोषणा होत नव्हती. त्यामुळे परस्परविरोधी अफवा पसरू लागल्या. डॅनियल फर्नांडिसच्या वडिलांनी शुक्रवारी रेडिओवरील बातम्या ऐकल्या नव्हत्या, त्यामुळे मुळात विमान बेपत्ता झाले

आहे हे त्यांना कळलेच नव्हते. अशात शनिवारी सकाळी त्यांना 'विमान सापडले' अशी बातमी कळली.

काहीजणांना सर्वजण सांटियागोला पोहोचले असून हॉटेलात सुखरूप आहेत असे कळले, तर अशीही 'बातमी' आली की विमान सुरक्षित आहे; पण सांटियागोऐवजी दक्षिण चिलीत ते उतरले आहे.

अशा उलटसुलट बातम्यांचे उगमस्थान म्हणजे कॅरॅस्को येथील एका घरातील रेडिओ. राफेलचा हॉम रेडिओ हा एक छंद होता. तो त्याने त्याच्या वडिलांकडून उचलला होता. त्याच्या वडिलांनी हॉम रेडिओला लागणारी बरीच आधुनिक व शक्तिशाली उपकरणे घराच्या तळघरात बसवली होती. राफेल हा मार्सेलो पेरेझचा मित्र होता. त्याची बायको लवकरच प्रसूत होणार होती, म्हणून तो इतर मुलांबरोबर सांटियागोला गेला नव्हता. मार्सेलोच्या विनंतीवरूनच राफेलने आपल्या रेडिओचा वापर करून सांटियागो येथील एका हॉम ऑपरेटरच्या मदतीने टीमसाठी सांटियागो इथल्या हॉटेलात खोल्यांचे आरक्षण केले होते.

तेरा तारखेला फेअरचाइल्ड अँडीजवर बेपत्ता झाले आहे असे कळल्याबरोबर त्याने आपल्या रेडिओवरून सांटियागोच्या हॉटेलशी संपर्क साधला. त्यांनी त्याला रग्बीचा संघ आल्याचे कळवले. नंतर ही बातमी खरी नाही असे कळल्यावर त्याने पुन्हा हॉटेलशी संपर्क साधला तेव्हा संघातील दोघेच– गिल्बर्टो रेग्यूल्स व बॉबी यॉगस्ट हे तिथे पोहोचल्याचे कळले. त्यांना उशीर झाल्यामुळे ते फेअरचाइल्डने जाऊ शकले नव्हते व नेहमीच्या विमान कंपनीच्या विमानाने गेले होते.

वरील बातमीबद्दल त्याने खुलासा केला, इतक्यात त्याला फोनवर कळले की विमानातील एका मुलाच्या चिलियन प्रेयसीने आपल्या भावी सासू-सासऱ्यांना फोन करून सांगितले की विमान दक्षिण चिलीतील एका लहान गावी उतरले असून विमानातील सर्वजण सुखरूप आहेत. हॉटेलच्या आधी चूक ठरलेल्या बातमीच्या अनुभवामुळे या बातमीबद्दल प्रथम खातरजमा करून घ्यायचे राफेलने ठरवले. त्याने आपल्या रेडिओचा उपयोग करून त्या प्रेयसीशी चिलीमध्ये संपर्क साधला व वरील माहिती खरी आहे का ते विचारले. मारियाने ते खरे नसल्याचे सांगितले. आपण आपल्या होणाऱ्या सासूशी बोलत असताना ती इतकी निराश झालेली वाटली, की तिला बरे वाटावे म्हणून मी असे खोटे सांगितले असे मारिया म्हणाली. ''विमान सापडणार याविषयी मला इतकी खात्री वाटत होती की ते सापडले असे मी सांगितले.''

राफेलने मारियाचे बोलणे टेप करून रेडिओ स्टेशनला पुढील बातम्यांत प्रक्षेपित करायला दिले. दुसरे दिवशी सकाळी बातम्या ऐकल्यावर लोकांना सत्य परिस्थिती कळली.

कार्लोस पाएझ विलारो, कार्लिटोझचा पिता व एक प्रसिद्ध चित्रकार, लोस कॉरिलोसच्या विमानतळावर हवाई बचाव पथकाच्या ठाण्यावर सर्वांत प्रथम पोहोचला. दुपारी हवाईदलाच्या एका विमानाने ते फेअरचाइल्डने घेतलेल्या मार्गावरून जाऊन आले. ते विमानतळावर परतले तोपर्यंत आणखी एका मुलाचे नातेवाईक तेथे येऊन पोहोचले होते. दुसऱ्या दिवशीपर्यंत एकूण बावीसजण जमले.

इतके लोक बघून कमांडर मासाने आता कोणालाही हवाईदलाच्या विमानातून नेले जाणार नाही असे जाहीर केले, तेव्हा त्यांनी आपला मोर्चा हवाईदलाच्या दुसऱ्या एका अधिकाऱ्याकडे वळवला. तिथे त्यांना असे कळले की एका खाणकामगाराने विमान आग लागलेल्या स्थितीत, क्युरिकोच्या वायव्येला सत्तर मैलांवर पडत असताना पाहिले असे पोलिसांना सांगितले आहे.

सोमवारी १६ तारखेला गार्शिया व मासा यांनी वरील बातमीत कळलेल्या भागात शोध घेण्याची व्यवस्था केली, सकाळच्या शोधात काहीच सापडले नाही; पण दुपारी एका वैमानिकाने एल टिबुर्चिओजवळ डोंगरातून धूर येताना दिसला असे कळवले; परंतु जवळून नीट निरीक्षण केल्यावर तो धूर एका शेतकऱ्याच्या झोपडीतून येत असल्याचे आढळले.

त्याच दिवशी मिलिटरी पोलीस व अँडीजमध्ये संकटात सापडलेल्या व्यक्तींना सोडवण्याचे काम करणाऱ्या एका संस्थेचे स्वयंसेवक यांचे पथक जमिनीवरून शोध घेण्यासाठी निघाले. ते रॉनकांग्वा येथून निघून प्लॅंचॉन व एल टिबुर्चिओ यांच्यामधील भागाकडे जाऊ लागले; परंतु दुपारी तुफान हिमवृष्टी व जोरदार वारे यामुळे त्यांना पुढे जाता येणे अशक्य झाले.

अशा प्रतिकूल हवामानामुळे दुसरे व तिसरे दिवशी (*१७ व १८ ऑक्टोबर*) हवाई शोधाचे कामसुद्धा स्थगित ठेवावे लागले. प्रचंड ढग आणि बर्फ यांनी शोध घेण्याचा भाग पूर्णपणे झाकून टाकला होता. यामुळे निराश होऊन काही मुलांचे नातेवाईक मॉंटेविटियोला परतले. काही जे तिथेच राहिले ते आपण स्वतःच आता शोध सुरू करावा की काय याबद्दल चर्चा करू लागले. चिलियन अधिकारी शोधाच्या कामात कसूर करीत आहेत असे त्यांना वाटत नव्हते; परंतु प्रत्येक दिवस महत्त्वाचा होता आणि आपली मुले जिवंत असणे शक्य नाही अशी अधिकाऱ्यांची भावना आहे असे त्यांना वाटत होते हे दुसरे कारण. ''अशक्य,'' कमांडर मासा वार्ताहरांशी बोलताना म्हणाला होता, ''आणि कोणी जिवंत राहिले असतील ते बर्फात बुडाले असणार.''

पाएझ विलारो आपल्याला स्वतःला काय करता येईल याचा विचार करत होता. सांटियागोतील एका पुस्तकांच्या दुकानात त्याला 'चिलीतील बर्फाच्छादित पर्वतराजी' या नावाचे पुस्तक दिसले. ते चाळून बघताना त्याला अपघात क्षेत्रातील

बरीचशी जमीन व डोंगर जोकिम गंडारिलास नावाच्या माणसाच्या मालकीचे आहेत अशी माहिती मिळाली. ज्याच्या मालकीची जमीन आहे, त्याला तिची चांगली माहिती असणार असा विचार करून विलारो त्याला भेटायला गेला. गंडारिलासने त्याचे सौजन्यपूर्ण स्वागत केले; पण तो म्हणाला की चिलीचा हुकुमशहा राष्ट्राध्यक्ष अलेंडे याने जाहीर केलेल्या जमीन व शेतीसुधारणा कार्यक्रमानुसार त्याची जमीन सरकारने ताब्यात घेतली आहे; पण त्या भागाची त्याला पूर्ण माहिती असून तो मदत करायला तयार होता. त्याने विलारोबरोबर दुसरे दिवशी शोधासाठी निघायला संमती दिली.

दोन दिवस मोटारने व घोड्यावर प्रवास केल्यावर ते तिंगिरिरिका ज्वालामुखीच्या पश्चिमेकडील उतारापाशी पोहोचले. हिमवृष्टी थांबली होती. आजुबाजूला कोणतीही सजीव किंवा निर्जीव वस्तू दृष्टिपथात नव्हती. विलारो त्या प्रचंड पर्वताकडे बघत राहिला. त्याने शीळ वाजवली. जणू काही ती आपल्या मुलाला ऐकू जाईल असे त्याला वाटत होते. त्या दोघांना परतण्याशिवाय दुसरा मार्ग सुचला नाही.

काही मुलांच्या नातेवाईकांनी ज्योतिषी वा तांत्रिकांची भेट घेऊन ते विमान नक्की कुठे असेल आणि त्यातील मुले सुखरूप असतील की नाही, याबद्दल त्यांचे मार्गदर्शनही घेऊन बघितले.

पण इतरांच्या नातेवाईकांच्या मनाची हळूहळू तयारी होऊ लागली होती. ते आपापल्या मुलांच्या आत्म्याला शांती लाभावी यासाठी प्रार्थना करू लागले होते. तरीही मुलांचे नातेवाईक, मित्र-मैत्रिणी रोज संध्याकाळी राफेल पॉन्स द लिओनच्या तळघरात काही बातमी कळेल या आशेने जमायचे.

हवामान सुधारल्यावर १९ ऑक्टोबरला हवाई शोध पथकाने शोधाचे काम पुन्हा सुरू केले. ते २० व २१ तारखेलाही सुरू होते. अर्जेंटिनाच्या सरकारनेसुद्धा मेंडोझा तळावरून विमाने पाठवून शोधाच्या कामात भाग घेतला. पाएझ विलारोने एका एअरोक्लबकडून एक छोटे विमान घेऊन आपल्यापरीने शोध सुरू ठेवला; पण हे सर्व प्रयत्न करूनही फेअरचाइल्डचा शोध लागला नाही.

अखेरीस २१ तारखेला दुपारी कमांडर गार्शिया व मासा यांनी फेअरचाइल्डच्या शोधाचे काम थांबवण्यात येत असल्याची घोषणा केली.

❑

प्रकरण तीन

१

नवव्या दिवशी सकाळी सुसानाचा निर्जीव देह विमानातून काढून बाहेर बर्फावर ठेवण्यात आला.

जसा वातावरणातील प्रकाश बदलायचा तसे डोंगरांचे रंग व रूपही बदलायचे. अगदी सकाळी चमकणारे डोंगर दूर आहेत असे वाटायचे, तर संध्याकाळी जसा प्रकाश कमी होऊ लागायचा तसे ते एखाद्या उंच भिंतीसारखे भयाण व जवळ आहेत असे वाटायचे.

विमानातील खुर्च्या एखाद्या बोटीच्या डेकवर असतात त्याप्रमाणे बाहेर बर्फात पसरून ठेवल्या होत्या. जो सकाळी सर्वांत आधी बाहेर येईल, तो खुर्चीवर बसून पाणी बनवण्याच्या उद्योगाला लागायचा. इतरांच्या देहांवरून आपल्या तब्येती कशा खालावत चालल्या आहेत, याची प्रत्येकाला कल्पना येत होती. सर्वांच्या हालचालींमध्ये जरा जडपणा व मंदपणा येत होता. थोडेसे जरी श्रम झाले तरी थकायला होत होते. काहीजण तर इतके अशक्त व निराश झाले होते की ते बाहेरसुद्धा न येता विमानातच झोपल्याजागीच बसून राहायचे. सर्वांच्या स्वभावात चिडचिडेपणा पाठत होता.

काही मुले हिस्टेरिया होण्याच्या मार्गावर आहेत अशी भीती मार्सेलो पेरेझ, डॅनियल फर्नांडिस आणि इतर मोठ्या मुलांना वाटत होती. सुटकेच्या प्रतीक्षेचा ताण त्यांच्या सहनशक्तीच्या बाहेर जाऊ लागला होता. आणि ही गोष्ट त्यांच्या बारीकसारीक गोष्टींवरून, एकमेकांशी होणाऱ्या भांडणांतून दिसत होती.

मार्सेलो स्वत: परिपक्वपणे व नि:पक्षपणे वागून त्यांच्यासमोर आदर्श ठेवण्याचा प्रयत्न करत होता. आपली सुटका होईलच असे तो बोलून दाखवायचा. मुलांना गाणी म्हणायला उत्तेजन द्यायचा; परंतु रात्र झाली की त्याचे मनही उदास व्हायचे. त्याला आपली आई, ब्राझीलला मधुचंद्राला गेलेला भाऊ यांना किती यातना होत असतील हे डोळ्यांपुढे दिसायचे. आपले हुंदके इतरांना ऐकू जाऊ नयेत असा तो प्रयत्न करायचा. कधीकधी झोपेत स्वप्न पडून तो ओरडत उठायचा. एडवर्ड स्ट्रॉच

त्याचे सांत्वन करण्याचा प्रयत्न करायचा; पण संघाचा कॅप्टन या नात्याने सर्वांची जबाबदारी आपल्यावर आहे आणि या मोहिमेसाठी आपण प्रयत्न केले, तेव्हा या परिस्थितीला आपणच जबाबदार आहोत, अशी अपराधी भावना त्याच्या मनात घर करून होती.

त्या सत्तावीसजणांपैकी दोघे किंवा तिघे असे होते की ज्यांच्या वागण्यामुळे इतरांचे मनोधैर्य चांगले राहायला मदत व्हायची. एशानरन हा त्यांपैकी एक होता. त्याच्या मोडलेल्या पायामुळे त्याला बऱ्याच वेदना होत होत्या, तरीपण तो नेहमी आनंदी असायचा. पायाला कोणाचा धक्का लागला की तो ओरडायचा व शिवीगाळ करायचा; पण नंतर थोड्याच वेळात त्या मुलाकडे दिलगिरी व्यक्त करून, एखादा विनोद करून पुन्हा त्याच्याशी खेळीमेळीचे संबंध निर्माण करायचा.

एन्रिक प्लॅटेरो हासुद्धा त्याच्या पोटात लोखंडी नळी घुसल्यामुळे झालेली जखम मोठी असूनसुद्धा नेहमी उत्साही असायचा व इतरांना धीर घ्यायचा.

आणि गुस्तावो निकोलिच त्याच्या 'टोळी'ला सकाळी उठवून आपापली 'अंथरुणे' आणि एकंदरीतच विमानाची केबिन नीटनेटकी करायला लावायचा. तसेच दिवसभर तो सर्वांना एखाद्या खेळात किंवा कामात गुंतवून ठेवायचा प्रयत्न करीत राहायचा. रात्री तो मुलांना कार्लिटोझबरोबर देवाची स्तोत्रे म्हणायला लावायचा.

त्यांच्यातील एकमेव स्त्री लिलियाना हिचा तर सर्वांना फार आधार वाटायचा. ती जरी पस्तिशीचीच होती तरी, मुलांना ती आईप्रमाणे वाटायची. एकोणीस वर्षांचा झर्बिनो तर तिला आईच मानायचा. मुलांचे मनोधैर्य शाबूत ठेवण्यासाठी ती वेगवेगळ्या युक्त्या करायची. आज संध्याकाळी तिने त्यांना भोवती जमवून प्रत्येकाने आपापल्या आत्तापर्यंतच्या आयुष्यात घडलेली एखादी चांगली, महत्त्वपूर्ण घटना सांगावी असे सुचवले. अल्फ्रेडो डेलगॅडोने त्याच्या मैत्रिणीचा व तिच्या वडिलांचे दोन विनोदी किस्से सांगून सर्वांची मने हलकी केली.

◻

२

रविवार, २२ ऑक्टोबर. दहावा दिवस. मार्सेलो पेरेझ व रॉय हार्ले सर्वांत आधी विमानाच्या बाहेर आले. रॉयला विमानात दोन खुर्च्यांच्यामध्ये कोणाचा तरी ट्रॅझिस्टर रेडिओ मिळाला. तो चालू करण्यात तो यशस्वी झाला; परंतु आजुबाजूला उंच डोंगर असल्याने त्यावर कोणतेही केंद्र लागत नव्हते. मग त्याने विमानातून काही तारा मिळवून त्यांची एरियल तयार केली. मार्सेलोने ती वर धरून वेगवेगळ्या दिशांना फिरवली, तेव्हा मधूनमधून एखाद्या केंद्रावरील कार्यक्रम ऐकू येऊ लागला. बातम्यांमधे

चिलीतील राजकीय घडामोडींविषयींच्याच बातम्या होत्या; पण अपघाताबद्दल काहीच बातमी नव्हती.

इतर बहुतेक सर्व मुले विमानातच पडून होती. उपासमारीमुळे कोणालाच त्राण उरले नव्हते. सर्वजण अशक्त व उदास दिसू लागले होते. उभे राहिल्यावर तोल जायचा. सूर्य वर आल्यावरसुद्धा त्यांना थंडी वाजायची. कातडीला म्हाताऱ्या माणसाप्रमाणे सुरकुत्या पडू लागल्या होत्या.

त्यांचा अन्नाचा साठा आता संपत आला होता. चॉकलेटचा एक छोटासा तुकडा, चमचाभर वाईन आणि चमचाभर जॉम किंवा माशाचा तुकडा हे रोजचे जेवण खाताना त्या मुळात तगड्या व धडधाकट मुलांना आनंदाऐवजी क्लेश जास्त होत असत. तरीही त्यातूनही ते आपला वाटा जो जखमी किंवा जास्त अशक्त असेल त्याला द्यायचे. आपण फार दिवस जगू शकणार नाही हे ते समजून चुकले होते.

आपल्याला दुसरे काही खाण्यासारखे मिळू शकेल का असा विचार ते करू लागले. अँडीजवर काहीच वाढत नसेल असे होणार नाही. विमानाच्या आजुबाजूच्या भागात फक्त बर्फच होता. सर्वांत जवळ असणारी माती त्यांच्या खाली शंभर फुटांवर होती. दृष्टीस पडणारी बर्फ नसलेली जमीन म्हणजे डोंगरावरील उभे खडक. त्यावर शेवाळे दिसत होते. ते खरवडून, त्याची भुकटी करून ती बर्फ वितळवून केलेल्या पाण्यात कालवून ते काहीजणांनी पिऊन बघितले होते; पण त्याची चव भयंकर होती आणि हे सोडले तर दुसरे काहीच दिसत नव्हते. काहींनी खुर्च्यांवरील उशा फाडून बघितल्या; पण त्यातही फोम होता, खाण्याला निरुपयोगी!

आता जिवंत राहायचे असेल तर अपघातात मेलेल्यांचे देह खाणे हा एकच उपाय आहे, असा विचार काहीजणांच्या मनात येत होता. मेलेल्यांची प्रेते विमानाभोवती बर्फावर पडली होती. तेथील शून्याखाली असणाऱ्या तापमानामुळे ती जराही खराब झाली नव्हती. आपल्याच मित्राच्या शरीराचे तुकडे कापून खायचे ही कल्पनाही असह्य होत होती; परंतु परिस्थितीच अशी होती की या गोष्टीचा विचार त्यांच्या मनात डोकावू लागला.

हळूहळू आपल्या मनातील हा विचार काहीजण सावधपणे आपल्या अगदी विश्वासातील मित्राकडे बोलून दाखवू लागले आणि त्यावर लपूनछपून दोघादोघांत, तिघांत चर्चा होऊ लागली. शेवटी कॅनेसाने या विचारावर उघडपणे चर्चा करायचे ठरवले.

''आपली कोणी सुटका करतील असा आता संभव दिसत नाही. तेव्हा आपणच काही तरी मार्ग काढून आपली सुटका करणे, हा एकच मार्ग आता उरला आहे; पण असा मार्ग शोधण्याचा प्रयत्न करण्यासाठी आपल्या अंगात शक्ती राहिली पाहिजे किंवा वाढली पाहिजे आणि त्यासाठी अन्नाची जरुरी आहे. आपले नेहमीचे अन्न आता संपत आले आहे. इथे उपलब्ध असलेले दुसरे एकमेव अन्न

म्हणजे मृतांचे देह. आपल्या प्रत्येक लहानशा हालचालीनेसुद्धा आपल्या अंगातील थोडीशी शक्ती खर्च होते. असेच दिवस गेले तर काही दिवसांनी आपल्याला या मृतांच्या देहाचे मांस काढण्याइतकीही शक्ती उरणार नाही व आपण असेच मरून जाऊ.

''शिवाय जिवंत राहायचा प्रयत्न करणे ही प्रत्येकाची नैतिक जबाबदारी आहे. मग त्यासाठी कोणतेही मार्ग वापरावे लागले तरी ते क्षम्य आहे.'' कॅनेसा हा स्वत: धार्मिक वृत्तीचा असल्यामुळे त्याच्या ह्या ठाम प्रतिपादनाचा, ज्यांच्या मनात पाप-पुण्याचा विचार येत होता, त्यांच्यावर अनुकूल परिणाम झाला.

''अखेरीस हे पडलेले देह म्हणजे काय आहेत? ते केवळ मांस आणि हाडे आहेत. त्यातील प्राण निघून गेलेला आहे आणि तो स्वर्गात देवापाशी आहे. आता जे उरले आहे ते आपण बकरी किंवा गाईचे किंवा डुकराचे मांस खातो तेच मांस आहे.''

मग दुसरेही बोलू लागले. फिटो स्ट्रॉच म्हणाला, ''त्या दिवशी आम्ही जे थोडेसे अंतर डोंगरावर चढून गेलो, तेव्हा पुरेशी शक्ती नसल्यामुळे आमची काय दशा झाली हे तुम्ही बघितले ना? मग डोंगर पूर्ण चढून पलीकडे उतरून जायला किती शक्ती लागेल याचा विचार करा. ती चॉकलेटचा तुकडा आणि चमचाभर वाईनने कशी येणार?''

त्याचे म्हणणे सर्वांनाच पटले.

अखेरीस या गोष्टीवर चर्चा करण्यासाठी सर्व सत्तावीस जण विमानात जमले. कॅनेसा, फिटो, झर्बिनो, फर्नांडिस यांनी वरीलप्रमाणे आपले विचार बोलून दाखवले. आपण जिवंत राहावे अशी देवाची इच्छा आहे आणि त्यासाठीच त्याने आपल्या मित्रांच्या मृत देहांच्या रूपात साधन उपलब्ध करून दिले आहे. जर आपण जिवंत राहावे अशी देवाची इच्छा नसती, तर इतरांबरोबर आपणही अपघातात मेलो असतो.

''पण आपल्या मित्रांचे देह आपल्याला देवाने खायला लावावेत असे काय पाप आपण केले आहे?'' मार्सेलो म्हणाला.

क्षणभर कोणीच काही बोलले नाही. मग झर्बिनो बाहेरील प्रेतांकडे बोट दाखवून म्हणाला, ''त्यांची काय इच्छा असेल असे तुला वाटते?''

मार्सेलो निरुत्तर झाला.

''मी सांगतो,'' झर्बिनो म्हणाला, ''जर माझा मृतदेह वापरून कोणाला जिवंत राहता येणार असेल, तर त्याने तो नक्कीच खावा असे मला वाटेल. इतकेच नव्हे; पण उद्या समजा मी इथे मेलो आणि तुम्ही माझा देह खाल्ला नाही तर मी जिथे कुठे स्वर्गात वगैरे असेन तिथून पुन्हा इथे येऊन तसे न केल्याबद्दल तुमच्या पार्श्वभागावर लाथा घालीन!''

झर्बिनोच्या या बोलण्याने बऱ्याचजणांच्या मनातील शंकांची किल्मिषे दूर झाली आणि आपल्यापैकी जर कोणी मेले तर त्याचा देह इतरांनी अन्न म्हणून वापरावा असे सर्वांनी एकमताने ठरवले.

मार्सेलोचे मन अजून दोलायमान स्थितीत होते. अजून त्याला आपली सुटका केली जाईल अशी आशा वाटत होती; पण आता जवळजवळ सर्वांची आशा संपली होती.

नुमा तुर्कॅटी आणि कोशे इन्सियार्टे ही दोन मुले शरीराने तगडी पण मनाने मृदू होती. त्यांचे म्हणणे असे होते की मृतांचे देह अन्न म्हणून वापरणे अयोग्य नाही हे आम्हाला मान्य आहे; पण आम्ही काही ते करू शकणार नाही. लिलियानासुद्धा त्यांच्याशी सहमत होती. ती नेहमीप्रमाणे शांत होती; पण तिच्या मनात या गोष्टीवर भावनांचे तुंबळ युद्ध सुरू होते. तिला जगण्याची तीव्र इच्छा होती; पण माणसाचे मांस खाण्याची कल्पनाच तिला घृणास्पद वाटत होती. तिचे म्हणणे, तसे करणे चूक आहे असे नाही, लोक काय म्हणतील याची फिकीर करण्याचेही कारण नाही; पण जोपर्यंत दुसरे काहीतरी खाण्याजोगे शिल्लक असेल, मग तो चॉकलेटचा शेवटचा तुकडा का असेना, तोपर्यंत मला असे काही करता येणे शक्य नाही.

हावियर मेथॉल *(लिलियानाचा पती)* आपल्या पत्नीच्या मताशी सहमत होता; पण इतरांनी त्यांना जे योग्य वाटेल ते करावे असे त्याचे मत होते. जिवंत राहण्यासाठी आपद्धर्म म्हणून आपल्या मृत मित्रांचे देह खाल्ल्याने आपल्याला पाप लागणार नाही, असा सर्वांचा विश्वास होता.

पण एखादे कृत्य करायचे ठरवणे व ते प्रत्यक्ष करणे ही वेगळीच गोष्ट असते. त्यांची चर्चा बराच वेळ चालली होती. दुपारपर्यंत आता ठरवल्याप्रमाणे करून दाखवले पाहिजे, आता केले नाही तर कधीच होणार नाही अशा मनोभूमिकेत सर्वजण आले होते; पण तरीही सर्वजण स्तब्ध बसून होते.

शेवटी कॅनेसा, मॅस्पॉन्स, झर्बिनो आणि फिटो स्ट्रॉच हे चौघे उठले व विमानाच्या बाहेर बर्फात गेले. एक-दोघेजण त्यांच्यामागून गेले. मांस कोण कापणार आणि कोणाच्या देहाचे हे जाणून घेण्याची उत्सुकता कोणालाच नव्हती.

बहुतेक सर्व मृत देह बर्फात गाडले गेले होते; पण काही अंतरावर एका देहाचे नितंब बर्फातून वर आल्याचे दिसत होते. कॅनेसा तिकडे गेला. एकही शब्द न बोलता त्या देहाजवळ गुढगे टेकून बसला, देहावरील वस्त्रं दूर करून काचेच्या तुकड्याने त्याने त्वचा कापली. मांस गोठून दगडाप्रमाणे कठीण झाले होते; पण चिकाटीने प्रयत्न करून त्याने त्याचे आगपेटीतील काडीच्या आकाराचे वीस लांब तुकडे कापून काढले. मग तो विमानापाशी गेला व ते तुकडे त्याने विमानाच्या छपरावर पसरून ठेवले.

विमानाच्या आत सर्वजण स्तब्ध बसले होते. कॅनेसा म्हणाला, "मांसाचे तुकडे विमानाच्या छपरावर ठेवलेले आहेत. ज्यांची इच्छा असेल त्यांनी बाहेर येऊन त्याचा

कोणीच बाहेर आले नाही. आपला निर्धार सिद्ध करण्याची जबाबदारी पुन्हा कॅनेसाने स्वीकारली. ''देवा, मी जे आता करणार आहे ते योग्य आहे, असा मला विश्वास आहे आणि ते करायला तू मला सामर्थ्य दे.'' अशी प्रार्थना करून त्याने मांसाचा एक तुकडा उचलला; परंतु नंतर तो घुटमळला. मनाची इतकी तयारी करूनसुद्धा आपल्या हातातील त्राण गेले आहे असे त्याला वाटू लागले. हात वरही जाईना किंवा खालीही येईना. त्या कृत्याबद्दल निर्माण झालेली घृणा आणि त्याचा निर्धार यांमध्ये रस्सीखेच चालू होती. अखेर निर्धाराचा विजय झाला. हात वर गेला व मांसाचा तुकडा त्याने पटकन तोंडात टाकला व गिळून टाकला.

त्याला बरे वाटले. त्याच्या सद्सद्विवेकबुद्धीने भावनेवर व पाप-पुण्याविषयींच्या कल्पनांवर विजय मिळवला होता. तो जगणार होता!

नंतर संध्याकाळी दोघा-तिघांच्या घोळक्यांनी काही मुले बाहेर आली व त्यांनी कॅनेसाचे अनुकरण केले. झर्बिनोने एक लांबट तुकडा उचलून गिळून टाकला; पण तो त्याच्या घशातून खाली उतरेना. त्याने मूठभर बर्फ उकरून तो तोंडात टाकला व त्याबरोबर गिळून टाकला.

मग फिटोने त्याचा किता गिरवला. त्यानंतर मॉस्पॉन्स, मग विझिंटिन. मग इतर काहीजणांनी त्यांचे अनुकरण केले.

दरम्यान, उंच, कुरळे केस असलेल्या, आपल्या सोबत्यांचे मनोधैर्य टिकून राहावे यासाठी धडपडणाऱ्या, केवळ वीस वर्षे वयाच्या गुस्टावो निकोलिच याने माँटेविडियो येथील आपल्या प्रेयसीला पत्र लिहिले.

फक्त सी-फूडचे दोन लहान डबे, व्हाइट वाईनची एक बाटली आणि थोडीशी चेरी ब्रॅंडी एवढेच उरले आहे. म्हणजे सत्तावीसजणांच्या मानाने काहीच नाही!

तुझा विश्वास बसणार नाही– माझाही बसणार नाही अशी एक गोष्ट आज घडली. ती म्हणजे आज आम्ही खाण्यासाठी म्हणून मृत देह कापणे सुरू केले. दुसरा पर्यायच उरलेला नाही. ही वेळ येऊ नये यासाठी मी मनापासून देवाची प्रार्थना करीत होतो; पण ती वेळ आली आहे आणि तिला धैर्याने व श्रद्धेने तोंडे देणे आम्हाला भाग आहे. 'श्रद्धेने' म्हणण्याचे कारण म्हणजे मला असे वाटते, की देवाची इच्छा म्हणूनच हे देह इथे आहेत आणि आत्मा हीच खरी गोष्ट आहे. त्यामुळे आपण पाप करीत आहोत असे वाटण्याचे कारण नसावे आणि जर माझ्या देहाचा वापर होऊन दुसऱ्याचा प्राण वाचणार असेल तर त्याला मी आनंदाने तयार होईन.

तू, ममा, पपा आणि मुलांची मन:स्थिती कशी असेल याची मी कल्पनाही करू शकत नाही. तुम्हाला सर्वांना किती दु:ख होत असेल याचा विचार मनात आला की मलाही फार वाईट वाटते. आपल्याला सर्वांना देवाने धीर द्यावा म्हणून मी देवाची करुणा भाकत आहे, कारण यातून बाहेर पडण्याचा तोच एक मार्ग आहे. या सगळ्याचा शेवट लवकरच व गोड होईल असे मला वाटते.

मला बघशील तेव्हा तुला धक्काच बसेल. मी कळकट झालो आहे. माझी दाढी वाढली आहे. जरा बारीक झालो आहे. डोक्यावर मोठी खोक पडली आहे. छातीवरही जखम झाली होती, पण आता ती भरत आली आहे हातापायांवर, खांद्यावर इतरही बारीकसारीक जखमा झाल्या आहेत. पण तरीही मी तसा ठीक आहे.

◻

३

दुसरे दिवशी सकाळी आकाश ढगांनी भरलेले होते; पण एखाद्या फटीतून सूर्यकिरण येऊन बर्फावर पडले होते. काही मुलांनी कॅनेसा, झर्बिनो, मॉर्स्पॉन्स व टिनटिन यांची 'पाहणी' केली. मेलेल्या जनावराचे मांस खाणे चांगले नसते, त्यामुळे रोग होतात असे त्यांनी लहानपणी ऐकले होते. जो नियम जनावरांच्या बाबतीत होता, तोच मनुष्यप्राण्यांच्या बाबतीतही लागू असणार, तेव्हा काल ज्यांनी मांस खाल्ले होते ते चौघेजण आज ठीक आहेत की कसे हे ते बघत होते. ते चौघेही

नेहमीप्रमाणेच ठीक होते. त्यांनी काही फारसे खाल्ले नव्हते, त्यामुळे त्यांनाही इतरांप्रमाणेच जरा अशक्तपणा वाटत होता एवढेच.

रोजच्याप्रमाणे आजही मार्सेलो सर्वांत आधी उठला आणि त्याने हालेंला उठवले. "हालें, ऊठ. आपल्याला रेडिओ लावला पाहिजे."

"इतकी थंडी आहे. तू आज दुसऱ्या कोणाला सांग ना!"

"नाही. ते तुझं काम आहे. ऊठ."

रॉय हालेंने नाखुषीनेच वर ठेवलेले बूट काढले व पायातील मोजांच्या दोन जोड्यांवर चढवले. इतरांच्या अंगावरून चालत, धडपडत तो विमानाच्या बाहेर पडला. आणखी एक-दोनजणही त्याच्या मागोमाग बाहेर आले.

मार्सेलो एरियलची तार हवेत धरून उभा होता. रॉयने रेडिओ सुरू केला व त्याची चकती फिरवत एखादे स्टेशन लागते का ते ऐकू लागला. चिलीतील एक स्टेशन लागले. बातमीपत्राचे शेवटचे शब्द ऐकू आले–

'हवाई सुटका पथकाने सर्व लष्करी व नागरी विमानांना अँडीजवरून जाताना फेअरचाइल्ड विमानाचे अवशेष दिसतात का याकडे लक्ष ठेवण्यास सांगितले आहे. हवाई सुटका पथकाच्या स्वत:च्या शोधात काहीच न सापडल्याने त्यांनी शोधाचे काम थांबवले असल्यामुळे ही सूचना त्यांनी इतर विमानांना दिली आहे.'

नंतर बातम्या सांगणारा इतर विषयांकडे वळला.

रॉयने कानाला लावलेला रेडिओ बाजूला केला व आपण काय ऐकले ते त्याने मार्सेलोला सांगितले. मार्सेलोच्या हातातून एरियल गळून पडली. तो हातात चेहरा लपवून हुंदके देऊ लागला. रॉयच्याभोवती जमलेली इतर मुलेही ही बातमी ऐकून रडू लागली. काही देवाची प्रार्थना करू लागली. फक्त नान्दो निश्चयी चेहऱ्याने डोंगराच्या शिखरांकडे बघू लागला.

गुस्टावो विमानातून बाहेर आला व इतरांचे चेहरे बघून त्याला काय बातमी असावी याची कल्पना आली.

"इतरांना काय सांगायचे?" त्याने विचारले.

"त्यांना सांगू नये. त्यांना आशा आहे तसेच राहू दे." मार्सेलो म्हणाला.

"हे बरोबर नाही." गुस्टावो म्हणाला, "त्यांना सत्य काय ते कळले पाहिजे."

"मला नाही सांगता येणार." हुंदके देत मार्सेलो म्हणाला.

"मी सांगेन." असे म्हणून गुस्टावो विमानाकडे वळला. तो बॉगांच्या भिंतीवर चढून विमानाच्या दाराशी गुडघे टेकून बसला. आतील मुले केविलवाण्या चेहऱ्याने त्याच्याकडे बघत होती.

"मुलांनो, एक आनंदाची बातमी आहे! आत्ताच आम्ही रेडिओवर ऐकली. आपला शोध थांबवण्यात आला आहे." गुस्टावो ओरडला.

आत भयाण शांतता झाली. हळूहळू त्या बातमीचा अर्थ त्यांच्या लक्षात येऊ लागून ते गुपचूप रडू लागले.

"ही बातमी चांगली?" पाएझ संतापून ओरडला.

"चांगली, कारण आता आपण आपल्या हिंमतीवर येथून बाहेर पडणार आहोत, सुटून जाणार आहोत."

त्याच्या या धीराच्या बोलण्याने बरेचजण निराशेच्या गर्तेत जाण्यापासून वाचले. जे आधीपासूनच निराशावादी होते त्यांना फारसा धक्का बसला नाही.

पण मार्सेलो अगदीच निराश झाला. डेलगॅडोसुद्धा गंभीर दिसू लागला. त्याचा आनंदी चेहरा एकदम कोमेजल्याप्रमाणे दिसू लागला. आपल्याला स्वत:च्या बळावर इथून बाहेर पडता येईल, हे त्याला अशक्य वाटत होते.

फक्त लिलियाना अजून धीराचे बोलत होती.

"काळजी करू नका. आपण नक्की बाहेर पडू. बर्फ वितळला की आपण सापडणारच." ती म्हणाली. "नाही तर आपण पश्चिमेला चालत जाऊ आणि सुटू."

सुटका! आशावादी गटाने सुटकेचा ध्यास घेतला. ते जिथे होते ती दरी पूर्वेला जात होती आणि पश्चिमेला उंच उभे पहाड होते ही गोष्ट जरा धीर खचवणारी होती; पण नान्दोला त्याची अडचण वाटली नाही. आपण आता ताबडतोब पश्चिमेच्या दिशेला जाण्यासाठी निघणार, असे त्याने जाहीर करून टाकले. इतरांनी मोठ्या मिनतवारीने त्याला थोपवून धरले. दहाच दिवसांपूर्वी तो मेला आहे, अशी इतरांची समजूत झाली होती. डोंगर चढून जाण्यासाठी इतर बरीच मुले त्याच्यापेक्षा जास्त चांगल्या स्थितीत होती.

"आपण आता शांतपणे विचार केला पाहिजे," मार्सेलो म्हणाला, "आणि जे काही करायचे ते सर्वांनी मिळून केले पाहिजे, तरच आपला निभाव लागेल."

अजून सर्वांच्या मनात मार्सेलोविषयी आदराची भावना होती. नान्दोसुद्धा शिस्त पाळणारा होता. त्यामुळे सर्वांनी मार्सेलोचे म्हणणे मान्य केले; परंतु आपण आणखी अशक्त व्हायच्या आधी पुन्हा एकदा डोंगर पार करून पलीकडे काय आहे हे जाणण्याचा किंवा विमानाची शेपटी शोधण्याचा प्रयत्न केला पाहिजे, अशा मताचे इतरही काहीजण होते.

त्यांच्यातील सर्वांत चांगल्या स्थितीत असलेल्या तीन-चारजणांनी ताबडतोब निघावे असे ठरले. त्यानुसार झर्बिनो, तुर्कॅटी व मॅस्पॉन्स तयारी करून डोंगराच्या दिशेने निघाले.

कॅनेसा आणि फिटो यांनी आदल्या दिवशी जो मृतदेह कापला होता त्या देहापाशी जाऊन आणखी थोडे मांस कापून काढले. आदल्या दिवशी त्यांनी विमानाच्या छपरावर ठेवलेले सर्व तुकडे आत्तापर्यंत संपले होते. ते वाळवल्यावर

गिळायला जरा सोपे जात होते आणि आता आपल्या सुटकेचे प्रयत्न थांबवले आहेत हे कळल्यावर, आधी जे खायला तयार नव्हते तेही आता खायला तयार झाले. नान्दोने प्रथमच माणसाचे मांस खाल्ले. डॅनियल फर्नांडिसला अजूनही गिळवत नव्हते; पण त्यानेही मोठ्या प्रयासाने गिळले. अशा रीतीने बहुतेक सर्वांनी अतिशय नाखुषीने आणि मन घट्ट करून मांसाचे तुकडे तोंडात टाकले.

परंतु अजून काही ते करू शकत नव्हते. लिलियाना आणि तिचा पती हावियर, कोशे इन्सियार्टे, अल्फ्रेडो त्यांपैकी होते. मार्सेलोने आपले वजन खर्च करून काहीजणांची मने वळवली; परंतु पेद्रो अल्गोर्टा जे बोलला त्याच्याइतका परिणाम कशानेच झाला नाही. त्याला जेव्हा मांसाचा तुकडा देण्यात आला, तेव्हा त्याने तो गिळून टाकला व म्हणाला, ''हे परमेश्वरात विलीन होण्यासारखे आहे. जेव्हा येशू खिस्ताने प्राण सोडला तेव्हा लोकांचा उद्धार व्हावा यासाठी आपला देह दिला. तसंच आपण जिवंत राहावे म्हणून आपल्या मित्राने त्याचा देह अर्पण केला आहे!''

हे ऐकल्यावर लिलियाना व हावियर सोडून बाकी सर्वांनी मांस भक्षण केले.

आता मृत देह भक्षण करूनच राहावे लागणार आहे हे पक्के झाल्यावर त्यांच्यातील जरा सशक्त मुलांचा एक गट करून त्यांना सर्व देह कायम पूर्णपणे बर्फाने आच्छादित राहतील हे बघण्याची जबाबदारी देण्यात आली. अशक्त किंवा जखमी मुलांना बर्फापासून पाणी बनवण्याचे काम देण्यात आले. इतरांना स्वच्छता व टापटीप ठेवण्याची जबाबदारी दिली गेली.

पुरेसे मांस कापून झाले की कॅनेसा जखमी मुलांची तपासणी करायचा. त्यांची प्रगती बघून तो समाधानी होता. सर्वांच्या वरवरच्या जखमा भरत येत होत्या. कोणाच्याही जखमेत अजून जंतूंचा प्रादुर्भाव झालेला नव्हता. मोडलेल्या हाडांभोवतीची सूजसुद्धा ओसरत होती. अल्वारो आणि अल्फ्रेडो हेसुद्धा, मोठ्या जखमांमुळे होणाऱ्या वेदना जाणवत असतानाही, कशाचा तरी आधार घेत आता आपणहून विमानाच्या बाहेर जाऊ शकत होते. अर्तुरो नोगिराला मात्र जर बाहेर जायचे असेल, तर पडल्यापडल्याच, कोपरांच्या आधाराने आपले शरीर खेचत, सरपटत जावे लागत होते. राफेलचा मोडलेला पाय मात्र बरा होत नव्हता. त्याला गँग्रीन होणार अशी चिन्हे दिसत होती.

एन्रिक प्लॅटेरो कॅनेसाला म्हणाला की ती लोखंडी नळी माझ्या पोटातून ओढून काढल्यानंतर आता मला तसं अगदी छान वाटत आहे; पण पोटातला काहीतरी भाग अजून बाहेर आलेला आहे असे मला वाटते. कॅनेसाने त्याच्या पोटाला बँडेज म्हणून बांधलेला शर्ट काळजीपूर्वक सोडला. जखम चांगली भरून येत होती; पण काही तरी बाहेर लोंबत होते खरे. त्या लोंबणाऱ्या भागाचा काही भाग वाळला होता. कॅनेसा एन्रिकला म्हणाला की तो वाळलेला भाग कापून टाकला तर कदाचित उरलेला भाग

सहजपणे आत ढकलता येईल.

''पण ते आहे काय?'' एन्रिकने विचारले.

''काही सांगता येत नाही.'' खांदे उडवीत कॅनेसा म्हणाला, ''कदाचित पोटाच्या अस्तराचा भाग असेल; पण जर का ते आतडे असेल आणि ते कापले तर तुझे काही खरे नाही.''

एन्रिक प्लॅटेरो शांतपणे म्हणाला, ''तुला जसे योग्य वाटेल तसे कर!'' आणि तो त्याच्यासमोर आडवा झाला.

सुरी म्हणून काचेचा तुकडा किंवा रेझर ब्लेड यातून निवड करायची होती. जंतुनाशक म्हणून भोवतीची शून्य अंशाच्या खाली तापमान असणारी हवा. कॅनेसाने जखमेभोवतीचा भाग ओ-द-कोलॉं वापरून जंतुविरहीत केला आणि मृत कातडीचा काही भाग त्याने काळजीपूर्वक, काचेच्या तुकड्याने कापला. प्लॅटेरोला काहीच जाणवले नाही; पण तो बाहेर आलेला भाग पोटात जाईना. कॅनेसाने पुन्हा थोडा भाग भीत भीत कापला आणि या वेळी मात्र बाहेर आलेला भाग पटकन आत गेला.

''टाके घालू का?'' कॅनेसाने विचारले, ''पण आपल्याकडे वैद्यकीय धागा नाहीये, हे लक्षात घे.''

''काही जरूर नाही,'' एन्रिक कोपरांच्या आधाराने अर्धवट बसून पोटाकडे बघत म्हणाला, ''हे अगदी ठीक आहे. फक्त पुन्हा पहिल्याप्रमाणे बांधून टाक म्हणजे मी फिरायला मोकळा होईन.''

कॅनेसाने एन्रिकच्या जखमेवर शर्ट बांधला. लागलीच एन्रिक उडी मारून उभा राहिला व म्हणाला, ''चला, मी आता मोहिमेवर निघतो. आणि मॉंटेविडियोला परतल्यावर माझा डॉक्टर म्हणून तुलाच नेमीन. याहून चांगला डॉक्टर मिळणार नाही.''

विमानाच्या बाहेर, गुस्टावो निकोलिचप्रमाणेच कार्लिटोझ पाएझ त्याच्या आई, वडील व बहिणींना उद्देशून पत्र लिहीत होता

''तुम्हाला कल्पना येत नसेल पण माझ्या मनात सारखे तुमच्याविषयीच विचार चालू असतात, कारण माझे तुमच्यावर फार प्रेम आहे. तुम्ही आत्तापर्यंतच्या आयुष्यात आधीच बरेच धक्के सहन केले आहेत आणि हा धक्का तुम्ही कसा सहन कराल याची मला कल्पना करवत नाही. बुबा, तू मला अनेक गोष्टी शिकवल्यास, पण सर्वांत महत्त्वाची म्हणजे देवावर श्रद्धा ठेवणे ही आणि ती आता इतकी तीव्र झाली आहे, की तुला कल्पनाच करता येणार नाही.

तू सगळ्या जगात सर्वांत प्रेमळ अशी आजी आहेस आणि मी जिवंत आहे तोपर्यंत प्रत्येक क्षणी तुझी आठवण मला येत राहील.

☐

झर्बिनो, तुरकॉटी आणि मॅस्पॉन्स मोहिमेवर निघाले. विमान पडताना बरेच अंतर बर्फावर घसरत आले होते. त्यामुळे विमानाच्या मागे पश्चिमेला एक प्रकारचा रस्ता तयार झाला होता. त्यावरून ते डोंगराच्या दिशेने चालू लागले.

वीस-पंचवीस पावले चालून झाली की धाप लागून थांबावे लागत होते. डोंगर उभ्या भिंतीप्रमाणे वाटत होता. उघड्या बोटांनी बर्फात आधारासाठी पकडावे लागत होते. ते इतक्या घाईत निघाले होते की अशा प्रकारच्या चढण्यासाठी कोणती तयारी करून निघावे, याचा विचारसुद्धा त्यांनी केला नव्हता.

त्यांच्या अंगात फक्त शर्ट, एक स्वेटर व हलके जाकीट आणि पातळ कापडाची पँट एवढेच होते. तिघेही खेळाडू असल्यामुळे मूळचे सशक्त होते; पण गेले अकरा दिवस ते जवळजवळ पूर्णपणे उपाशी होते.

त्या दुपारी हवेतील गारठा जरा कमी होता. ते पश्चिमेकडे जात असल्यामुळे ऊन त्यांच्या पाठीवर पडत होते व त्यामुळे त्यांना थोडीशी ऊब मिळत होती; पण बर्फ तुडवून त्यांची पावले गारठली होती. काही वेळाने ते बर्फातून वर आलेल्या एका खडकापाशी पोहोचले. खडकाभोवतीचा बर्फ वितळतो आहे असे झर्बिनोच्या लक्षात आले. तो खाली पडून बर्फावरून ओघळणारे पाणी चाटू लागला. खडकावर एक प्रकारचे शेवाळेही दिसले. ते त्याने खरवडून तोंडात टाकले. त्याला मातीची चव होती.

ते चढत राहिले; पण संध्याकाळी सातच्या सुमारास आपण अर्धेच अंतर तोडले आहे, असे त्यांच्या लक्षात आले. सूर्य डोंगराच्या मागे गेला होता आणि आता अंधार व्हायला फार अवधी नव्हता. त्यांनी बसून आता काय करावे याबद्दल चर्चा सुरू केली. आपण इथेच थांबलो तर रात्री गोठून मरू असे तिघांनाही वाटत होते; पण परत गेलो तर आत्तापर्यंत केलेली प्रगती फुकट जाणार होती. सर्वजण वाचण्यासाठी डोंगर पार करणे किंवा विमानाच्या शेपटीचा शोध लावणे आवश्यक होते. तेव्हा रात्र इथेच काढावी असे त्यांनी ठरवले व जरा आडोसा मिळेल अशी जागा जवळपास दिसते का याचा ते शोध घेऊ लागले.

थोडेसे वर त्यांना एक टेकडीसारखा उंचवटा दिसला. त्यावरील बर्फ वाऱ्याच्या जोरामुळे उडून जाऊन उघडा खडक दिसत होता. त्यावर जाऊन त्यांनी आजुबाजूचे दगड रचून भिंतीप्रमाणे आडोसा निर्माण केला व रात्र काढण्यासाठी ते आडवे झाले. अंधार पडताच तापमान भराभर खाली जाऊ लागले. अंगावरील कपड्यांचा उबेसाठी काहीही उपयोग होत नव्हता. झोप लागण्याचा प्रश्नच नव्हता. रक्त गोठू नये म्हणून सारखे एकमेकांना ठिकठिकाणी मारावे व चोळावे लागत होते. तोंड इतके गारठले

होते की शब्दांचा उच्चार करणे अशक्य झाले. आपण काही या रात्रीतून जिवंत राहणार नाही अशी तिघांचीही खात्री झाली; परंतु शेवटी सकाळी पूर्वेला सूर्य उगवताना पाहून त्यांच्या आश्चर्याला व आनंदाला पारावार राहिला नाही. उन्हामुळे त्यांच्या गारठलेल्या शरीरांमध्ये जरा ऊब येऊ लागली. कपडे ओले चिंब झाले होते, ते काढून त्यांनी पिळून टाकले व पुन्हा घातले. सूर्य एका ढगामागे गेला तसे ते पुढे चालू लागले.

थोड्या थोड्या वेळाने दम खायला व आजुबाजूचे निरीक्षण करायला ते थांबायचे. खाली फेअरचाइल्ड एखाद्या ठिपक्याएवढे दिसत होते. ते कुठे आहे हे माहीत असल्यामुळेच ते त्यांना दिसत होते, नाहीतर आजुबाजूच्या खडकांच्या टोकांमध्ये ते कोणाला ओळखू येणे कठीण होते. आपली सुटका अजून का झालेली नाही हे त्यांना आता कळले. आकाशातून फेअरचाइल्ड दिसणेच शक्य नव्हते!

जसजसे उंचावर जावे तसतसे आजूबाजूला जास्तजास्तच बर्फाच्छादित डोंगर दिसू लागले. आपण अँडीजच्या टोकाला आहोत असे वाटण्यासारखे काहीच दिसत नव्हते. अर्थात त्यांना फक्त पूर्व व उत्तरेकडील भागच दिसत होता. ते ज्या डोंगरावर चढत होते, त्यामुळे पश्चिम व दक्षिणेकडील काही दिसत नव्हते. शिवाय डोंगराचे शिखर दूर दूर जात आहे असे वाटत होते.

अखेरीस एका ठिकाणी एक खडक तुटला असल्याचे त्यांना दिसले. त्याच्या आजुबाजूला वाकडेतिकडे झालेले विमानाच्या पंखाचे तुकडे दिसले. जरा वरच्या बाजूला थोडी सपाट जागा होती तिथे विमानातील एक खुर्ची बर्फात उलट्या अवस्थेत पडलेली दिसली. बरेच परिश्रम करून त्यांनी ती सुलटी केली. खुर्चीत पट्टा बांधलेल्या स्थितीत त्यांच्या एका मित्राचा देह दिसला. त्याचा चेहरा काळा झाला होता. बहुतेक विमानाच्या इंजिनातून पेट्रोल बाहेर पडून त्याच्या आगीत तो होरपळला असावा.

झर्बिनोने हळुवारपणे त्या देहावरून पैशाचे पाकीट आणि ओळखपत्र (*कार्ड*), मानेतून साखळी व पदक काढून घेतले. त्यांच्या आणखीन तीन मित्रांचे व विमानातील दोन कर्मचाऱ्यांचे देहही त्यांना सापडले. त्यांच्या अंगावरील वस्तूही त्यांनी काढून घेतल्या.

इथे सापडलेली प्रेते व खाली फेअरचाइल्डमध्ये असलेल्या माणसांची मोजणी केल्यावर चव्वेचाळीसजणांचा हिशेब लागला. याचा अर्थ अजून एकजण बेपत्ता होता. मग त्यांना पहिल्या दिवशी डोंगरावरून वेगाने येऊन दरीत अदृश्य झालेल्या वॉलेटची आठवण झाली. आता सर्वांचा हिशेब लागला.

ते अजूनही शिखरावर पोहोचले नव्हते; पण अजून विमानाच्या शेपटीचा किंवा इतर भागाचा शोध लागला नव्हता.

ते विमानाच्या मार्गावरून खाली उतरू लागले. थोड्या अंतरावर एका सपाट जागी विमानाचे एक इंजिन पडलेले दिसले. आता आजुबाजूच्या सर्व डोंगरांवरून ऊन परावर्तित होऊन डोळे दिपत होते. तिघांच्याही डोळ्यांवर गॉगल होते; पण झर्बिनोचा गॉगल नाकावर तुटला असल्याने खाली सरकला होता. त्यामुळे त्याच्या डोळ्यांना पूर्ण संरक्षण मिळत नव्हते. थोड्या वेळाने त्याला दिसेनासेच झाले व त्याला हात धरून न्यावे लागू लागले.

मॅस्पॉन्स म्हणाला, ''मला वाटते, सुटका होणे किती कठीण आहे हे आपण खाली कोणाला सांगू नये.''

तुर्कॅटी म्हणाला, ''अगदी बरोबर. त्यांना निराश करण्यात काही अर्थ नाही. अरे, पण तुझा बूट कुठे गेला?''

मॅस्पॉन्सने आपल्या पावलाकडे बघितले. त्याचा बूट कुठेतरी गळून पडला होता आणि पावले इतकी बधीर झाली होती की त्याला ते कळलेही नव्हते!

उशांवर बसून बर्फावर घसरत तिघेही विमानापाशी परतले.

त्यांना परतलेले बघून उरलेल्या चोवीसजणांना अर्थातच फार आनंद झाला; पण विमानाची शेपटी सापडली नाही हे ऐकून व त्यांची झालेली अवस्था बघून इतरांचा आनंद मावळला. तिघांचीही पावले गोठल्यामुळे त्यांना लंगडत चालावे लागत होते. एका रात्रीत तिघांची अवस्था भयंकर झाली होती. झर्बिनो तर जवळजवळ आंधळाच झाला होता.

सर्वांनी ताबडतोब त्यांना विमानात नेले आणि त्यांना भरपूर खायला दिले. नंतर कॅनेसाने कोणाच्यातरी बॅगेत सापडलेले डोळ्यांचे औषध झर्बिनोच्या डोळ्यांत घातले. त्यानंतर दोन दिवस झर्बिनो डोळ्यांवर शर्ट बांधून होता.

त्यांची पावले काळी-निळी पडली होती. त्यांना मसाज केला गेला. आपल्यातील सर्वांत सशक्त अशा तिघांची फक्त एक दिवस बाहेर राहिल्यानंतर काय दशा झाली, हे प्रत्येकाच्या लक्षात येऊन त्यांचे मनोधैर्य अगदीच खचले.

त्यानंतर एके दिवशी सूर्य दिवसभर ढगांच्या मागेच होता, त्यामुळे बर्फ वितळवून पाणी बनवणे शक्य नव्हते. तेव्हा मुलांना पुन्हा पूर्वीची पद्धत– बर्फाचा चुरा बाटलीत घालून हलवत बसणे– ही वापरण्याशिवाय दुसरा इलाज उरला नाही. इतक्यात रॉय हार्ले आणि कार्लिटोझ पाएझ यांना, सामानाच्या खोलीत सापडलेली कोकाकोलाची दोन जुनी खोकी पेटवून त्यावर बर्फ वितळवावा, अशी कल्पना सुचली व तिची ताबडतोब अंमलबजावणी करून भरपूर पाणी तयार केले गेले.

मग जळणाऱ्या खोक्यांचे निखारे बघून त्यावर मांस भाजायची कल्पना पुढे आली. तसे केल्याने मांसाची चव फारच सुधारली. कोशे इन्सियार्टे, रॉय, नुमा,

एडवर्डो वगैरे ज्यांना मांस खाणे कठीण जात होते, त्यांनाही ते भाजल्यावर खाता येऊ लागले.

कॅनेसा आणि स्ट्रॉच बंधू मांस भाजण्याच्या कल्पनेच्या विरुद्ध होते आणि त्यांच्या मताचा अनादर करणे इतरांना कठीण जात होते. कॅनेसा म्हणाला, ''प्रथिने चाळीस अंशांच्यावर नष्ट होतात. मांसाचा पूर्ण फायदा मिळवायचा असेल तर ते कच्चेच खाल्ले पाहिजे.''

''शिवाय मांस भाजल्यावर त्यातील पोषक रस निघून जातात व ते आक्रसते.'' फर्नांडिस म्हणाला.

पुढील काही दिवसांत एडवर्डो स्ट्रॉच फारच अशक्त झाला आणि शेवटी जगण्यासाठी कच्चे मांस खाण्यास त्याच्या दोघा भावांनी त्याला भाग पाडले.

हार्ले, इन्सियार्टे आणि तुरकॅटी यांची मांसाविषयीची नावड मात्र कमी होत नव्हती; परंतु जिवंत राहण्यासाठी जेवढे कमीतकमी खाल्लेच पाहिजे तेवढेच ते कसेबसे गिळत होते.

ज्यांनी अजून मांसाला स्पर्श केलेला नव्हता, असे दोघेच होते– लिलियाना व हावियर. एका बाजूला इतर मुलांच्या तब्येती मांस खायला लागल्याने सुधारत होत्या, तर दुसरीकडे लिलियाना व हावियर या जोडप्याची तब्येत उरलेली चॉकलेटे व वाईन एवढ्यावरच राहिल्यामुळे खालावत होती. त्यांच्या ढासळणाऱ्या तब्येतीमुळे सर्व मुलांना चिंता वाटू लागली. मार्सेलोने त्यांनी मांस खाणे सुरू करावे यासाठी त्यांची मनं वळवायचे परोपरीने प्रयत्न केले.

लिलियाना म्हणायची, ''मार्सेलो, तुम्ही मांस खाण्यात काही गैर नाही; पण मी ते करूच शकत नाही. माझा नाईलाज आहे.''

हावियरसुद्धा लिलियानाच्या पावलावर पाऊल टाकून चालत होता; परंतु काही दिवसांनी तो तयार झाला. हावियर नेहमी तिच्याबरोबर त्यांचे घर, मुले, आई-वडील यांच्याबद्दल, आपण परत गेलो तर त्यांना किती आनंद होईल वगैरे बोलायचा. त्याचा हळूहळू तिच्यावर परिणाम होत होता. अखेर एक दिवस ती मार्सेलोला म्हणाली, ''मी माझे मन बदलले आहे. मी मांस खायला तयार आहे.''

मार्सेलोने बाहेर जाऊन विमानाच्या छपरावर वाळत ठेवलेल्या तुकड्यांमधून एक तुकडा तिला आणून दिला व तो तिने गिळून टाकला.

प्रकरण चार

१

चिलियन अधिकाऱ्यांनी आठच दिवसांत– त्यातील दोन दिवस हवामानामुळे शोध बंदच ठेवावा लागला होता– शोध थांबवला आहे, या बातमीने मुलांचे नातेवाईक हवालदिल झाले. कारण आपली मुले अजून निश्चित जिवंत आहेत, असा त्यांना ठाम विश्वास वाटत होता. चिलियन अधिकाऱ्यांनी इतक्या थोड्या अवधीत शोध थांबवला म्हणून ते निराश झाले. तसेच आपल्या सरकारच्या थंडपणाचा त्यांना संताप आला.

पाएझ विलारोने आपण आपला शोध चालू ठेवणार असे जाहीर केले. तिकडे कॅरॅस्कोला मॅडेलन रॉड्रिग्जने क्रॉयसेट या प्रसिद्ध तांत्रिकाशी संपर्क साधला.

हरवलेल्या माणसांचा ठावठिकाणा सांगणे ही क्रॉयसेटची खासियत होती. अमेरिका आणि हॉलंडच्या पोलिसांनीसुद्धा वेळोवेळी या कामासाठी त्याची मदत घेतली होती. तो अशा मदतीबद्दल कोणताही मोबदला स्वीकारत नसे.

मॅडेलनने त्याचा हॉलंडमधील पत्ता मिळवून त्याला फोन केला तेव्हा तो हॉस्पिटलमध्ये असल्याचे कळले. फोनवर त्याचा मुलगा होता आणि त्यालाही ती दिव्यशक्ती होती. त्याने अँडीज पर्वतविभागाचा नकाशा त्याला पाठवण्यास सांगितले. त्याप्रमाणे मॅडेलनने त्या भागाचा वैमानिकी नकाशा त्याला ताबडतोब पाठवून दिला. नकाशावर बाणांनी विमानाचा मार्ग दाखवला होता. तो मिळाल्यावर क्रॉयसेटने सांगितले की त्याला विमान दिसले आहे, त्याचे एक इंजिन बंद पडल्यामुळे ते एकाएकी खाली आले, विमान पायलट चालवत नसून को-पायलट चालवत होता, त्याने एका दरीत विमान उतरवण्याचा प्रयत्न केला; पण ते आपटले, त्याला आता पायलट व को-पायलट दिसत नव्हते; पण जिवंतपणाच्या खुणा दिसत होत्या आणि काही माणसे वाचलेली आहेत, विमान प्लॅर्चॉनपासून एक्केचाळीस मैलांवर एका सरोवराच्या जवळ आहे.

मॅडेलन ताबडतोब राफेलला भेटायला गेली. शोध थांबवल्याचे कळल्यावर

राफेललासुद्धा धक्का बसला होता आणि त्याने प्रवाशांचे नातेवाईक जर शोध घेण्याचे काम करणार असतील, तर त्यांना शक्य ती सर्व मदत देण्याचा निश्चय केला होता. एका रेडिओ हॅमच्यामार्फत त्याचा पाएझ विलारोशी संपर्क प्रस्थापित झाला. मॅडेलनने क्रॉयसेटने सांगितलेले भाकीत त्याला सांगितले.

क्रॉयसेटच्या दृष्टांताच्या बातमीमुळे पाएझ विलारोचे मनोधैर्य एकदम उंचावले. तो दुसरे दिवशीच, रविवार २२ ऑक्टोबरला, सान फर्नांडो येथील विमानक्लबचे विमान घेऊन शोध घेण्यासाठी दक्षिणेकडे निघाला. नंतरच्या दिवसांत तो झपाटल्यासारखा काम करीत राहिला. चिलीमधे स्वत:ची विमाने असणाऱ्या सर्वांची त्याने यादी बनवली. त्यांच्या वैमानिकांना सल्ला विचारताच ते त्याला आपली सेवा देऊ लागले. विलारोला, त्याने मागितली असती तर तीस विमाने मिळू शकली असती; परंतु चिलीमधील इंधनाच्या तीव्र टंचाईमुळे त्याने त्यांचा वापर करणे टाळले. मुले जिवंत नसणार अशी अनेकांची खात्री होती, परंतु तरीही ते विलारोच्या इच्छेनुसार विमानातून शोध घेण्यासाठी, कोणत्याही मोबदल्याची अपेक्षा न करता, त्याला घेऊन जात.

राफेलने अनेक रेडिओ हॅम शोधून काढले होते, त्यांनी विलारोला त्यांचे रेडिओच नाही तर आपले कपडे व मोटारीसुद्धा वापरायला देऊ केल्या. तो डोंगरात कुठेही गेला तरी त्याच्यामागे डोक्यावर अँटेना असलेली गाडी असायची. तिच्या सहाय्याने त्याला जगातील कोणाशीही ताबडतोब संपर्क साधता येऊ शकत होता.

विलारोने डोंगरात अनेक मोहिमा काढल्या. अँडीजमधील प्रत्येक दऱ्याखोऱ्यात राहणाऱ्या शेतकऱ्यालासुद्धा मुलांचा शोध चालू आहे हे कळावे, हा त्याचा प्रयत्न होता. तो ज्या गावात जाई तिथे, 'आकाशातून एक विमान पडताना तुम्हाला दिसले का?' म्हणून विचारायचा व उत्तरादाखल त्याला अनेक कपोलकल्पित कथा ऐकायला मिळायच्या. त्याने एका वेळी चार वेगवेगळ्या गावांमधे चार हॉटेलांमध्ये खोल्या घेऊन ठेवल्या होत्या– शोधासाठी अचानक एखाद्या गावी जावे लागले तर अडचण होऊ नये म्हणून. त्याच्याकडे पैसे नव्हते; पण हॉटेल-मालक त्याच्याकडून खोल्यांचे पैसे घेत नसत.

तो जिथे जायचा तिथे त्याची 'कीर्ती' आधीच पोचलेली असायची. एखाद्या गावात जाताच त्याच्याभोवती गर्दी जमायची व 'आपल्या मुलाला शोधणारा वेडा आला' असे लोक बोलत. विलारोला त्याची पर्वा नव्हती.

विमानातून व पायी असा त्याने प्लॅंचॉनवरील हवाईमार्गापासून ४१ मैलांचा टापू त्याने पिंजून काढला; पण काहीही सापडले नाही. त्याने राफेलला हॅम रेडिओवर, क्रॉयसेटशी पुन्हा संपर्क साधून आणखी काही माहिती मिळते का ते बघायला सांगितले; पण त्याने दिलेल्या वर्णनात विमानाऐवजी विमान उडत

असताना काय झाले असावे याचे वर्णन जास्त होते. 'एक लठ्ठ माणूस– बहुतेक वैमानिक असावा. त्याला अन्नातून विषबाधा झाली, त्याने विमानाचे सुकाणू सहाय्यकाच्या हाती दिले, सहाय्यकाने निळा कोट व चष्मा घातलेला होता– मग विमानाचे इंजिन बंद पडले. सहाय्यकाने विमान समुद्रकाठी किंवा तळ्याच्या काठाकडे नेले. त्याला तीन तळी दिसली. त्याने विमान उतरवायचा प्रयत्न केला; पण ते एका डोंगराच्या पायथ्यावर आपटले व एका सुळक्याच्या खाली आहे. त्याच्याजवळ 'शिखर नसलेला' डोंगर आहे आणि धोका दिसतोय– कदाचित 'धोका' अशी पाटी असेल. विमानात जिवंतपणाची खूण नाही– कदाचित याचा अर्थ मुले विमान सोडून दुसऱ्या एखाद्या सुरक्षित ठिकाणी आसऱ्याला गेली असतील असाही होऊ शकतो.'

अशी नवी माहिती मिळाली की विलारो व त्याचे चिलियन मित्र पुन्हा मोहिमेवर निघायचे. SAR नेसुद्धा एका 'शिखर नसलेल्या' डोंगराच्या भागात शोध घेण्यासाठी पाच दिवस विमाने पाठवली. धर्मगुरूंचा एक जथासुद्धा तीन दिवस डोंगरात शोधण्यासाठी जाऊन आला; परंतु काहीही सापडले नाही. फक्त हेलिकॉप्टरने शोध घेणे राहिले होते आणि जेव्हा चिलीमधे साध्या साबूचीसुद्धा टंचाई होती, तिथे हे जवळजवळ अशक्य होते. परंतु मॅडेलनने थेट राष्ट्राध्यक्ष ऑलेंडे यांच्याकडेच त्यांचे हेलिकॉप्टर मिळावे म्हणून अर्ज करण्याचे ठरवले; पण तिने असा अर्ज करण्यापूर्वीच कोणीतरी तिला पिकांवर फवारणी करण्यासाठी हेलिकॉप्टरचा वापर करणाऱ्या एका कंपनीविषयी सांगितले व ते हेलिकॉप्टर तासाला दहा डॉलर अशा नाममात्र दराने तिने मिळवले.

दरम्यान २८ ऑक्टोबरला, विलारो व राफेलसुद्धा अशा निष्कर्षाप्रत पोचले की क्रॉयसेटच्या दृष्टांतानुसार, हेलिकॉप्टरच्या मदतीशिवाय जेवढा शोध घेणे शक्य आहे तेवढा घेऊन झाला आहे.

◻

२

ऑक्टोबर २९, रविवार. मार्सेलो पेरेझच्या वडिलांची पुण्यतिथी. मार्सेलोची आई इस्टेला हिने विमानातील मुलांच्या आई-वडिलांना दुपारी आपल्या घरी चर्चेसाठी बोलावले. नुसते आई-वडीलच नव्हे तर कोणाचा भाऊ, बहीण किंवा मैत्रिणीसुद्धा आल्या. वातावरण जरा गंभीरच होते.

इस्टेला सर्वांना उद्देशून म्हणाली, ''मी तुम्हा सर्वांना इथे बोलावले याचे कारण, मला असे वाटते की आपण काहीतरी केले पाहिजे.''

बऱ्याचजणांच्या बोलण्याचे आवाज येऊ लागले. शेवटी जेव्हा सर्वजण शांत

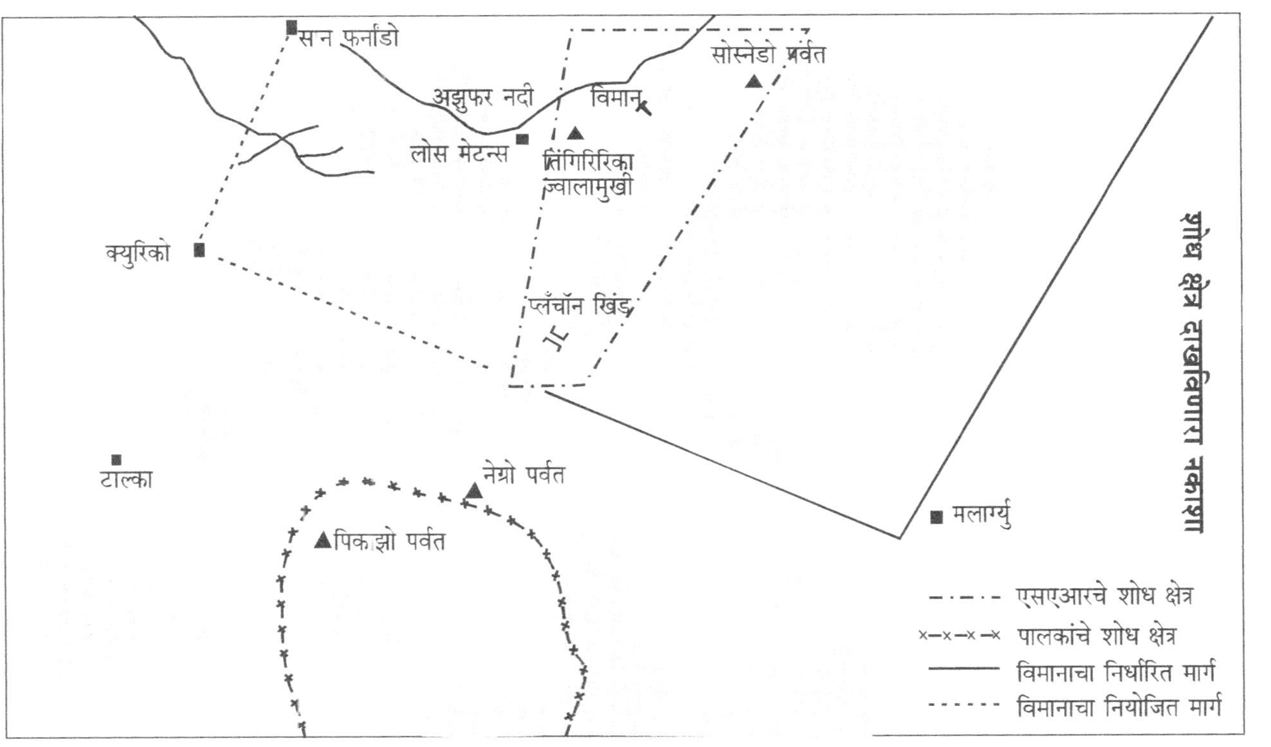

शोध क्षेत्र दाखविणारा नकाशा
सन फर्नांडो
अझुफर नदी
विमान
सोस्नेडो पर्वत
लोस मेटन्स
तिंगिरिरिका ज्वालामुखी
क्युरिको
प्लँचॉन खिंड
टाल्का
नेग्रो पर्वत
पिकाझो पर्वत
मलाग्र्यु
एसएआरचे शोध क्षेत्र
पालकांचे शोध क्षेत्र
विमानाचा निर्धारित मार्ग
विमानाचा नियोजित मार्ग

झाले, तेव्हा जॉर्ज झर्बिनो (*हा वकील व बिझिनेसमन होता*) डॉक्टर लुई सर्कोकडे वळून म्हणाला, ''लुई, मी चिलीला जाणार. तुला माझ्याबरोबर यायचंय का?''

डॉ. सर्को हे कॅनेसाच्या प्रेयसीचे वडील. ते नकाशे वाचण्यात तरबेज होते. त्यांनी ताबडतोब होकार दिला. क्रॉयसेटने सांगितलेल्या भागात, म्हणजे प्लॅंचॉनच्या दक्षिणेला शोध घ्यावा असे सर्वांचे म्हणणे पडले. ते त्यांनी मान्य केले.

बैठक संपल्यावर राफेलने पाएझ विलारोशी रेडिओवर संपर्क साधला. ''झर्बिनो आणि सर्को तुम्हाला मदत करायला चिलीला येत आहेत.'' तो म्हणाला.

''त्यांनी यायच्या भानगडीत पडू नये. काही उपयोग होणार नाही.'' पाएझ विलारो म्हणाला.

राफेल आश्चर्यचकित झाला.

''तू आता तिथे एकटाच आहेस का?'' विलारोने विचारले.

''होय.'' राफेल म्हणाला.

''इतरांना सांगू नकोस,'' विलारो जड आवाजात म्हणाला, ''आशा करण्यात अर्थ नाही. मुले सापडतील असे वाटत नाही. मी अजून हातात क्रॉस घेऊन देवाचे नाव घेत त्यांचा शोध घेतोय; पण ती अजून जिवंत असतील असे वाटत नाही.''

राफेल विचार करून म्हणाला, ''मग कार्लोस तू परत ये. तू परत आलास म्हणजे सर्व समजतील.''

''नाही. मुले जिवंत असणारच अशी मॅडेलनची खात्री आहे. तिला मी निराश करू इच्छित नाही.'' विलारो हुंदके देत म्हणाला.

दुसऱ्या दिवशी राफेलने डॉ. झर्बिनो व डॉ. सर्को यांना विलारो काय म्हणत होता याची थोडी कल्पना दिली; पण नाउमेद न होता 'आम्ही विमानाची तिकिटे काढली आहेत आणि तिकडे येत आहोत' असे त्यांनी विलारोला कळवले.

मुलांच्या आई-वडिलांनी एकत्र येऊन पैसे जमवले आणि नकाशे व इतर सर्व ती मदत देऊ केली.

त्या दिवशी रात्रीच्या बातम्यात, अतिबर्फवृष्टीमुळे हवाई शोध-पथकाने फेअरचाइल्डचा शोध फेब्रुवारीपर्यंत पुढे ढकलला आहे, असे सांगण्यात आले.

डॉ. झर्बिनो व डॉ. सर्को त्यांचा एक मित्र गॅस्टन कॉस्टेमाल यांच्याबरोबर १ नोव्हेंबर रोजी विमानाने सांटियागोला रवाना झाले. तिथे त्यांची मॅडेलन व स्टॉर्मच्या आईशी भेट झाली. विलारोला भेटण्यासाठी ते टाल्काला निघाले. चिलीतील अस्थिर राजकीय परिस्थितीमुळे नाना संकटांना तोंड देत ते दुपारी तिथे पोहोचले.

दरम्यान विलारोला स्थानिक पोलिसांनी, हा हेर असावा असा संशय येऊन चक्क तुरुंगात टाकले; पण लवकरच हा कोणी तसा धोकेबाज माणूस नसून, आपल्या मुलाचा शोध घेत हिंडणारा वेडा आहे असे लोकांकडून कळल्यामुळे

झर्बिनो, सर्को व कॉस्टेमाल पोहोचण्याच्या थोडेच आधी त्याला सोडून देण्यात आले.

विलारो नेत्यांना आपण आत्तापर्यंत शोधघेण्यासाठी काय प्रयत्न केलेत सविस्तर सांगितले. संध्याकाळी त्यांनी हॉलंडमध्ये तांत्रिक क्रॉयसेटशी संपर्क साधला. त्याने त्यांना शोधात मदत होण्यासाठी आणखी एक खूण सांगितली. ती म्हणजे विमानाच्या जवळ जे सरोवर आहे, त्यात एक बेट आहे ही. विलारोला, काही दिवसांपूर्वी हेलिकॉप्टरने शोध घेताना, एक असेच बेट असलेले सरोवर बघितल्याची आठवण झाली. ते टाल्कापासून साठ मैलांवर होते.

दुसरे दिवशी त्यांनी त्या भागातील डोंगर-द्या हेलिकॉप्टरमधून पिंजून काढल्या; पण यश आले नाही. दुसरे दिवशी हेलिकॉप्टर सांटियागोला परतायचे होते, त्यामुळे त्यांनी कोणी व्यावसायिक गिर्यारोहक मदतीला मिळतील का, याची चौकशी केली.

त्या संध्याकाळी नेहमीप्रमाणे त्यांनी कॅरॉस्कोशी संपर्क साधला असता क्रॉयसेटने दिलेल्या माहितीचे भाषांतर करण्यात चूक झाली असल्याचे कळले. विमान शिखर नसलेल्या डोंगराच्या उजव्या बाजूला नसून डाव्या बाजूला आहे असे होते.

या सूचनेनुसार शोध घेण्यासाठी दोन वाटाड्यांना घेऊन ते दुसरे दिवशी (३ नोव्हेंबर) निघाले. चार दिवस त्यांनी डोंगरात जाऊन सर्व प्रदेश पालथा घातला; पण काहीही निष्पन्न झाले नाही. अखेरीस ७ नोव्हेंबरला ते आपल्या तळावर परत आले.

८ नोव्हेंबरला पुन्हा हेलिकॉप्टरने शोध घेण्यात आला; पण त्यातही काही सापडले नाही. ते ९ तारखेला टाल्कला व १० तारखेला सांटियागोला परतले. तिथे त्यांनी हवाई शोध पथकाला भेटून आपण केलेल्या शोधाची माहिती दिली. हवाई शोध पथकाच्या प्रमुखाने जानेवारीच्या अखेरीस किंवा फेब्रुवारीत जेव्हा बर्फ वितळणे सुरू होईल तेव्हाच पुन्हा शोध सुरू करण्यात येईल आणि तोसुद्धा तिंगिरिरिका ज्वालामुखीच्या आसपास, असे त्यांना सांगितले.

त्याच दिवशी मॉंटेविडियोमध्ये अशी बातमी आली की क्रॉयसेटने ज्या भागात विमान आहे त्याचे चित्र काढले आहे आणि आत्तापर्यंत दिलेल्या वर्णनापेक्षाही अधिक सविस्तर वर्णन टेपवर ध्वनिमुद्रित केले असून, ते चित्र व टेप विमानाने दुसऱ्या दिवशी तिथे पोहोचणार आहे. दुसरे दिवशी ते पोहोचल्यावर त्याची एक प्रत काढून घेऊन ते थोड्याच वेळात विमानाने सांटियागोला पाठवून देण्यात आले व त्याबद्दल विलारोला रेडिओवरून सांगण्यात आले.

क्रॉयसेटने पाठवलेले चित्र व वर्णन यावरून तो प्रदेश अॅंडीजच्या पायथ्याकडे होता असे दिसले आणि त्याबद्दल तिघेही साशंक होते. सर्को म्हणाला, ''अशा अवैज्ञानिक सूत्रांवर भरवसा ठेवण्यात अर्थ नाही. उपलब्ध माहितीप्रमाणे विमान तिंगिरिरिकाच्या आसपास असावे असे आहे, तर आपण त्या भागातच शोध घेतला

पाहिजे. झर्बिनोलासुद्धा त्याचे म्हणणे पटले; परंतु तिंगिरिरिका क्षेत्रातील डोंगर खूपच उंच होते व तिथे पोहोचण्याचे कोणतेही साधन त्यांना उपलब्ध नव्हते, त्यामुळे त्यांनी दुसरे दिवशी मॉंटेविडियोला परतायचे ठरवले.

विलारोने मागे राहून आणखी थोडे दिवस शोध घेतला. नंतर कामासाठी त्याला ब्राझीलला जायचे असल्याने तो १६ नोव्हेंबरला मॉंटेविडियोला परतला. त्याने महिनाभर चिकाटीने, निराश न होता शोध घेतला होता. आताही आपल्या अनुपस्थितीत इस्टेलाने शोधाचे काम टाल्काला जाऊन चालू ठेवावे अशी व्यवस्था त्याने केली होती. त्याने, जो विमानाचा शोध लागेल अशी माहिती देईल त्याला तीन लाख एस्क्यूडोचे बक्षीस जाहीर करणारी हजारो पत्रके छापून वाटली व मग तो मॉंटेविडियोला परतला.

'ओल्ड ख्रिश्चन्स' चा ग्रुप व त्यांचे मित्र मेनौझातील रस्त्यावर. डावीकडून : व्हॅलेटा, मार्टिनेझ-लामास, मॅगिनो, फ्लॉटेरो, झर्बिनो, इन्शियार्टे, तुरकाटी, माग्री व मेनेंडेझ

परॅडोची कॅटलॅनला लिहिलेली चिट्ठी

विमान पडून घसरत गेल्यामुळे झालेला 'रस्ता'

फिटो स्ट्रॉच

डॅनिएल फर्नांडेझ

एडवर्डो स्ट्रॉच

रॉबर्टो कॅनेसा

कार्लिटोस पाएझ

गुस्तावो झर्बिनो

नांदो परॅडो

अंटोनियो विझिंटिन

दोन

याविये मेथॉल

कोशे इन्शियार्टे

पेट्रो अल्गोर्टा

पांचो डेलगाडो

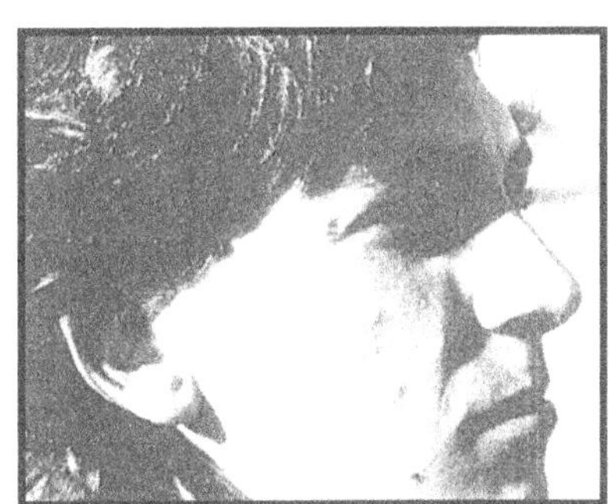

अल्वारो मँगिनो

बॉबी फ्रँकॉइस

रॉय हार्ले

मांचो सबेला

अपघातातून वाचलेले
काही जण.
'फेअरचाइल्ड' च्या बाहेर

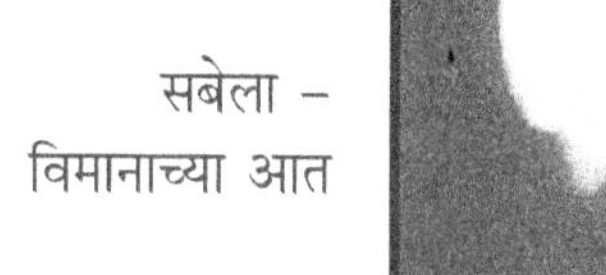

सबेला –
विमानाच्या आत

पॅरॅडो –
विमानाच्या शेपटीत

चार

पर्वतावरील
शेवटचा दिवस.
डावीकडून : बसलेले :
मेथॉल, हार्ले, झर्बिनो.
फ्रँकाइस, सबेला,
एक गिर्यारोहक,
फिटोस्ट्रॉच, व डेलगॉडो.
उभे : विझिंटिन व
दोन गिर्यारोहक

'फेअरचाइल्ड' मधील
शेवटची रात्र :
फिटो स्ट्रॉच, झर्बिनो,
फ्रँकॉइस, हार्ले,
डेलगॉडो व सबेला.

कॅनेसा व विझिंटिन –
शेपटीजवळ.
कॅमेऱ्याकडे
पाठ असलेला हार्ले.

स्लीपिंग बॅग शिवताना

पर्वतावरील थडगे

सांटा एलेना पर्वतावर दिसलेला क्रॉस

सहा

रॉय हार्ले व त्याची आई यांची पुनर्भेट

हेलिकॉप्टरमधून उतरताना फ्रॅकॉइस.
मागे सबेला

सुसाना परॅडो

मार्सेलो पेरेझ

लिलियाना मेथॉल – तिच्या मुलांबरोबर

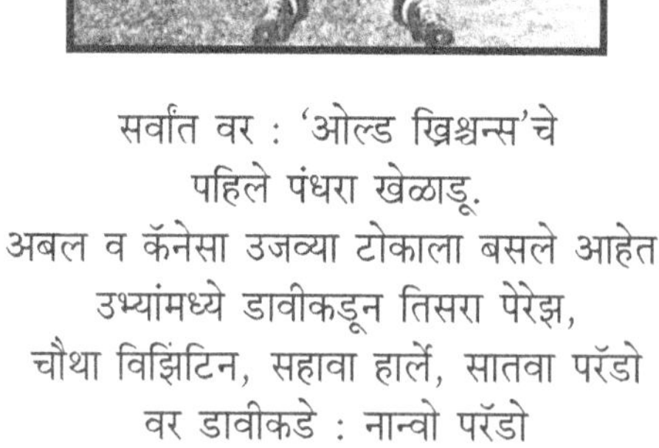

सर्वांत वर : 'ओल्ड ख्रिश्चन्स'चे
पहिले पंधरा खेळाडू.
अबल व कॅनेसा उजव्या टोकाला बसले आहेत.
उभ्यांमध्ये डावीकडून तिसरा पेरेझ,
चौथा विझिंटिन, सहावा हार्ले, सातवा पॅरडो
वर डावीकडे : नान्वो पॅरडो
वर उजवीकडे : पंचितो अबल
खाली उजवीकडे : अर्तुरो नोगिरा

प्रकरण पाच

१

फेअरचाइल्ड. २९ ऑक्टोबर.

आज अपघातानंतरचा सतरावा दिवस. अजून सर्वजण गारठलेले, भिजलेले, गलिच्छ झालेले आणि भुकेले होते. काहीजणांचे दुखणे-खुपणे अजून चालूच होते; पण आता त्यांच्या रोजच्या कार्यक्रमाची घडी जरा सुव्यवस्थित बसली होती. मांस कापणे, ते सुकवणे, पाणी बनवणे, साफसफाई करणे ही कामे ज्यांना नेमून दिली होती ते गट ती सराईतपणे करत होते. जखमींना जरा आरामशीरपणे पडता येत होते. सर्वांत महत्त्वाची गोष्ट म्हणजे सुटकेच्या पुढील मोहिमेवर जाण्यायोग्य सर्वांत सशक्त कोण आहेत, त्यांची निवड करण्याचे कामही सुरू केले होते. एकंदरीत वातावरण जरा आशादायक बनले होते.

त्यांनी दुपारी 'जेवण' घेतले. दुपारी साडेचार वाजेपर्यंत सूर्य पश्चिमेकडील डोंगराच्या मागे गेला, काळोख झाला व एकदम गारठा वाढला. दोघादोघांच्या जोडीने, ज्या क्रमाने त्यांच्या झोपण्याच्या जागा होत्या त्या क्रमाने, विमानात जाऊ लागले. युआन कार्लोस मेनेंडिस, अल्फ्रेडो डेलगॉडो, मेकॅनिक रोक व नुमा तुर्कॅटी हे सर्वांत शेवटी गेले; कारण दरवाजापाशी झोपण्याची आजची पाळी त्यांची होती.

आत गेल्यावर प्रत्येकजण आपले बूट काढून वरील फळीवर ठेवायचा. असे न केल्यास बुटांमुळे ब्लॅकेटे व उशा ओल्या व्हायच्या, त्यामुळे त्यांनी हा नियम केला होता. फक्त जे झोळ्यांमध्ये होते त्यांच्या अंगावर वाऱ्याचा झोत यायचा म्हणून त्यांना बूट पायात ठेवायची परवानगी होती.

तशी दुपारचीच वेळ असल्याने झोप येत नव्हती. तरीही मुले डोळे मिटून झोपायचा प्रयत्न करीत होती. विझिंटिन झोळीत होता. कार्लिटोझ पाएझ मोठ्याने प्रार्थना म्हणत होता, त्याला एक-दोघे साथ देत होते.

हळूहळू एकेकावर झोपेचा अंमल चढू लागला. दीएगो स्टॉर्मची पाठ जरा दुखत होती, त्यामुळे त्याला झोप येत नव्हती. तसाच रॉय हार्लेही जागा होता.

रॉय आपल्याच विचारात होता इतक्यात त्याला थोडेसे हलल्यासारखे वाटले आणि नंतर लगेच काहीतरी जड वस्तू जमिनीवर पडल्याचा आवाज ऐकू आला. त्याबरोबर घाबरून तो एकदम उभा राहात होता तोच त्याच्या अंगावर बर्फाची लाट आली व तो कमरेपर्यंत बर्फात बुडाला. त्याने आजुबाजूला बघितले. विमान जवळजवळ पूर्णपणे बर्फाने भरले होते! दरवाजाबाहेर उभारलेली बॅगांची भिंत पडून बर्फात बुडाली होती. तसेच विमानात खाली झोपलेले सर्वजण बर्फात गाडले गेले होते!

रॉय भानावर येऊन पटकन उजवीकडे वळला व शेजारील कार्लिटोझला काढण्यासाठी बर्फ उकरू लागला. त्याने त्याचा चेहरा व शरीरावरील बर्फ दूर केला; पण तरीही कार्लिटोझला उठता येईना. थंडीमुळे बर्फ चटकन कडक होत होता.

रॉयला दुसऱ्या कुणाचेतरी हात बर्फातून बाहेर आलेले दिसले तेव्हा त्याने कार्लिटोझला तसाच सोडून तिकडे मोर्चा वळवला. तो अगदी आगतिक झाला. आपण एकटेच मोकळे आहोत असे त्याच्या लक्षात आले. त्याने कॅनेसाला खणून बाहेर काढले. मग पुढे जाऊन फिटो स्ट्रॉचला बाहेर काढले. प्रत्येक क्षण मोलाचा होता व अजून बरीच मुले बर्फाच्या खाली होती. वरती एका झोळीतून विझिंटिनने बर्फ उपसणे चालू केले होते; पण एशानरनला हालता येत नव्हते आणि नोगिरा मोकळा होता; पण धक्क्यामुळे तो नुसता बघतच बसला होता.

रॉय जिवाच्या आकांताने दरवाजाकडे रांगत गेला व तिथे राहिलेल्या लहान भगदाडातून कसाबसा विमानाच्या तोंडापाशी गेला. तिथे फिटो स्ट्रॉच, कॅनेसा, पाएझ आणि मांचो सबेला मोकळे होऊन बर्फ उपसताना दिसले.

जेव्हा हिमपात झाला तेव्हा फिटो इन्शियार्टेबरोबर गप्पा मारत होता. काय झाले आहे हे त्याच्या लगेच लक्षात आले व त्याने बर्फाची लाट थोपवण्याचा प्रयत्न केला; पण त्याला एक इंचसुद्धा हालता येईना, तेव्हा त्याने प्रयत्न सोडून दिला. बहुधा आपण एकटेच जिवंत असू आणि असे एकट्याने या भयंकर ठिकाणी जिवंत राहण्यापेक्षा मेलेले बरे असा त्याने विचार केला; पण तेवढ्यात त्याला इतरांचे आवाज ऐकू आले आणि रॉय हार्लेने त्याचा हात पकडून त्याला ओढले. रॉय बर्फ उपसत त्याच्या चेहऱ्याकडे पोचत होता, तेवढ्यात त्याच्या व एडवर्डोच्या मध्ये असलेल्या बर्फातील एका पोकळीतून तो एडवर्डोला 'घाबरू नकोस, शांत राहा, संथपणे श्वास घे आणि त्या बाजूला एडवर्ड दिसतोय का ते बघ' असे म्हणाला. तेवढ्यात पायाच्या बोटात एकदम वेदना झाल्याचे त्याला जाणवले आणि बहुतेक इन्शियार्टे चावला असावा असा त्याने अंदाज केला. म्हणजे तोही जिवंत असणार!

फिटोची सुटका झाली. एडवर्डोसुद्धा त्याच पोकळीतून बाहेर पडला. इन्शियार्टे, डॅनिएल फर्नांडिस व बॉबी फ्रँकॉइस हेसुद्धा बर्फात बोगदा करून बाहेर पडले. त्या सर्वांनी ताबडतोब इतरांना काढण्यासाठी कडक होत चाललेल्या बर्फात नुसत्या

बोटांनी खणायला सुरुवात केली. आधी मार्सेलोपाशी ते खणायला लागले; परंतु त्याचा चेहरा उघडा केल्यावर तो मृत झाला आहे असे त्यांच्या लक्षात आले.

फिटो सर्व बळ एकवटून खणत होता. प्रत्येक क्षण महत्त्वाचा होता. इतर मुले धक्का बसल्याने भांबावून गेली होती. त्यांनाही त्याने ठिकठिकाणी खणणे सुरू करायला लावले.

नान्दो विमानाच्या मध्यभागी होता. त्याच्या डावीकडे लिलियाना तर उजवीकडे डॅनियल मॅस्पॉन्स होता. नान्दोला कसलाच आवाज आला नव्हता किंवा काही दिसलेही नव्हते. एकाएकी आपण बर्फात गाडले गेलो आहोत असे त्याच्या लक्षात आले. त्याने कुठेतरी वाचले होते की माणूस बर्फाच्या खाली जिवंत राहू शकतो. त्याने लहान श्वास घेण्याचा प्रयत्न केला; पण छातीवरील बर्फाच्या वजनामुळे श्वास घेणे कठीण होत होते. त्याच्या मेंदूला मुंग्या येऊ लागल्या. आता आपण मरणार अशी त्याची खात्री झाली आणि त्याची फुप्फुसे अगदी फुटण्याच्या बेतात होती, इतक्यात त्याच्या चेहऱ्यावरील बर्फ कोणीतरी दूर केला.

कोशे इन्शियार्टेंने बर्फाची लाट येताना बघितली. मग 'व्हूश' असा आवाज आला आणि मग शांतता! त्याच्या अंगावर तीन फूट हिमाचा थर होता, त्यामुळे त्याला हालचाल करता येत नव्हती. शिवाय फिटोचे पाऊल त्याच्या चेहऱ्यावर आले होते. त्याचा त्याने चावा घेतला. फिटो जिवंत आहे की नाही हे कळण्याचा आणि आपण जिवंत आहोत हे कळवण्याचा तो एकच उपाय त्याला सुचला आणि फिटोचे पाऊल हलले होते. त्याच्या अंगावरील बर्फाच्या वजनामुळे त्याला लघवी झाली. त्याला हलता येत नव्हते किंवा श्वासही घेता येत नव्हता. इतक्यात फिटोचे पाऊल चेहऱ्यावरून गेल्याचे त्याला जाणवले. त्याबरोबर त्याने सर्व बळ एकवटून बर्फ ढकलले. बर्फात भेग पडल्यामुळे त्याला थोडी हवा मिळू लागली आणि अखेरीस फिटो बाहेर पडल्यानंतर झालेल्या पोकळीतून तोही बाहेर पडण्यात यशस्वी झाला.

कार्लिटोझ पाएझला रॉयने कमरेपर्यंत मोकळे केले; पण तरी त्याला हालता येईना. मग फिटोने रॉयबरोबर त्याच्या पायांच्या आजुबाजूचा बर्फ खणून काढला व त्याला मोकळा केला.

कार्लिटोझने मोकळे झाल्यावर ताबडतोब निकोलिच व स्टॉर्म यांना शोधायला सुरुवात केली; पण बर्फात खणून त्याची बोटे गारठून निर्जीव झाली. त्याने कसाबसा आपला सिगारेट लायटर पेटवून बोटांना शेक दिला आणि पुन्हा खणायला सुरुवात केली. निकोलिच सापडल्यावर त्याला खेचण्यासाठी त्याने त्याचा हात पकडला; पण त्यात जीव नव्हता.

दुःख करीत बसायला वेळ नव्हता. कार्लिटोझने झर्बिनोच्या चेहऱ्यावरील बर्फ काढून टाकला. मग त्याने नान्दोला मोकळा केला. त्यानंतर त्याने स्टॉर्मला

खणायला सुरुवात केली; पण तोही मेलेलाच निघाला.

कॅनेसाला बर्फाची लाट एखाद्या प्रकाशझोतासारखी वाटली. तोही गाडला गेला, हालचाल करता येईना व त्याचा श्वास कोंडू लागला. आपण कोणत्याही क्षणी मरणार असे त्याला वाटू लागले आणि तसे होणार इतक्यात रॉयने त्याच्या चेहऱ्यावरील बर्फ दूर केला.

मोकळा झाल्यावर कॅनेसाने त्याचा दोस्त डॅनियल मॅस्पॉन्स याचा शोध घेणे सुरू केले; पण तोही त्यांना सोडून गेला होता.

झर्बिनोच्या चेहऱ्यावर बर्फात थोडीशी पोकळी होती. त्यामुळे त्याला काही मिनिटे श्वास घेण्याइतका हवेचा पुरवठा होता. त्याने सुटण्यासाठी चालवलेल्या धडपडीमुळे त्याच्यावरील बर्फात तडे पडले व त्याला हवा मिळू लागली. वर कार्लिटोझ पाएझचा आवाज त्याला ऐकू आला, ''गुस्टावो, तू आहेस का?''

''होय!'' गुस्टावो झर्बिनो ओरडला.

''गुस्टावो निकोलिच?''

''नाही. गुस्टावो झर्बिनो.''

आणि कार्लिटोझ पुढे गेला.

नंतर आणखी कोणाचातरी आवाज आला, ''तू ठीक आहेस?''

झर्बिनो उत्तरला, ''मी ठीक आहे. दुसऱ्या कोणालातरी वाचव.'' नंतर कोणीतरी त्याला खणून काढेपर्यंत तो आपल्या थडग्यात पडून राहिला.

रोक आणि मेनेंडिझ यांच्या अंगावर 'भिंत' कोसळून ते मरण पावले; पण नुमा तुर्कॅटी व अल्फ्रेडो डेलगॅडो हे भिंतीतील विमानाच्या कमानदार दरवाजाखाली आल्यामुळे वाचले. कमानीमधील हवेमुळे त्यांना काही काळ श्वास घेता येणार होता. त्यांनी खालून आरडाओरडा व आवाज करून इन्शियार्टें व झर्बिनो यांचे लक्ष वेधून घेतले व त्यांनी त्यांना वाचवले.

विमानाच्या मागील भागात बर्फाचा थर खूपच जाड होता. झर्बिनोने झोळीत असलेल्या नोगिराला खणण्यात मदत करायला बोलावले. नोगिरा काहीही बोलला नाही की हलला नाही. तो झपाटल्यासारखा नुसता बघत राहिला.

हावियर मेथॉलचा हात बर्फातून बाहेर आलेला दिसत होता. त्याला काढायला झर्बिनो गेला तेव्हा 'आधी लिलियानाला काढा... लिलियाना, जरा धीर धर. मी आलोच तुला सोडवायला' असे बडबडत होता. त्याला बाहेर काढल्यावर तो व झर्बिनो दोघे मिळून लिलियानाला बाहेर काढण्यासाठी खणू लागले; पण तिचा निष्प्राण देहच हाती लागला. हावियर बर्फावर अवसान गळाल्यासारखा बसला व हुंदके देऊन रडू लागला.

शेवटी अगदी थकून गेल्यावर जेव्हा सर्वजण विमानाचे छप्पर व साठलेला बर्फ यांमधील थोड्याशा जागेत कोंडाळे करून बसले व कोण कोण जिवंत आहे याचा आढावा घेऊ लागले, तेव्हा आपल्या खालील बर्फात मार्सेलो परेझ, कार्लोस रोक, मेनेंडिझ, एन्रिक प्लॅटेरो, गुस्टावो निकोलिच, डॅनिएल मॅस्पॉन्स, दीएगो स्टॉर्म आणि लिलियाना असे आठजण गाडले गेले आहेत, असे त्यांच्या लक्षात आले. त्या एकोणीस जणांपैकी प्रत्येकाचा मित्र किंवा नातेवाईक मेलेला होता. कितीतरी वेळ सर्वजण दुःखी व निराश मन:स्थितीत काहीही न बोलता बसून होते. समोरील परिस्थिती इतकी बिकट दिसत होती की बऱ्याचजणांना आपणही मेलो असतो तर बरे झाले असते, असे वाटत होते.

त्यांची ही इच्छा पुरी व्हावी म्हणून की काय, थोड्याच वेळात पुन्हा एकदा हिमपात झाला! परंतु विमानाचे तोंड आधीच जवळजवळ बंद झालेले असल्याने तो विमानावरून निघून गेला; पण तसे होण्यात, विमानाच्या तोंडापाशी जी एक छोटीशी पोकळी राहिली होती, तीही बंद होऊन सर्वजण पूर्णपणे आत कोंडले गेले. विमान आता बर्फात पूर्णपणे गाडले गेले होते!

रात्र पडू लागली. ओले होऊन सर्वजण कुडकुडत होते. उशा, ब्लॅंकेटे एवढंच काय पण बूटही त्यांच्याकडे राहिले नव्हते. जेमतेम बसण्यापुरती जागा होती. तीत सर्वजण मुटकुळी करून, खेटून एकमेकांवर पडले. रक्ताभिसरण चालू राहावे म्हणून एकमेकांना गुद्दे मारावे लागत होते.

झोप कोणालाच येत नव्हती. रात्र संपणारच नाही असे वाटत होते. काही वेळाने आणखी एक धोका जाणवू लागला. विमानात जी काही हवा होती तिच्यातील प्राणवायूचे प्रमाण कमी होत होते. काही मुलांना चक्कर येऊ लागली.

रॉय विमानाच्या तोंडापाशी गेला व हाताने तिथला बर्फ उकरून पोकळी निर्माण करण्याचा त्याने प्रयत्न करून बघितला; पण तिथला बर्फ फारच कडक झाला होता. मग नान्दोने झोळ्या बांधण्यासाठी वापरलेली एक लोखंडी नळी घेतली व ती छपरातून आरपार खुपसण्याचा तो प्रयत्न करू लागला. छपरावरील बर्फाचा थर एक फूट जाड होता की बारा फूट याबद्दल काहीच कल्पना नव्हती. सिगारेट लायटरच्या उजेडात नान्दो सर्व बळ एकवटून ठोकत राहिला. थोड्या प्रयत्नानंतर नळी आरपार गेली. ती परत खेचल्यावर एक छोटेसे छिद्र दिसले व बाहेरील गार, ताजी हवा आत आली. चांदण्याचा थोडा मंद प्रकाशही आत येऊ लागला.

अनंत काळाने, आत येणाऱ्या उजेडातील फरकावरून बाहेर सकाळ झाली आहे हे कळले. आता ह्या 'थडग्या'तून बाहेर कसे पडावे याविषयी ते विचार करू लागले.

पायलटच्या केबिनच्या बाजूला बर्फाचा थर जरा कमी जाड असावा असे वाटत होते. कारण पुढील काचांतून जरा पांढरटपणा दिसत होता.

कॅनेसा, सबेला, इन्शियार्टे, फिटो आणि रॉय हे पायलटच्या केबिनमधून काचेकडे जाण्यासाठी बोगदा खणू लागले. हिम गोठले होते आणि त्यांना नुसत्या हाताने उकरावे लागत होते. थोड्याच वेळात बोटे पूर्णपणे गोठत होती. ते आळीपाळीने काम करू लागले. झर्बिनोच्या अंगात जरा जाड कपडे होते. तो बोगद्यातून जाऊन, मृत वैमानिकांच्या मधील फटीतून अंग चोरत काचेपर्यंत पोहोचला. परंतु काचेवरील बर्फाच्या वजनामुळे ती त्याला वर ढकलता येईना! त्यामुळे तो परत मागे आला. मग कॅनेसाने तसेच जाऊन प्रयत्न करून बघितला; पण त्यालाही यश आले नाही. शेवटी रॉयला काच उघडण्यात यश आले.

त्याने काचेतून डोके बाहेर काढले. सकाळचे आठ वाजले होते; पण आकाशात ढग असल्याने उजेड कमी होता. जोरदार वाऱ्याने उडत असलेल्या हिमकणांचा मारा त्याच्या चेहऱ्यावर झाला. त्याच्या डोक्यावर लोकरी टोपी व अंगात प्लॅस्टिकचे जॅकेट होते; पण जोरदार वारा त्याच्या चेहऱ्याला व हातांना इतका झोंबत होता, की काही क्षणातच त्याने डोके खाली घेतले व इतरांना उद्देशून तो ओरडला, ''काही उपयोग नाही. बाहेर जोरदार वादळ चालू आहे!''

''खिडक्यांवरचा बर्फ दूर करता येतो का बघ.'' कोणीतरी ओरडले.

रॉय जोर करून खिडकीतून पूर्णपणे विमानाच्या बाहेर आला व त्याने आजुबाजूला बघितले. विमान पूर्णपणे बर्फात बुडाले होते. खिडक्या कुठे असाव्यात याचा अंदाज येत नव्हता. आणि आपण धाडस करून पुढे गेलो, तर घसरून खाली बर्फात नाहीसे होऊ अशी त्याची खात्री झाली. त्यामुळे तो परत खिडकीतून आत येऊन, इतरांना जाऊन मिळाला.

बाहेर दिवसभर वादळ चालूच होते. उघडलेल्या काचेतून हिमकण आत येत होते. ते तोंडात घालून तहान भागवण्याचा प्रयत्न मुले करीत होती.

आज ३० ऑक्टोबर. नुमा तुरकॅटीचा पंचविसावा वाढदिवस. मुलांनी त्याला एक जादा सिगारेट दिली व त्याच्यासाठी बर्फाचा केक बनवण्यात आला.

''मला वाटतं आपल्यावर जेवढी यायची तेवढी सर्व संकटे येऊन गेली आहेत. याहून आपली परिस्थिती खराब होणे शक्य नाही. ती आता सुधारणारच!'' त्याच्या या उद्गारांनी सर्वांना नकळत जरा धीर आला.

त्या दिवशी, वादळ थांबण्याची वाट बघत, बर्फ चोखत बसण्याशिवाय दुसरे काहीच करणे त्यांना शक्य नव्हते. ते रात्रीच्या भयंकर अनुभवाबद्दल बोलत राहिले.

''वादळ थांबले की मी निघणार.'' नान्दो म्हणाला, ''इथे थांबलो आणि आणखी

एक जरी हिमपात झाला तरी आपण मरणार.''

"तसे बहुतेक होणार नाही.'' फिटो म्हणाला, "विमान आता पूर्णपणे बर्फात बुडाले आहे. त्यामुळेच दुसरा हिमपात विमानाच्या वरून गेला. त्यामुळे सध्यातरी आपण इथेच सुरक्षित आहोत. उलट आत्ता निघालो, तर बाहेरच हिमपातात सापडून मरण्याची शक्यता जास्त.''

फिटोच्या शांत वागणुकीमुळे सर्वांना त्याच्याविषयी आदर वाटू लागला होता. त्याचे म्हणणे त्यांना पटले.

"हवा सुधारेपर्यंत आपण इथेच थांबलेले बरे.'' फिटो पुढे म्हणाला.

"पण किती दिवस?'' विझिंटिन म्हणाला. तोसुद्धा ताबडतोब निघावे अशा मताचा होता.

अल्गोर्टा म्हणाला, "मला आठवतं, सांटियागोला एक टॅक्सी ड्रायव्हर मला म्हणाला होता की १५ नोव्हेंबरला बर्फ पडायचे थांबते आणि उन्हाळा सुरू होतो.''

"१५ नोव्हेंबर म्हणजे अजून दोन आठवडे. तेवढं थांबून जर आपल्या सुटकेची शक्यता वाढत असेल, तर थांबायला काही हरकत नाही.'' फिटो म्हणाला.

यावर सगळे निरुत्तर झाले.

"शिवाय,'' फिटो पुढे म्हणाला, "त्या वेळेस पौर्णिमेचे दिवस असणार. त्यामुळे आपल्याला रात्री बर्फ कडक असतो तेव्हा चालता येईल आणि दिवसा जरा उबदार असतं तेव्हा झोपता येईल.''

त्या दिवशी आणि रात्री ते उपाशीच राहिले.

दुसरे दिवशी ३१ ऑक्टोबरला कार्लिटोझचा वाढदिवस होता. केक वगैरे मिळण्याऐवजी हवा सुधारली असती तर त्याला जास्त आनंद झाला असता; पण सकाळी बोगद्यातून चढून खिडकीतून जेव्हा त्याने डोके बाहेर काढले, तेव्हा वादळ अजून सुरूच असल्याचे दिसले. खाली उतरल्यावर तो इतरांना म्हणाला, "तीन दिवस वादळ चालेल आणि तीन दिवस ऊन पडेल बघा.''

कडक थंडी आणि ओले कपडे यांमुळे त्यांची अवस्था दयनीय झाली होती. त्यातच दोन दिवस ते पूर्णपणे उपाशी होते. विमान अपघातात मेलेल्यांचे देह बाहेर बर्फात होते. त्यामुळे स्ट्रॉच बंधूंनी सर्वांच्या देखत हिमपातात गाडले गेलेल्यांपैकी एका देहावरील बर्फ खणून काढून त्याचे मांस काढले. यापूर्वी मांसाचे बारीक तुकडे उन्हात वाळवून मग खाल्ले जायचे; पण आता कच्चेच खाण्याशिवाय गत्यंतर नव्हते. त्यात अति भुकेमुळे बऱ्याचजणांनी मोठे तुकडे खाल्ले. ते चावून चावून खावे लागत होते. या सर्व प्रकाराची सर्वांनाच घृणा वाटत होती; पण जिवंत राहायचे असेल तर हे करण्याशिवाय दुसरा इलाज नव्हता. एडवर्डो स्ट्रॉच, इन्शियार्टे आणि तुर्कॅटी हे मात्र आपली घृणा आवरू शकले नाहीत आणि त्यामुळे ते उपाशीच राहिले.

एक नोव्हेंबर म्हणजे संतांचा दिवस आणि अल्फ्रेडो डेलगॅडोचा वाढदिवस होता. कार्लिटोझच्या भविष्यवाणीप्रमाणे बर्फ पडायचे थांबले होते. सहाजण बोगद्यातून चढून खिडकीच्या बाहेर आले व विमानाच्या छपरावर उतरले. कॅनेसा व झर्बिनोने खिडक्यांवरील बर्फ फोडून काचा उघड्या केल्या, त्यामुळे विमानात जास्त उजेड येऊ लागला.

फिटो व एडवर्डोने बर्फ वितळवून थोडे पाणी बनवले. थोड्या वेळात सूर्य ढगाच्या मागे गेला व पुन्हा थंडी वाजू लागली. त्यामुळे सर्वजण पुन्हा विमानात जाऊन बसले. वाट पाहण्याशिवाय त्यांच्या हातात काहीच नव्हते.

□

२

पुढील काही दिवस हवामान स्वच्छ होते. हिमवर्षाव फारसा होत नव्हता. आता उरलेल्या एकोणीस जणांपैकी जे जरा जास्त सशक्त होते, त्यांनी उलट्या दिशेला बोगदा खणून विमानाचे तोंड *(मागील टोक)* उघडे केले. हे करत असताना हिमपातामुळे बर्फात गाडल्या गेलेल्या काही उपयुक्त वस्तूही *(उदा. पाएझचे रग्बी बूट)* सापडल्या.

बोगदा केल्यानंतर ते विमानातील बर्फ व बर्फात गाडले गेलेले मृत देह बाहेर काढण्याच्या कामाला लागले. बर्फ अतिशय कडक झाला होता. मृतदेहसुद्धा, हिमपात झाला तेव्हा स्वत:चा बचाव करण्यासाठी ज्या पावित्र्यात होते त्या स्थितीतच गोठले होते, त्यामुळे ते बाहेर काढायलासुद्धा बरेच कष्ट पडत होते.

तोंडापाशी गाडले गेलेले देह तिथेच बर्फाच्या भिंतीत राहू देण्यात आले. त्यामुळे पुन्हा हिमपात झाला तर त्यापासून संरक्षण होणार होते आणि हिमपातामुळे किंवा वादळामुळे बाहेर जाता आले नाही तर त्यांचा खाण्यासाठी 'रिझर्व्ह' म्हणून उपयोग होणार होता.

विमानाचा अंतर्भाग पुन्हा जरा राहण्यास योग्य करण्यासाठी आठ दिवस लागले. तरीही आत दोन्ही बाजूंच्या बर्फाच्या भिंतीमुळे जागा बरीच कमी झाली होती– माणसांची कमी झालेली संख्या लक्षात घेऊनसुद्धा. एकजण म्हणाला, ''आधी आपल्याला किती दाटी वाटायची; पण आता! तेव्हा आपण किती आरामात होतो, असे वाटते!''

हिमपातामुळे एक 'फायदा' झाला तो असा की मृतांच्या अंगावरील कपडे त्यांना थंडीपासून जादा संरक्षण म्हणून घालायला मिळाले. आता जरा स्थैर्य आल्यावर पुन्हा सुटकेच्या दृष्टीने कसे नियोजन करावे, याचा ते विचार करू लागले.

आपल्यातील सर्वांत सशक्त असणाऱ्यांचा एक गट चिलीच्या दिशेने शोधासाठी पाठवायचा असे हिमपात होण्याच्या आधी त्यांनी ठरवले होते. चार किंवा पाचजणांचे

पथक असावे असे ठरले. त्या निवडक चार-पाचजणांना जास्त खाणे द्यायचे, झोपण्यासाठी सर्वांत चांगल्या जागा द्यायच्या व त्यांची शक्ती खर्च होऊ नये म्हणून मांस कापणे, पाणी बनवणे अशी हलकी कामे (*जी इतर कोणीही करू शकत होते*) द्यायची नाहीत, जेणेकरून नोव्हेंबरमध्ये जेव्हा बर्फ वितळायला लागेल तेव्हा चिलीला पोहोचण्याची मोहीम यशस्वीपणे हाती घेण्याइतकी शक्ती त्यांना येईल, असेही ठरवण्यात आले.

मोहिमेवर जाणाऱ्या गटात अंतर्भाव करण्यासाठी पात्रतेची पहिली कसोटी– उमेदवाराची शारीरिक स्थिती किती चांगली आहे, ही ठरली.

काही मुले विमान-अपघातात काहीही इजा न होता वाचली होती; पण त्यानंतरच्या काळात त्यांची स्थिती खराब झाली होती. झर्बिनोची दृष्टी जी पहिल्या मोहिमेत जवळजवळ पूर्णपणे गेली होती, ती अजून पूर्ववत झाली नव्हती. इन्शियार्टेच्या पायावर गळवं झाली होती. सबेला आणि फर्नांडिस यांच्या तब्येती तशा ठीक होत्या; पण खेळाडू नसल्याने ते मुळातच फारसे टणक नव्हते. एडवर्डो हिमपात होण्याच्या आधीपर्यंत चांगला सशक्त होता; पण हिमपातानंतर मांस खाण्याविषयीची घृणा वाढल्यामुळे तो फारच कमी खात होता व परिणामत: इतका सशक्त राहिला नव्हता. त्यामुळे उमेदवारांची निवड करण्यासाठी राहिले ते नान्दो परॅडो, कॅनेसा, रॉय हार्ले, पाएझ, तुरॅकॅटी, विझिंटिन आणि फिटो स्ट्रॉच. यांपैकी काहीजण जायला इतरांपेक्षा जास्त उत्सुक होते. उदाहरणार्थ, नान्दोचा निश्चय इतका ठाम होता की, 'माझी निवड केली नाही तर मी एकटाच स्वतंत्रपणे जाईन' अशी धमकी त्याने दिली. तुरॅकॅटीला आधीच्या दोन मोहिमांचा अनुभव होता, ही जमेची बाजू असल्यामुळे त्याला निवडावे असा त्याचा आग्रह होता.

फिटो स्ट्रॉचला जायची तीव्र इच्छा होती; पण दुर्दैवाने हिमपात झाल्यावर सात-आठ दिवसांनी त्याला मूळव्याधीचा जोरदार त्रास सुरू झाल्यामुळे तो गळाला.

गाएझ, रॉय आणि विझिंटिन जायला तयार होते; परंतु त्यांच्या मनाच्या कणखरपणाविषयी इतरांना जरा शंका येत होती. त्यामुळे आपली क्षमता सिद्ध करण्यासाठी त्यांनी चाचणी म्हणून पूर्ण दिवसाच्या मोहिमेवर जाऊन दाखवावे, असे सर्वानुमते ठरले.

त्यानुसार पाएझ, हार्ले व विझिंटिन सकाळी अकरा वाजता चाचणी मोहिमेवर निघाले. दरीत उतरून, दरी ओलांडून पलीकडे दिसणाऱ्या उंच डोंगरावर जायचे असे त्यांनी ठरवले. एवढे एका दिवसात निश्चित साध्य करता येईल असा त्यांना विश्वास होता.

त्यांनी अंगात दोन विजारी, दोन स्वेटर चढवले व पायात रग्बीचे बूट घातले.

बर्फ गोठून कडक झाला होता त्यामुळे चालायला त्रास होत नव्हता. जिथे उतार फार उभा होता तिथे तिरपे जात, एरवी सरळ उतरत ते भराभर दरीत खाली जाऊ लागले. शिवाय त्यांच्याबरोबर ओझे किंवा सामान काहीच नव्हते.

सुमारे दीड तास चालल्यावर त्यांना विमानाचा मागचा दरवाजा आणि त्याच्या पलीकडे दोन ॲल्युमिनियमची कॉफी व कोकाकोलाची भांडी, एक कचऱ्याचा डबा आणि एक रिकामी कॉफीची बरणी विखरून पडलेली आढळली. त्यांनी ताबडतोब कॉफीच्या बरणीत बर्फ घालून तो शक्य तितका वितळवून, ते कॉफीमिश्रित पाणी पिऊन टाकले. कचऱ्याच्या डब्यात त्यांना काही बिस्किटांचे तुकडे सापडले, तेही त्यांनी तिघांत सारखे वाटून खाऊन टाकले.

आणखी दोन तास दरीत उतरल्यावर त्यांच्या लक्षात आले, की समोरचा डोंगर अजून वरून दिसला तितकाच दूर आहे! शिवाय आता दुपारच्या उन्हामुळे बर्फ मऊ होऊन त्यांचे पाय गुडघ्यापर्यंत आत जाऊ लागले, त्यामुळे त्यांनी परत फिरायचे ठरवले.

उतरण्याच्या तुलनेत उतारावर चढून जाणे किती कठीण आहे, हे आता त्यांच्या लक्षात आले. त्यात आकाशात ढग जमू लागले होते आणि थोडेसे बर्फ पडायलाही सुरुवात झाली.

वर चढणे अतिशय कठीण जात होते. तिघेहीजण थकून गेले. रॉय आणि कार्लिटोझ यांचा तर धीरच सुटण्याच्या बेतात होता. विमानापासून आपण किती अंतरावर आहोत हे कळत नव्हते. एखाद्या उंचवट्यावर पोहोचल्यावर, आता विमान दिसेल या आशेने ते पाहायचे; पण त्यांची निराशा होत होती. त्यांचा धीर सुटला. रॉय रडायलाच लागला. कार्लिटोझही हताश होऊन बर्फात कोसळला व म्हणाला, ''मला आता पुढे जाणे शक्य नाही. तुम्ही जा. मला इथेच सोडा. काय व्हायचे ते होईल.''

''अरे, असं काय करतोस!'' रॉय रडता रडता त्याला धीर देऊ लागला, ''ऊठ! तुझ्या आईचा, वडिलांचा विचार कर. इथेच राहिलास तर मरशील.''

''मला नाही उठता येत. मी भित्रा आहे. तुम्ही पुढे जा!''

थोडे चुचकारून, थोडी शिवीगाळ करून अखेरीस त्यांनी कार्लिटोझला उभे केले. ते थोडे चढून एका उंचवट्यावर पोहोचले; पण विमान दिसले नाही.

''अजून किती दूर आहे?'' कार्लिटोझने विचारले. थोड्या वेळाने तो पुन्हा खाली कोसळला. ''तुम्ही पुढे जा. मी मागून येईन.'' तो म्हणाला.

पुन्हा विझिंटिन आणि हालें यांनी त्याला कसाबसा तयार केला.

ते विमानापाशी पोहोचले तेव्हा सूर्य मावळून अंधार पडत होता. इतर मुले आत जाऊन आतुरतेने त्यांची वाट बघत होती. त्यांची एकंदर अवस्थ बघून सर्वांना कल्पना आली.

''फारच भयंकर!'' कार्लिटोझ म्हणाला, ''मी तर कोसळलोच. मेलो तर बरं असं मला वाटायला लागलं आणि मग लहान मुलासारखा मी रडलो.''

रॉय काही न बोलता नुसताच हुंदके देत राहिला.

''कठीण होतं; पण ठीक आहे. जमेल असं वाटतं.'' विझिंटिन म्हणाला.

अशा रीतीने विझिंटिनला मोहिमेच्या पथकातील चौथा उमेदवार म्हणून निवडण्यात आले.

एकदा चौघांची मोहिमेसाठी निवड झाल्यावर त्यांना अतिमहत्त्वाच्या व्यक्तींचे स्थान देण्यात आले. शक्ती वाढवण्यासाठी त्यांना वाटेल ते करायची मुभा होती. मांसाचे हवे ते आणि हवे तितके तुकडे घेण्याची त्यांना परवानगी होती. तसेच ते निवडतील त्या जागी, केव्हाही आणि कितीही वेळ झोपायची सवलत त्यांना दिली गेली. साफसफाई करणे वगैरे कामेसुद्धा त्यांनी केली नाहीत तरी चालेल असे ठरले. *(पण नान्दो आणि तुरकॅटी यांनी या सवलतीचा लाभ घेतला नाही.)* तसेच त्यांच्या कानावर कधीही निराशा येईल असे कोणीही बोलू नये असेही ठरले.

विझिंटिन आणि कॅनेसा या परिस्थितीचा कधीकधी गैरफायदा घ्यायचे व त्यामुळे इतर मुले मनातल्या मनात त्यांच्यावर चिडायची; पण नान्दो आणि तुरकॅटी यांनी मात्र कधीही गैरफायदा घेतला नाही. ते पूर्वीप्रमाणे कामे करीत राहिले व सर्वांशी प्रेमाने वागत राहिले.

रोज जी कामे करायला लागत त्यात, आपल्या मित्रांच्या मृतदेहाचे मांस कापणे हे सर्वात घृणास्पद काम होते. ते फिटो, एडवर्डो व डॅनियल फर्नांडिस करायचे. नान्दो आणि विझिंटिन इतके कणखर मनाचे असूनसुद्धा ते हे काम टाळायचे. प्रेते आधी बर्फातून उकरून कडकपणा कमी होण्यासाठी काही वेळ उन्हात ठेवावी लागत. शून्य अंशापेक्षा कितीतरी कमी असणाऱ्या तापमानामुळे, मृत व्हायच्या वेळी ज्या स्थितीत देह होते त्याच स्थितीत, जराही खराब किंवा वातड न होता राहात होते. एखाद्या मृत देहाचे डोळे उघडे असतील, तर ते आधी हाताने बंद करीत. मित्राच्या 'डोळ्यादेखत' त्याचे मांस कापणे त्यांना शक्य नव्हते.

स्ट्रॉच बंधू व फर्नांडिस देहामधून मांसाचे मोठे तुकडे कापून ते दुसऱ्या टोळीला देत. ही टोळी मग पत्र्याच्या किंवा काचेच्या सहाय्याने त्याचे बारीक बारीक तुकडे करी. मांस देहापासून वेगळे झालेले असल्याने हे काम एवढे कठीण वाटत नसे.

मांसाच्या वाटपाबद्दल नियम ठरवले गेले होते. प्रत्येकाचा मूळ भाग सारखाच असे– जवळजवळ मूठभर इतका. जी मुले काम करायची त्यांना त्याबद्दल आणखी थोडा भाग दिला जायचा आणि ज्यांना मोहिमेसाठी निवडले होते त्यांना हवे तितके मांस दिले जायचे. एक मृत देह पुरता संपला की मगच दुसरा घेण्यात येई.

उपलब्ध असलेले मृत देह जास्तीतजास्त काळ पुरावेत या गरजेमुळे देहाचे जवळजवळ सर्व भाग खाद्य म्हणून वापरले जात. यकृतात जीवनसत्त्वांचा साठा असतो हे माहीत असल्यामुळे कॅनेसा ते खाण्यास सर्वांना उत्तेजन देत असे. आता मात्र ते मोहिमेत निवडलेल्या चौघांसाठी राखून ठेवण्यात येऊ लागले. अवयव खाण्यातील घृणा जशी कमी होत गेली, तशी यकृतानंतर हृदय, मूत्रपिंड आणि मग आतडी हेही संपवण्यात आले *(आतडी खाणे युरोप किंवा उत्तर अमेरिकेतील माणसांना कदाचित कठीण गेले असते; पण उरुग्वेमध्ये हरणाचे आतडे खाण्याची प्रथा होती, त्यामुळे मुलांना ते फारसे जड गेले नाही.).*

देहावरील चरबीचा थर कापून, त्याचा पृष्ठभाग जरा सुकेपर्यंत उन्हात वाळवला जाई व नंतर त्याचे तुकडे खाल्ले जात. बहुतेकांना चरबी मांसाइतकी 'आवडत' नसे; पण ऊर्जा मिळावी म्हणून ती खाल्ली जात असे. फक्त फुप्फुस, जननेंद्रिये, डोके व अंगावरील त्वचा हे टाकून दिले जाई.

आपल्या वाट्याचा भाग खाऊन बऱ्याच मुलांची भूक भागत नसे. ती मग आजूबाजूला कुठे तुकडे पडलेले दिसतात का, याचा शोध घेत बसत व काही मिळाले तर ते स्वाहा करीत.

मांस कापण्याचे काम जी मुले करायची, ती काम करताना अधूनमधून एखादा तुकडा तोंडात टाकायची. त्यांच्यावर सर्वांचे लक्ष असे; पण ते मर्यादित असेपर्यंत कोणी अशा 'चोरी'ला आक्षेप घेत नसे.

दुखापत झालेल्या मुलांचे मात्र जास्त हाल होत. एशावरन व नोगिरा यांचे पाय मोडून त्यात गँगरीन झाले होते. त्यामुळे ते फक्त देहधर्म करण्यासाठीच कधीकधी विमानाच्या बाहेर रांगत, सरपटत यायचे. एरवी ते विमानातच पडून असत. त्यांनी काही काम करण्याचा प्रश्नच नव्हता.

डेलगॉडो व इन्सियार्टे यांचेही पाय मोडले होते. मेथॉलला विरळ हवेचा त्रास होतच होता. बॉबी फ्रॅकॉइस आणि रॉय हार्ले यांना जरी शारीरिक दुखापत झालेली नव्हती, तरी मनाने ते पार खचून गेले होते. त्यामुळे ही मुले बाहेर उन्हात नुसती बसून राहात. त्यांच्या निष्क्रियतेचा इतरांना राग यायचा. मॉगिनोचासुद्धा पाय मोडलेला होता, तरी तो मांस कापण्याचे काम करीत असे; मग डेलगॉडो का नाही करू शकत, असे प्रश्न कधीकधी उपस्थित केले जायचे.

इन्सियार्टे, हार्ले, तुर्कॅटी यांना अजून कच्चे मांस खाता येत नव्हते. मांस भाजले तरच ते खात; पण आग पेटवण्यासाठी कोकाकोलाची तीनच खोकी होती. ती पुरवून वापरणे आवश्यक होते. त्यामुळे दोन दिवसांनी एकदाच आग पेटवली जात असे आणि ते दिवस सोडले तर इतर दिवशी ते उपाशीच राहायचे; पण मग ज्या दिवशी आग पेटवली जायची, त्या दिवशी त्यांना जास्त खाऊ दिले जायचे.

मोहिमेसाठी चार उमेदवार निवडल्यावर १५ नोव्हेंबरला, जेव्हा हिवाळा संपेल अशी अपेक्षा होती, त्याला अजून दहा दिवस होते. त्या काळात त्या एकोणीसजणांची वागणूक अभ्यास करण्यासारखी होती.

नान्दो परॅडो अपघाताच्या आधी बुजरा आणि ऑकवर्ड वाटणारा मुलगा होता. तो आता आपल्या नेतृत्वगुणांमुळे सर्वांना प्रिय झाला होता. त्याच्या दृढनिश्चयी पण शांत स्वभावामुळे सर्वांना त्याचा आधार वाटायचा. नैराश्यामुळे अनेक मुले रडायला लागायची, त्यांना तो धीर द्यायचा. उमेदवार म्हणून निवडला गेला असल्याने त्याला कोणतीही कामे न करण्याची सवलत होती; पण तो काहीतरी कामे करत राहायचा. त्याचा मोठा दोष एकच होता, की सुटकेच्या मोहिमेवर जाण्याच्या बाबतीत तो फार उतावीळ झाला होता व योग्य ते नियोजन करण्याच्या मन:स्थितीत नव्हता.

नान्दोच्या खालोखाल नुमा तुरकॅटी सर्वांचा आवडता झाला होता. आपले लहानसर पण पिळदार शरीर जणू काही त्याने सर्वांच्या सेवेला वाहिले होते. हिमपाताच्या आधीच्या मोहिमांवर गेल्यामुळे तो अशक्त झाला होता. त्यातच कच्चे मांस खाण्याबद्दलची त्याची घृणा कमी होत नव्हती. इतर मुलांशी त्याची पूर्वीची ओळख नसूनसुद्धा त्याच्या साध्या व सरळ स्वभावामुळे सर्वांच्या मनात त्याच्याबद्दल प्रेम व आदरभाव होता. तो व नान्दो मिळून मोहिमेवर गेले तर ती नक्की यशस्वी होईल, अशी सर्वांची धारणा होती.

मात्र इतर दोघे 'उमेदवार' तेवढे लोकप्रिय नव्हते. कॅनेसाकडे कल्पकता होती. त्याने बनवलेल्या ब्लॅंकेटांमुळे व झोळ्यांमुळे विमानातील परिस्थिती खूपच सुधारली होती. त्याला प्रोटीन्स, व्हिटॅमिन्स यांच्याविषयी ज्ञान होते व मृतांच्या देहांचा खाद्य म्हणून वापर करण्याच्या कल्पनेचा तो कट्टर समर्थक होता; परंतु त्याने प्लॅटोरोवर केलेल्या शस्त्रक्रियेमुळे निर्माण झालेली त्याची वैद्यकीय प्रतिमा, त्याने इन्शियार्टेंच्या पायावरील गळू फोडल्यावर ते चिघळल्यामुळे, जरा डागाळली होती.

परंतु कॅनेसाच्या स्वभावागुळे त्याचे कोणाशीही पटणे कठीण होते. तो नेहमी नर्व्हस व तणावपूर्ण असायचा. क्षुल्लक कारणावरून त्याचे डोके फिरायचे व मग तो आरडाओरडा व शिवीगाळ करू लागायचा. त्याला 'मसतस' ऊर्फ 'दांडगोबा' हे टोपण नाव केवळ त्याच्या दणकट शरीरामुळे नव्हे तर हट्टीपणामुळेही पडले होते. कधीकधी तो दिलदारपणे वागायचा, तर कधी झोपलेल्यांच्या अंगावर पाय देऊन जायलासुद्धा तो मागेपुढे पहायचा नाही. त्याच्या मनाला येईल तसे तो करायचा आणि कोणाचीही त्याला थांबवण्याची छाती नसे. फक्त नान्दोचाच त्याच्यावर थोडाफार प्रभाव होता.

विझिंटिन हा कॅनेसाइतका हट्टी व हेकेखोर नव्हता; पण तो जास्त आत्मकेंद्री होता

आणि त्याच्याकडे कॅनेसाची कल्पकताही नव्हती. तो धाडसी होता पण विमानात त्याची वर्तणूक बेजबाबदारपणाची व पोरकट असायची. तो सर्वांशी भांडायचा. स्वत:पुरता बर्फ वितळवणे व मनाला येतील ती बारीकसारीक कामे करणे एवढेच तो करायचा. त्याने सर्व मोहीमवीरांसाठी सीट कव्हर्सपासून हातमोजे बनवले. तसेच अनेक काळे चष्मे बनवले. रात्री तो आईची आठवण काढून रडत बसायचा.

मॅगिनोचीसुद्धा थोड्याच मुलांची पूर्वीची ओळख होती. अपघातानंतरचे काही दिवस तो आपल्यापुरते बघायचा आणि बेताल व्हायचा; पण आता पाय मोडलेला असूनसुद्धा तो इतरांपेक्षा जास्त वेळ सर्वांसाठी काम करायला पुढे यायचा.

बॉबी फ्रँकॉइस आळशी होता. जगण्यासाठी प्रयत्न करण्यात काही हशील नाही असा तो वागायचा. तो नुसता बसून राहायचा. अगदीच कोणी सक्ती केली तर बर्फ वितळवायचा, नाहीतर हिमपातामुळे गोठलेले पाय चोळत बसायचा. रात्री अंगावरचे ब्लॅंकेट सरकले तर तेसुद्धा तो स्वत: परत अंगावर घ्यायचा नाही. शेवटी अशी वेळ आली की स्ट्रॉचबंधूंनी त्याला 'तू काम केले नाहीस तर तुला काहीही खायला मिळणार नाही' असे बजावले. त्याने नुसते खांदे उडवले व 'ठीक आहे' म्हणून तो गप्प बसला. तो जगण्याची जिद्दच घालवून बसला होता.

एडवर्डो स्ट्रॉच हा नान्दोप्रमाणे वयाने जरा मोठा व सशक्त होता. इन्शियार्टे, फ्रँकॉइस, मांचो सबेला यांच्यासारख्या लहान व अशक्त मुलांशी तो प्रेमाने वागायचा. मांचो सर्वांत अशक्त व हळवा होता. अपघातात तो धीराने वागला (*त्यानेच माझा जीव वाचवला असे निकोलिच मानायचा*) आणि काम करायची त्याला इच्छा असायची; पण त्याच्या अंगात तेवढी शक्ती नव्हती. त्यामुळे तोही इतर मुलांबरोबर उन्हात गप्पा मारत, सिगारेट ओढत, बर्फ वितळवत बसायचा.

हावियर मेथॉल त्यापैकीच एक होता. त्याला विरळ हवेचा त्रास होत होता. तो बोलायचा खूप; पण अडखळायचा व वाक्य अर्ध्यावरच सोडायचा. त्यामुळे सर्वजण त्याची टिंगल करायचे, मेथॉल चरबीच्या तुकड्यांमधून तेल काढायचा व ते रेचक म्हणून वापरायचा. सुऱ्यांना धार लावायचे काम त्याच्याकडे होते. कॉकपिटमधे सापडलेल्या प्लॅस्टिकच्या तुकड्यापासून त्याने कॅनेसासाठी व स्वत:साठी गॉगल बनवले, त्यात त्याने दोनऐवजी एकच 'काच' ठेवली होती, त्यावरून त्याला एकाच डोळ्याने दिसते हे इतरांच्या लक्षात आले.

इन्शियार्टेसुद्धा नान्दो आणि तुरकॅटीप्रमाणे सर्वांमधे प्रिय होता. त्याच्या पायाची जखम चिघळेपर्यंत तो थोडे काम करीत असे; पण नंतर ते त्याने थांबवले. त्यामुळे इतर मुले त्याच्यावर नाराज असायची; पण तरीही त्याच्या साध्या, सरळ व विनोदी स्वभावामुळे तो सर्वांना आवडायचा.

अल्फ्रेडो डेलगॅडो हा 'बोलबच्चन' होता; पण इथे डोंगरावर त्याच्या भाषणाचा

काहीच उपयोग नव्हता. तो वयाने मोठा होता आणि अपघात झाल्यावर वास्तवाचे भान देण्याऐवजी त्याने उगीचच, आपली लवकरच सुटका होईल अशी आशा उत्पन्न करणारी भाषणे केली व नंतर सर्वांचा अपेक्षाभंग झाला. त्यामुळे, पायाच्या दुखापतीमुळे आपण काम करू शकत नाही या त्याच्या बोलण्यावर कोणाचाही विश्वास बसत नसे.

एकंदर वातावरण स्फोटक बनले होते. अशा वेळी जमावाला कोणी तरी 'बळीचा बकरा' हवा असतो. तो मान डेलगॅडोला मिळण्याची शक्यता होती. परिस्थिती आणखी चिघळणार होती.

प्रायोगिक मोहिमेचा रॉय हालें व कार्लिटोझ पाएझवर विरुद्ध परिणाम झाला. मोहिमेत रॉयने कार्लिटोझपेक्षा जास्त चांगली कामगिरी केली होती तरी तो खचत चालला. आपण सर्वांची निराशा केली अशी त्याची भावना झाली व तो नुसता उदासवाणा बसून राहू लागला. त्याला ओरडल्याशिवाय तो काम करीनासा झाला. त्याउलट कार्लिटोझ जास्त जोमाने व जबाबदारीने काम करू लागला; परंतु तो अधिकार गाजविणारा व भांडकुदळ होता. तसेच तो सर्वांपेक्षा जास्त चोऱ्या करायचा. तरीही एकंदरीत त्याचे व्यक्तिमत्त्व विनोदी होते. त्यामुळे मुलांचे मनोधैर्य चांगले राहण्यात त्याचा मोठा वाटा होता.

अल्गोर्टा, झर्बिनो व कार्लिटोझ हे स्ट्रॉच बंधूंच्या खालच्या थरात काम करायचे. सैन्यातील 'नॉन कमिशन्ड ऑफिसर्स'प्रमाणे ते वरून आलेला हुकूम खालच्या थरातील मुलांकडे पोचवण्याचे काम करायचे. झर्बिनो त्याच्याहून मोठ्या मुलांची खुशामत करायचा व लहान मुलांवर 'दादागिरी' करायचा. त्याची डॅनियल फर्नांडिसशी दाट मैत्री होती. त्या दोघांनी अपघातात मरण पावलेल्या प्रवाशांचे पैसे व कागदपत्र जपून ठेवण्याची जबाबदारी घेतली. त्याच्या भोळ्या स्वभावामुळे बरेचदा मुले त्याची मस्करी करीत. तसेच तो निराशावादी होता. फिटोने त्याला 'बाहेर जाऊन हवा कशी आहे ते बघून ये' असे सांगितले तर तो बघून आल्यावर हमखास 'फार कडक गारठा आहे आणि बर्फाचे वादळ सुरू होत आहे असे दिसते' असे सांगायचा. मग फिटो कार्लिटोझला तेच सांगायचा. तो 'थोडासा हिमवर्षाव होत आहे; पण तो फार वेळ टिकणार नाही. अर्ध्या तासात स्वच्छ निळे आकाश दिसेल' असे सांगायचा.

पेद्रो अल्गोर्टा हा इतर मुलांच्या अगदी उलट, म्हणजे बुजरा, अबोल व समाजवादी विचारांचा होता. त्याला विस्मृतीचाही विकार होता. अपघाताच्या आधीच्या दिवसांत काय घडले हे त्याला अजून आठवत नव्हते. तसेच आपण आपल्या मैत्रिणीला भेटायला म्हणून चिलीला निघालो होतो हेही तो विसरला होता. जिवंत राहण्यासाठी आपण काहीतरी केले पाहिजे याची त्याला जाणीव होती आणि तसे प्रयत्न तो करायचा.

ह्या विमानातील 'जनते'चे सरकार म्हणजे एडवर्ड व फिटो स्ट्रॉच आणि डॅनियल फर्नांडिस हे त्रिकूट. हे तिघेही व्यक्तिश: इतरांपेक्षा फार वेगळे नव्हते. त्यांचे गुण परस्परांना पूरक असल्याने त्यांचे वर्चस्व निर्माण झाले होते.

डॅनियल हा मेथॉलच्या खालोखाल वयाने सर्वांत मोठा होता व त्यामुळे आपल्यावर विशेष जबाबदारी आहे याची त्याला जाणीव होती. त्याच्या वयाच्या (*२६ वर्षे*) मानानेसुद्धा तो जास्त परिपक्व होता. विमानाचा आतील भाग नीट ठेवणे, कागदपत्रे गोळा करणे व सिगारेट लायटर व सुऱ्या यांचे नियंत्रित वाटप करणे ही कामे तो मन:पूर्वक करायचा. तो फ्रॅकॉइसच्या गोठलेल्या पायांना मसाज करायचा (*याबद्दल, मॉटेविडियोला परतल्यावर मी तुझा गुलाम होईन असे फ्रॅकॉइसने त्याला वचन दिले होते*). स्वभावाने जरा लाजाळू असला तरी त्याला गप्पा मारायची व गोष्टी सांगायची आवड होती. तो शांत, जबाबदारीने व न्यायाने वागणारा होता. शारीरिक सामर्थ्य व आग्रही वृत्ती हे दोनच गुण त्याच्यात नव्हते.

एडवर्ड स्ट्रॉचला 'जर्मन' हे टोपणनाव मिळाले होते. तो फिटोपेक्षा लहान बांध्याचा होता. त्याचे व्यक्तिमत्त्व आकर्षक होते. युरोपचा प्रवास केलेला असल्यामुळे त्याचे वागणे सौजन्यपूर्ण असायचे. तो अधिकार गाजवायचा; पण लहानांशी प्रेमाने वागायचा.

फिटो स्ट्रॉचचा स्वभाव जरा रागीट होता; पण त्याचा सकारात्मक दृष्टिकोन व अचूक अंदाज यांच्यामुळे मुलांना धीर यायचा. गॉगल्सचा 'शोध'ही त्यानेच लावला होता.

❑

३

वर वर्णन केल्याप्रमाणे जी शासन व्यवस्था तयार झाली होती तिची कार्यवाही बऱ्यापैकी होत होती. अमेरिकेच्या घटनेप्रमाणे तिच्यातही परस्पर नियंत्रणाची तरतूद होती. स्ट्रॉच बंधू व त्यांचे सहाय्यक मोहीमवीरांचे महत्त्व मर्यादित ठेवायचे तर मोहीमवीरांमुळे स्ट्रॉच बंधूंना लगाम बसायचा. दोन्ही गट परस्परांचा मान राखायचे व दोघांनाही सर्व एकोणीस मुलांची अलिखित मान्यता होती.

त्यांच्यापैकी एशावरन व नोगिरा हे अपघातात जखमी झाल्याने विमानातच पडून असायचे. त्या दोघांची पार्श्वभूमी अगदी भिन्न होती. एशावरन मोकळ्या व धैर्यवान स्वभावाचा होता. अपघातात त्याच्या पोटरीचा स्नायू फाटून बाहेर आला होता, तो पुन्हा आत ढकलला होता; पण त्या जखमेत आता सेप्टिक झाले होते. त्यामुळे त्याला पाय व पायाची बोटेही हालवता येत नव्हती, ती काळी-जांभळी पडत चालली होती. त्याची स्थिती बिघडत चालली होती. पायात पू होऊन गँग्रीन झाले होते. एके दिवशी सकाळी

त्याने सर्व मुलांचे लक्ष वेधून घेतले व 'मी आता मरणार. मी गेल्यावर माझी मोटरसायकल माझ्या नोकराला द्यावी व जीप मैत्रिणीला द्यावी, असे तुमच्यापैकी जे वाचतील त्यांनी माझ्या घरच्यांना कळवावे' असे त्याने त्यांना सांगितले. मुलांनी 'असे काही होणार नाही' असे त्याला बजावले. दुसरे दिवशी तो पुन्हा आशावादी बनला.

एशानरनच्या मानाने नोगिराची शारीरिक अवस्था जास्त बरी होती; पण त्याची मानसिक स्थिती सर्वात खराब होती. तो मूळचाच अबोल व आत्मकेंद्रित होता. त्याला राजकारणात फार रस होता. तो विमानात शून्यात दृष्टी लावून पडलेला असायचा. सुरवातीला त्याने नकाशे वाचण्यात रस घेतला; पण जसजसे दिवस गेले तसे त्याला नैराश्याने ग्रासले. आपण एकविसाव्या वर्षी मरणार अशी त्याची प्रामाणिक समजूत होती. तो सर्वांशी तुटकपणे वागायचा. त्यामुळे एकटा पडला होता. याचे खरे कारण त्याचे टोकाचे राजकीय विचार हे होते. उदाहरणार्थ, एकदा पाएझ सर्वांना त्याच्या वडिलांविषयी सांगत होता. ते आफ्रिकेत गेले तेव्हा काय झाले, गुंथर झाक्स व ब्रिजिट बार्दो त्यांच्या घरी कशा येत असत वगैरे. यावर कॅनेसा म्हणाला,

"आर्तुरो (नोगिरा), तुला कसं वाटतं हे?"

"मला अशा गोष्टीत रस नाही. मी समाजवादी आहे." नोगिरा म्हणाला.

"तू समाजवादी नाही. मूर्ख आहेस, मूर्ख! उगीच मोठेपणाचा आव आणू नको!" कॅनेसा म्हणाला.

"तुम्ही सगळे सरंजामशाही प्रतिक्रियावादी आहात आणि तुमच्यासारख्या चंगळवादी लोकांच्या उरुग्वेत मला राहायचे नाही. विशेषतः तू, पाएझ." नोगिरा म्हणाला.

"त्याला आवरा. मी त्याचे उगाच ऐकून घेणार नाही." पाएझ ओरडला.

"तू सागाजनादी असलास तर ते घरी." संतापाने थरथरत इन्शियार्टे बोलला. "इथे सर्वजण सारखे आहेत, माणूस म्हणून."

"जाऊ दे रे. एवढं काय मनावर घेतोस?" अल्गोर्टीने मध्यस्थी केली. मग नोगिरा गुपचूप पडून राहिला; पण नंतर त्याने पाएझची माफी मागितली.

नोगिरा विमानाच्या बाहेरच जायचा नाही. पाणीसुद्धा, वर एका छिद्रातून थेंब थेंब गळायचे, तेच प्यायचा, नाहीतर कोणीतरी त्याला आणून द्यायचे. त्याचे मनोधैर्य उंचावण्यासाठी इतर मुले त्याच्याशी त्याच्या कुटुंबाविषयी गप्पा मारण्याचा प्रयत्न करायची; पण त्याचा फारसा उपयोग होत नसे.

विमानात गारठा, अंधार व दमट वातावरण असे. हवाही कुबट व्हायची. नोगिरा अशक्त होत चालला होता. तो त्याच्या वाटचे मांस खात नाहीये हे सात-आठ दिवसांनी मुलांच्या लक्षात आले. मग आल्गोर्टा मांसाचे लहान लहान तुकडे करून

ते त्याच्या तोंडात घालू लागला. तो असा एकटा पडला तर मरेल अशी भीती पॅरडो व फिटो स्ट्रॉच यांना वाटू लागली. पॅरडो त्याला म्हणाला, ''तुला इथेच राहायचे आहे का?'' 'मरायचे' याअर्थी मुले 'इथेच राहणे' म्हणत.

''तसंच वाटतंय.'' नोगिरा उत्तरला.

''नाही. मी तुला इन्शियार्टेंच्या वाढदिवसाच्या दिवशी बाहेर घेऊन जाईन.'' पॅरडो म्हणाला.

एके रात्री, सर्वजण झोपेच्या तयारीत असताना नोगिरा म्हणाला, ''आज मी प्रार्थना म्हणू का?'' पाएझने आपली जपमाळ त्याच्या हातात दिली. नोगिराने प्रार्थना म्हणताना, सर्वांची कुटुंबे, त्यांचा देश, अपघातात मरण पावलेले व आता उरलेले मित्र यांचे कल्याण होवो असे मागणे मागितले. त्याच्या आवाजात इतकी आर्तता होती की ते ऐकूनच सर्वांच्या मनात त्याच्याबद्दल नव्याने आदराची व प्रेमाची भावना निर्माण झाली. त्याची प्रार्थना संपली तेव्हा सर्वजण स्तब्ध झाले होते. फक्त त्याचे स्वतःचे मुसमुसणे ऐकू येत होते.

''तू का रडतोयस?'' पेद्रोने विचारले.

''कारण मी देवाच्या अगदी जवळ आहे.'' नोगिरा उत्तरला.

नोगिराकडे त्याच्या सामानाच्या यादीचा एक कागद होता. त्याच कागदाच्या पाठीमागे त्याने त्याच्या आईवडिलांना व मैत्रिणीला उद्देशून एक पत्र लिहिले–

''अशा परिस्थितीत ईश्वराच्या मानवावरील अगाध शक्तीचा प्रत्यय येतो. माझा देवावर कधीच फारसा विश्वास नव्हता, तरीही मला आतासारख्या मानसिक व शारीरिक यातना कधीच भोगाव्या लागल्या नव्हत्या. माझा पाय तुटलेला आहे. दोन्ही घोटे सुजलेले आहेत. प्रत्येक दिवस, प्रत्येक रात्र यातनामय आहे. तुमच्या भेटीची इच्छा फार तीव्र आहे. ममा, पपा, मी तुमच्याशी नीट वागलो नाही... जीवन फार कष्टकारक आहे; पण तरीही ते जगण्याजोगे आहे. दुःखसुद्धा, धैर्यसुद्धा.''

दुसरे दिवशी नोगिरा आणखी क्षीण झाला होता व त्याला तापही भरला होता. अल्गोर्टिने त्याच्या झोळीत त्याच्याशेजारी झोपून त्याला ऊब देण्याचा प्रयत्न केला. नोगिराला भास होऊन तो बडबडू लागला. ताप खूपच चढला होता. तो झोळीतून खाली झोपलेल्या मुलांच्या अंगावर उतरायचा प्रयत्न करू लागला. 'पाएझ आणि एशानरन मला मारायला आले आहेत' असे किंचाळू लागला. अखेरीस लिब्रियम व व्हेलियमच्या गोळ्या त्याच्या तोंडात कोंबल्यावर तो झोपला.

दुसरे दिवशी तो अर्धा कोमात व अर्धा वातात होता. त्या रात्री इतके गार होते की मुलांनी त्याला झोळीतून काढून त्यांच्यात खाली झोपवले. तो अल्गोर्टाच्या कुशीत झोपला आणि त्या अवस्थेतच त्याची प्राणज्योत मालवली. मेथॉल आणि झर्बिनोने कृत्रिम श्वासोच्छ्वास देऊन त्याला जिवंत करण्याचा प्रयत्न केला; पण त्यांना यश आले नाही. पेद्रो खूप रडला. त्याचा देह बाहेर बर्फावर नेऊन ठेवण्यापूर्वी त्याने नोगिराचे जॅकेट व ओव्हरकोट स्वत:कडे ठेवून घेतले.

□

४

नोगिराच्या मृत्यूने सर्वांनाच मोठा धक्का बसला. हिमपातातून जे वाचले ते शेवटपर्यंत निश्चित जगणार ह्या त्यांच्या गृहीतकाला धक्का बसला. सुटकेचे प्रयत्न निकडीने केले पाहिजेत, मोहीमवीरांनी आता लवकरात लवकर निघावे असे त्यांना वाटू लागले; पण बाहेरील कडाक्याचा गारठा व हिमवर्षावामुळे ते विमानातच अडकून पडले.

हिमपातानंतर त्यांच्या झोपण्याच्या जागा ठरलेल्या अशा नव्हत्या. संध्याकाळी जो प्रथम आत येईल, तो त्याला आवडेल त्या उबदार जागी झोपत असे. नंतर त्यांनी सर्वांना न्याय मिळेल अशी व्यवस्था निश्चित केली. दिवसा बाहेर विमानाच्यावर उशा उन्हात ठेवल्या जात, त्या डॅनियल फर्नांडिस व अल्फ्रेडो डेलगॅडो गोळा करून विमानात पसरीत. मग संध्याकाळी साडेपाचच्या सुमारास जेव्हा सूर्य डोंगराच्या मागे जायचा व हवेतील गारठा एकदम वाढू लागायचा, तेव्हा विमानात ज्या क्रमाने झोपायचे त्या क्रमाने मुले बाहेर रांगेत उभी राहायची. प्रथम इन्शियार्टे आत जायचा, मग फिटो आणि एडवर्डो, नंतर फर्नांडिस व झर्बिनो *(त्यांची दरवाजाजवळ झोपायची पाळी नसल्यास)*, त्यानंतरचा क्रम मात्र फार निश्चित असा नव्हता. कॅनेसा त्याला हवी ती जागा घेत असे व बहुतेक पेर्डो त्याच्याबरोबर झोपत असे. फ्रँकॉइस व हार्ले यांची जोडी होती. मेथॉल मॅगिनोबरोबर तर अल्गोर्टा तुरकॅटी किंवा डेलगॅडोबरोबर आणि सबेला विझिंटिनबरोबर झोपत असे. शेवटच्या जोडीला विमानाच्या दरवाजाजवळ, जी विमानातील सर्वांत गार जागा होती, तिथे झोपावे लागायचे. सर्वांत शेवटी कार्लिटोझ आत यायचा. त्याचे काम बॅगांची भिंत उभी करून विमानाचे दार बंद करणे हे होते आणि त्या बदल्यात त्याला विमानातील सर्वांत उबदार जागा, वैमानिकाच्या केबिनच्यामागे दिली जायची; पण त्याला आणखी एक काम करावे लागायचे. त्याच्या झोपण्याच्या जागेपाशी विमानाच्या खालच्या बाजूला एक छिद्र होते व तिथे एक प्लॅस्टिकचा मग ठेवलेला होता. रात्री कोणालाही लघुशंका

करावीशी वाटली तर तो कार्लिटोझकडून मग मागून घ्यायचा व भरलेला मग त्याच्याकडे परत पाठवायचा, तो मग कार्लिटोझ विमानाच्या छिद्रातून ओतून रिकामा करायचा. प्रत्येक रात्री कार्लिटोझला हे काम अनेक वेळा करावे लागायचे.

यावर उपाय म्हणून त्यांनी विमानाच्या दाराजवळची जागा रात्री मोरी म्हणून वापरावी असे ठरवले; पण मग त्यांच्या लक्षात आले की दिवस उजाडला की रात्री गोठलेले मूत्र वितळून विमानात वाहत यायचे; पण दरवाजाजवळ झोपलेल्या कोणाला मगची गरज भासली, तर दुसऱ्या टोकाला झोपलेल्या कार्लिटोझकडून मग मिळवण्यासाठी मधल्या सर्व मुलांना जागे करावे लागायचे.

विमानाचा आतील भाग गलिच्छ झाला. केवळ मूत्रामुळे नव्हे, तर चरबीचे तुकडे व हाडे पडलेली असायची. म्हणून एक नवा नियम केला गेला की १) हाडे आत आणू नयेत व २) चरबीचे तुकडे आत आणले तर रात्रीच्या आत ते पुन्हा बाहेर टाकावेत. तरीही दोन्ही टोकांकडील बर्फ घाण झाला. केवळ कडाक्याची थंडी होती म्हणूनच फारशी दुर्गंधी येत नसे.

झोपणे फार कठीण होते. त्यांना इतक्या दाटीवाटीने झोपावे लागे की एकाला कुशीवर वळायचे असेल तर सर्वांना वळायला लागायचे आणि पांघरूण म्हणून अंगावर घेतलेली सीटकव्हरे खाली पडायची. त्यात त्यांना पुन्हा हिमपात होईल की काय अशी सतत धास्ती असायची. बाहेरून विचित्र आवाज ऐकू येत– ते तिंगिरिरिका ज्वालामुखीचे किंवा दूरवर झालेल्या हिमपाताचे असत. डोंगराच्या वरील भागावरून दगड घरंगळत खाली येऊन विमानावर आपटत. मेथॉल श्वासाची हवा गरम व्हावी म्हणून तो रग्बीचा टी-शर्ट डोक्याभोवती गुंडाळीत असे. तो बसल्या बसल्याच झोपायचा. मग डुलकी आली की तो शेजारच्या मुलाच्या अंगावर कलंडायचा.

अशा बारीकसारीक कारणांवरूनच त्यांच्यात भांडणे व्हायची. कोणाचा पाय चेहऱ्यावर लागला म्हणून, तर कधी कोणी ब्लॅंकेट चोरले म्हणून; पण हे सर्व क्वचितच प्रत्यक्ष मारामारीवर जायचे. त्या बाबतीत कॅनेसा व विझिंटिन हे दोघे सर्वांत बेताल असायचे. ते इतरांपेक्षा सशक्त होते आणि 'मोहीमवीर' होते याचा फायदा घेऊन ते हवे तिथे आणि हवे तसे झोपायचे. मात्र ते परॅडो, फर्नांडिस आणि स्ट्रॉच बंधू नाराज होणार नाहीत याची काळजी घ्यायचे. एकदा हार्ले सरकत नव्हता म्हणून विझिंटिनने त्याच्या चेहऱ्यावर पाय टाकला. पाय काढायला सांगितला तर तो ऐकेना. मग हार्लेने त्याचा पाय ढकलून दिला, त्याबरोबर विझिंटिनने त्याला लाथ मारली. हार्ले चिडला व विझिंटिनला मारायला निघाला. मग फर्नांडिसने त्यांना समजावले. दुसऱ्या एका वेळी विझिंटिनने तुर्कॅटीला लाथ मारली. सहसा शांत स्वभाव असलेला तुर्कॅटी चवताळला व ओरडला, "रानटी माणसा, मी आता जिवात जीव असेपर्यंत तुझ्याशी कधीही बोलणार नाही.'' तुर्कॅटीची बाजू घेत

इन्शियार्टें ओरडला, ''रांडलेका, तुझा पाय काढ, नाहीतर मी तुझे टाळके फोडीन.'' विझिंटिनने दोघांनाही 'मसणात जा' म्हणून उत्तर दिले आणि पुन्हा फर्नांडिसने हस्तक्षेप करून सर्वांना शांत केले.

पण बहुतेक भांडणे थोडक्यात मिटायची आणि मग दोघेही भांडखोर डोळ्यात पाणी आणून एकमेकांना मिठी मारायचे. आपण एकजुटीने राहिलो नाही तर वाचणार नाही याची ते एकमेकांना वारंवार आठवण करून द्यायचे.

अशा कुरबुरी, धमकावणे, शिवीगाळ करणे हे त्यांच्यात निर्माण होणाऱ्या नैराश्याच्या भावनेचा उद्रेक होऊन निचरा होण्याचा एक मार्ग होता; पण काहीजण, विशेषत: पॅरेडो, कधीच भांडायचे नाहीत.

□

५

रात्री झोपण्यापूर्वी ते एकमेकांशी गप्पा मारायचे. गप्पा वेगवेगळ्या विषयांवरून सुरू व्हायच्या पण शेवटी हमखास त्या खाण्यावर यायच्या. प्रत्येकजण आपल्याला कोणते पदार्थ आवडतात त्यांची नावे सांगायचा, मग आपल्याला कोणते पदार्थ करता येतात ते सांगायचा, मग आपल्या प्रेयसीला कोणते पदार्थ करता येतात ते व्हायचे. अशा प्रकारे जिभल्या चाटत गप्पा चालू राहत; पण अशा स्वप्नरंजनामुळे आपल्याला क्लेशच जास्त होतात आणि त्यातून निर्माण होणाऱ्या पाचकरसामुळे ॲसिडिटी होईल असे वाटून 'यापुढे खाण्याच्या गप्पा बंद' असे त्यांनी ठरवले. जास्त करून ते त्यांच्या कुटुंबीयांविषयी बोलायचे. एडवर्डो त्याच्या युरोपच्या सफरीविषयी बोलायचा. उरुग्वेच्या राजकारणात सर्वांनाच रस होता; पण नोगिराच्या उद्रेकाची आठवण ताजी असल्याने तो विषय टाळला जायचा. सर्वांत सुरक्षित विषय म्हणजे शेती हा होता. त्यांच्यापैकी बहुतेक जणांची शेती होती किंवा शेतीशी संबंध होता. त्यामुळे ह्या विषयावरील गप्पा रंगायच्या. आपली मैत्रीण किंवा प्रेयसी हासुद्धा एक आवडीचा विषय होता; परंतु थंडी व अशक्तपणा यामुळे लैंगिक भावना जवळजवळ पूर्णपणे लोप पावल्या होत्या. काहींना तर, अपुऱ्या आहारामुळे आपण नपुंसक तर बनणार नाही ना, अशी भीती वाटे. त्यामुळे लैंगिकतेची शारीरिक इच्छा त्यांना त्रास देत नसे; पण भावनिक पातळीवर त्यांना आपल्या प्रेयसीच्या संगतीची इच्छा तीव्रतेने होत असे. त्यांनी लिहिलेल्या पत्रांमध्ये आई-वडिलांपेक्षा प्रेयसीला उद्देशून लिहिलेल्या पत्रांची संख्या अधिक असायची. जीवन, मरण, ईश्वर हे विषयसुद्धा चर्चेला यायचे.

वाचायला मात्र, एक-दोन कॉमिक्स सोडली तर, काहीच नव्हते. गाणी म्हणणे, खेळ खेळणे हे काही दिवसांतच बंद पडले होते. क्वचित कोणी 'मेल्यावर मी बर्फात

अलाइव्ह । ८१

कसा दिसेन?' असा भीषण विनोद करायचा; पण आपले मनोधैर्य उंचावण्यासाठी म्हणून त्यांनी काही घोषणा तयार केल्या होत्या. 'जो हातपाय गाळेल तो इथेच राहील.' 'लढणाऱ्याला मरण नाही.' 'आपण थंडीचा पराभव केला.' 'चिली आहे पश्चिमेला' अशा घोषणा ते वरचेवर करीत राहायचे; पण शेवटी सर्व गोष्टी 'आपली सुटका' ह्या विषयाकडे वळायच्या. सुटकेच्या मोहिमेच्या नियोजनाचे वारंवार पुनरावलोकन व्हायचे. काय काय सामान व साधने बरोबर न्यावीत, त्याची चर्चा होऊन साधने बनवली जायची. मोहिमेचा मार्ग ठरवला जायचा. मोहिमवीर सर्वांच्या सुटकेसाठी जाणार आहेत आणि सर्वांच्या सूचना लक्षात घेतील अशी सर्वांना जाणीव होती. चिलीला पोचल्यावर घरी कसे पोचायचे, घरी पोचल्यावर काय करायचे याविषयी बोलणे होई. नऊ वाजता चंद्र डोंगराच्या मागे जाऊन काळोख झाला, की बोलणे बंद व्हायचे व प्रत्येकजण झोपेचा प्रयत्न करायचा. कार्लिटोझ प्रार्थना म्हणायचा व सर्वजण त्याच्यानंतर म्हणायचे. त्यांना हिमपाताची फार भीती वाटायची. प्रार्थना म्हटली की सर्वांना दिलासा मिळायचा.

☐

६

आणखी दोन गोष्टी अशा होत्या की ज्यांच्यावर सर्वांचे लक्ष असायचे. पहिली म्हणजे सिगारेटी. परॅडो, कॅनेसा आणि विझिंटिन हे तिघेच धूम्रपान न करणारे होते. बाकीचे सर्वजण खूप धूम्रपान करणारे होते आणि सध्याच्या परिस्थितीमुळे त्यांचे धूम्रपानाचे प्रमाण आणखी वाढले होते.

खरे म्हणजे सिगारेटींचा साठा भरपूर होता. हावियर मेथॉल आणि पंचितो अबल हे सिगारेट कंपनीतच काम करत असल्याने आणि चिलीत सिगारेटचा तुटवडा आहे हे माहीत असल्यामुळे त्यांनी बरोबर सिगारेटचा भरपूर साठा आणला होता. तरीही सिगारेटचे नियंत्रित वाटप केले जायचे. प्रत्येकाला वीस सिगारेटचे एक पाकीट दिले जायचे व ते त्याने दोन दिवस पुरवावे असा दंडक होता. त्याप्रमाणे बहुतेक जण ते पुरवायचे; पण इन्शियार्टे व डेलगॅडो यांच्यासारखे काहीजण पहिल्याच दिवशी पाकीट संपवून टाकायचे. मग ज्यांच्या सिगारेटी उरल्या असतील त्यांच्याशी लाडीगोडी लावून मिळवायचा प्रयत्न करायचा. दिवसाची पहिली सिगारेट ते सकाळी जाग आली, की विमानातच पेटवायचे. मग एकजण दुसऱ्याला बाहेर बर्फात जाण्यासाठी उद्युक्त करायचा प्रयत्न करायचा.

"हवा छान दिसतेय आज. तू जरा बाहेर जाऊन बघ ना?"

"तू का नाही जात?"

मग कोणीतरी धडपडत उठायचा, बूट शोधून ते मऊ व्हावेत म्हणून एकमेकांवर घासायचा, ते पायात चढवून आदल्या रात्री कार्लिटोझने दाराशी उभारलेल्या भिंतीतील बॅगा खाली ओढून बाहेर जाण्यासाठी वाट करायचा व बाहेर पाऊल टाकायचा. मग एक एक करून इतर मुले बाहेर पडायची. प्रत्येकजण बाहेर येताना आपल्या उशा घेऊन यायचा. त्या उन्हात वाळवण्यासाठी विमानावर पसरून ठेवायच्या. मग ते स्वत:ही उन्हात कोरडे होत. ते कपडे कधीच काढत किंवा बदलत नसत. ब्लँकेटे झोळ्यांमधे ठेवली जात व शेवटी बाहेर पडेल त्याने सर्व नीटनेटके लावावे असा प्रघात पडला होता.

सकाळी स्ट्रॉचबंधू प्रेतावरील मांस कापून काढण्याचे काम सुरू करायचे. इतर मुले आजुबाजूला बर्फावर कुठे चरबीचे तुकडे दिसतात का ते शोधत फिरायचे, तर काही मुले विमानाच्या नाकापुढे एक छिद्र होते तिथे प्रातर्विधी करायला जायचे. हा त्यांचा दुसऱ्या क्रमांकाचा महत्त्वाचा उद्योग असायचा; कारण ते ज्या आहारावर गुजराण करीत होते– कच्चे मांस, चरबी व वितळलेला बर्फ– *त्यामुळे त्यांना बद्धकोष्ठाचा भयंकर त्रास होत होता.* प्रथम अनेक दिवसांत व नंतर आठवड्या-आठवड्यात, खूप प्रयत्न करूनसुद्धा त्यांना शौचाला होत नसे. काहीजणांना तर आपले आतडे फुटेल की काय अशी भीती वाटू लागली. शौचाला व्हावे म्हणून ते नाना उपाय करून बघू लागले. झर्बिनो खडे काढण्यासाठी एका काटकीची मदत घेऊ लागला. मेथॉल चरबी दाबून जे तेल निघायचे ते रेचक म्हणून चाटायचा. कार्लिटोझ व फिटो *(त्याला तर आधीच मूळव्याधीचा त्रास होता)* चरबी गरम करून साबू बनवायचे व तो वापरायचे.

त्यातूनही कधीकधी विनोदी प्रसंग घडायचे. एकदा मांचो सबेला उकिडवा बसून प्रयत्न करीत होता. खूप कुंथूनही त्याला यश येत नव्हते. रडवेला होऊन तो 'आई ग! होत नाही!' असे ओरडू लागला. विझिंटिन हसत त्याची टिंगल करू लागला, "तुला होणार नाही, होणार नाही." त्यावर सबेलाने आणखी जोर केला आणि दोन चार खडे बाहेर पडले, ते त्याने विझिंटिनला मारायला फेकले. पाएझ्ला २८ दिवसांनी, डेलगॅडोला ३२ दिवसांनी तर फ्रँकॉइसला ३४ दिवसांनी शौचाला झाले!

आश्चर्य म्हणजे ह्या बद्धकोष्ठाच्या काळानंतर अमांशाची *(डायरिया)* साथ सुरू झाली. त्यांच्या मते चरबीच्या अतिसेवनामुळे किंवा अपुऱ्या आहारामुळे तिची बाधा झाली असावी. त्यामुळे त्यांच्या हालांमधे आणखीन भर पडली. एके रात्री कॅनेसा शौचासाठी विमानाच्या बाहेर आला आणि बघतो तो काय? चंद्रप्रकाशात त्याला आणखी पाच-सहा जण उकिडवे बसलेले दिसले. त्या दृश्याने त्याला अतिशय नैराश्य आले आणि आता सर्वांचा अंत जवळ आला आहे अशी त्याची धारणा झाली. त्यानंतर तो आपला विधी विमानाच्या आतच करू लागला. इतर मुले

अतिशय संतापली; पण त्यांना काही करता आले नाही.

अतिसाराचा सर्वांत जास्त त्रास सबेलाला झाला. तो कित्येक दिवस आजारी होता व अशक्त बनत चालला होता. अखेरीस त्याचे चरबीचे 'रेशन' बंद करण्यात आले आणि तो बरा झाला.

जसा १५ नोव्हेंबर हा दिवस जवळ येत चालला, तशी मुलांमध्ये उत्सुकता निर्माण होऊ लागली. आपण घरी कसे पोहोचणार, घरी फोन करून आई-वडिलांना आश्चर्यचकित कसे करणार वगैरे मनोरथ रचणे सुरू झाले.

मोहीमवीर तयारी करू लागले. मुख्य सामना थंडीशी करायचा होता. त्यासाठी प्रत्येकाने तीन विजारी, तीन टी-शर्ट, दोन स्वेटर आणि एक ओव्हरकोट असे कपडे गोळा केले. शिवाय कॅनेसाने काही पिशव्या बनवल्या, विझिंटिनने हातमोजे बनवले. मागील मोहिमांच्या अनुभवावरून पावलांचे थंडीपासून संरक्षण करणे सर्वांत महत्त्वाचे होते. त्यांच्याकडे बूट बऱ्यापैकी होते, परंतु जाड मोजे नव्हते. मग त्यांना एक कल्पना सुचली. आपण एका मृतदेहाचे कातडे आणि चरबी पावलांभोवती लपेटली, तर चांगला उपयोग होईल. मग एका देहाच्या एका हातावर त्यांनी प्रयोग करून पाहिला. कोपराभोवती गोल कापले. मग मनगटाभोवती गोल कापले. कोपर ते मनगट यामधील कातडी बाही किंवा नळीप्रमाणे खेचून काढली आणि तशीच पायात मोज्याप्रमाणे घातली, तर ती पावलावर मोज्याप्रमाणे बसली!

फक्त एकच विघ्न आले ते म्हणजे तुर्कॉटीच्या पायावर कोणीतरी पाय दिल्याने जखम झाली होती, तिच्यात सेप्टिक होऊ लागले; पण जखमेचा आपल्याला काहीच त्रास होत नसून आपण मोहिमेवर जाणारच असा निर्धार तुर्कॉटी व्यक्त करीत होता. त्यामुळे त्याला त्या वेळी कोणी फारसे महत्त्व दिले नाही.

सध्या मोहीमवीरांनी कोणत्या दिशेला जावे या महत्त्वाच्या विषयावर सतत चर्चा चालू होत्या. वैमानिक मरायच्या आधी सारखा 'आपण क्युरिको मागे टाकले' असे बडबडत होता, हे त्यांच्या लक्षात होते, त्यामुळे चिली सर्वांत जवळ आहे हे स्पष्ट होते. चिलीला जायचे म्हणजे पश्चिमेला जायला हवे होते; परंतु त्या बाजूचा डोंगर फारच उंच व उभा होता. दरीत जावे तर ती पूर्वेकडे जात होती आणि पावसाचे पाणी समुद्राकडे म्हणजे पश्चिमेला जात असले पाहिजे. याचा अर्थ दरी इथे जरी पूर्वेकडे जाताना दिसत होती, तरी पुढे ती वळून पश्चिमेकडे जात असणार असा निष्कर्ष त्यांनी काढला. त्यानुसार मोहीमवीरांनी दरीत उतरून पुढे जावे असे ठरले.

१५ तारखेला सर्वजण सकाळी लवकरच उठले. सर्वांनी मोहीमवीरांना कपडे चढवायला व बरोबर न्यायचे सामान गोळा करायला मदत केली. बाहेर हलका

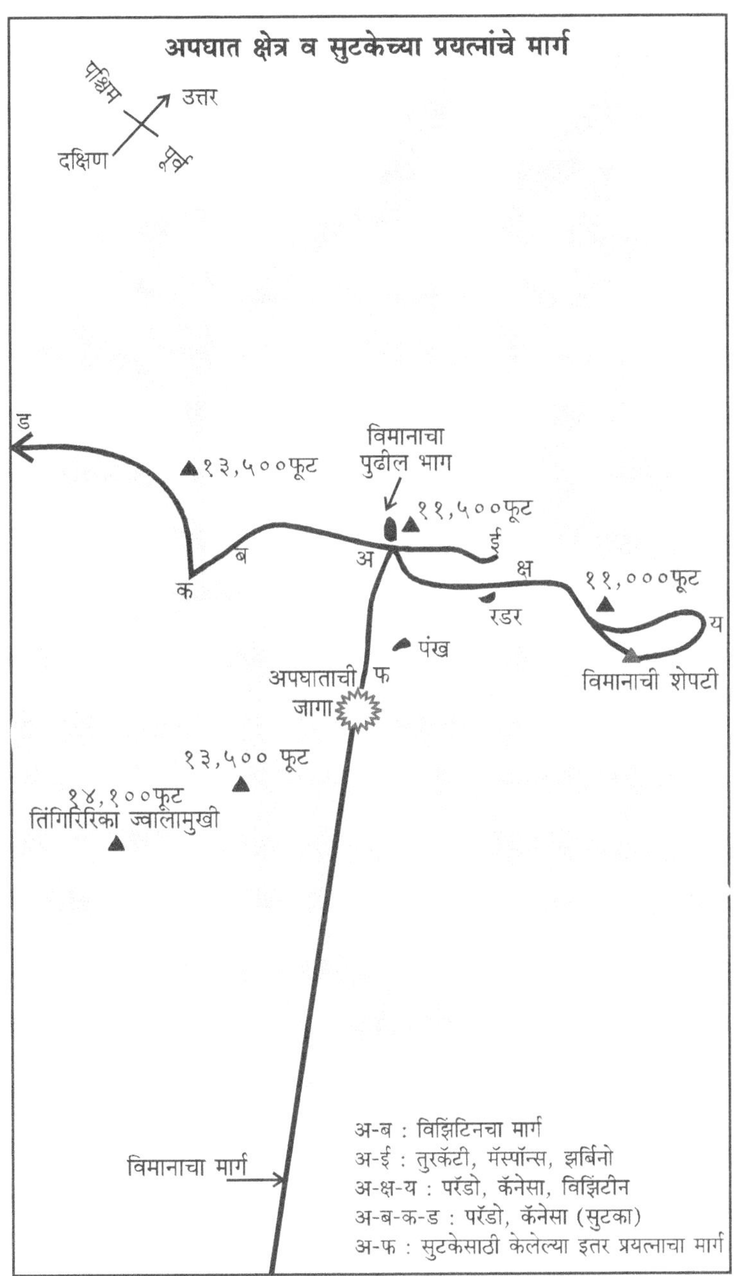

अपघात क्षेत्र व सुटकेच्या प्रयत्नांचे मार्ग
पश्चिम
उत्तर
दक्षिण
पूर्व
ड
▲१३,५००फूट
विमानाचा पुढील भाग
११,५००फूट
▲
ई
ब
अ
क
क्ष
११,०००फूट
▲
रडर
य
पंख
विमानाची शेपटी
अपघाताची फ
जागा
१३,५०० फूट
▲
१४,१००फूट
तिंगिरिरिका ज्वालामुखी
▲
विमानाचा मार्ग
अ-ब : विझिटिनचा मार्ग
अ-ई : तुर्कॅटी, मॉस्पॉन्स, झर्बिनो
अ-क्ष-य : परॅडो, कॅनेसा, विझिंटीन
अ-ब-क-ड : परॅडो, कॅनेसा (सुटका)
अ-फ : सुटकेसाठी केलेल्या इतर प्रयत्नाचा मार्ग

हिमवर्षाव होत होता तरीही चौघेही वीर बाहेर पडले व चालू लागले. दुर्दैवाने हिमवर्षावाचा जोर एवढा वाढला की पुढचे काहीच दिसेनासे झाले, त्यामुळे तीन तासांतच ते परत आले.

त्यानंतरचे दोन दिवस बर्फाचे वादळ चालूच होते. बाहेर पडायचा प्रश्नच नव्हता. दरम्यान तुरकॅटीच्या पायावरील गळवे आणखी खराब झाली व तो बरोबर असला तर इतरांना पटापट चालता येणार नाही म्हणून त्याने जाऊ नये असे सर्वांनी ठरविले.

शुक्रवार १७ नोव्हेंबर रोजी, अपघातानंतर पाच आठवड्यांनी हवा शांत व स्वच्छ होती, त्यामुळे तिघे मोहीमवीर सामान एकत्र करून निघाले. सर्वांनी बाहेर येऊन त्यांना निरोप दिला व ते एका उंचवट्याच्या पलीकडे जाऊन दिसेनासे होईपर्यंत ते त्यांच्याकडे बघत राहिले. काहीजणांच्या मते ते तीन-चार दिवसांत मनुष्यवस्तीपाशी पोहोचावेत असे होते, तर काहींच्या मते त्यासाठी आठ-दहा दिवस लागावेत असे होते.

कॅनेसा सर्वांत पुढे होता. सॅमसनाइट बॅगेच्या अध्र्या भागाला दोरी बांधून तो ती घसरगाडीप्रमाणे ओढत होता. त्यामध्ये त्याने मांस (*मोज्यांमध्ये भरलेले*), पाण्याची बाटली, उशा (*बर्फ मऊ झाल्यावर चालता यावे म्हणून या पावलांना बांधायच्या होत्या*) वगैरे सामान रचले होते. त्याच्यामागे विझिंटिन होता. त्याच्याजवळ ब्लॅकेटांचे ओझे होते. त्याच्यामागे नान्दो होता.

त्यांची भराभर प्रगती होत होती. बरेच अंतर गेल्यावर एका उंचवट्यावर असताना कॅनेसाला विमानाच्या शेपटीचा भाग दिसला. त्याच्याभोवती बऱ्याच बॅगा विखरून पडल्या होत्या. त्यांनी धावत जाऊन त्या उघडून आतील सामान बघायला सुरुवात केली. एखादा खजिना सापडल्याप्रमाणे ते आनंदित झाले. जीन्स, स्वेटर, मोजे, अबलच्या बर्फावरून घसरायच्या (*स्कीईंग*) पट्ट्या आणि एक चॉकलेटचे खोके.

त्यांनी ताबडतोब तीन तीन चॉकलेटे खाल्ली व बाकीची सामानात ठेवली. अंगातले घाण झालेले कपडे काढून नवे स्वच्छ कपडे चढवले, मानवी कातड्याचे मोजे काढून टाकून त्याऐवजी जाड लोकरी मोजे चढवले.

मग ते शेपटीच्या आत गेले. तिथे त्यांना साखरेच्या पुड्या मिळाल्या. गॅलीच्या मागे दुसरा सामानाचा कप्पा होता. त्यात आणखी बॅगा सापडल्या. त्यात त्यांना कपड्यांशिवाय एक रमची बाटली व सिगारेटची काही खोकी मिळाली.

विमानाच्या बॅटऱ्यासुद्धा त्यांना सापडल्या.

सूर्य मावळला. अंधार पडू लागला. गारठा वाढला, तसे ते सामानाच्या कप्प्यात कपडे पसरून त्यावर झोपी गेले. इतक्या उबदार जागी, मऊ पृष्ठावर व ऐसपैस जागेत त्यांना गाढ झोप लागली.

दिवस उगवल्यावर त्यांनी पुढे वाटचाल सुरू केली. डाव्या बाजूला एक प्रचंड मोठा डोंगर दिसत होता. त्याला वळसा घालायला तीन दिवस लागावेत व वळसा घातल्यावर दरी आपोआप पश्चिमेकडे वळलेली असेल असा त्यांचा अंदाज होता.

हिमवर्षाव थांबला. आकाश स्वच्छ झाले. सकाळचे अकरा वाजून गेल्यावर गरम होऊ लागले. पाठीवर ऊन होतेच; पण सर्व बाजूंनी बर्फावरूनही ऊन परावर्तित होत होते. हळूहळू ते अंगावर चढवलेले कपड्यांचे थर काढून टाकू लागले.

दुपारी, वर आलेल्या काही खडकांमध्ये त्यांना पाण्याची धार आढळली. तिथे जरा विश्रांतीसाठी ते थांबले. बरोबर आणलेल्या एका ब्लॅंकेटचा त्यांनी तंबू केला व त्याच्या छायेत ते विसावले. विझिंटिनने झऱ्याचे पाणी पिऊन बघितले, त्याला कडवट चव होती. त्यामुळे त्यांना नेहमीप्रमाणे बर्फ वितळवूनच पाणी करावे लागले.

सूर्य डोंगराच्या मागे गेल्याबरोबर उजेड झपाट्याने कमी होऊ लागला व गारठा झपाट्याने वाढू लागला. ती रात्र तिथेच काढावी असे त्यांनी ठरवले. रात्री गारठा इतका प्रचंड वाढला, की शेवटी ते एकावर एक असे पडले. त्यामुळे थोडीशी ऊब मिळाली; पण झोप मात्र आली नाही.

''आणखी एक रात्र अशी काढायला लागली तर आपण काही जिवंत राहणार नाही.'' कॅनेसा म्हणाला.

सूर्योदय झाला. नान्दो उठून उभा राहिला.

''चला, आपल्याला निघाले पाहिजे. तिकडे सर्वजण आपल्या आशेवर आहेत.'' तो म्हणाला.

''आपण बर्फात गारठून मेलो, तर त्यांना काहीच उपयोग होणार नाहीये.'' कॅनेसा म्हणाला.

''मी तर चाललो पुढे.''

''बघ,'' कॅनेसा डोंगराकडे बोट दाखवीत म्हणाला, ''तिथे कुठे तरी खिंड दिसतेय का? आपल्याला वाटत होतं दरी पश्चिमेकडे वळेल; पण तसं होत नाहीये. आपण उलटे अँडीजच्या आत जात आहोत.''

नान्दोने निरीक्षण केले. बराच विचार केला. कॅनेसा म्हणाला त्यात तथ्य आहे असे त्याला वाटले.

''मग आता काय करावे असे तुला वाटते?'' नान्दो म्हणाला.

''शेपटीकडे परत जायचे. तिथल्या विमानाच्या बॅटऱ्या घेऊन विमानाकडे परतायचे आणि रेडिओ चालू करायचा.'' कॅनेसा.

नान्दो द्विधा मन:स्थितीत होता. तो विझिंटिनला म्हणाला, ''तुझे काय मत आहे, टिनटिन?''

''मला काहीच सांगता येत नाही. तुम्हीच ठरवा काय ते.''

त्याच्या या उत्तराने नान्दो त्याच्यावर चिडला.

कॅनेसा म्हणाला, ''हे बघा, एका शांत रात्रीत आपण मरायला टेकलो. जर वादळ झाले तर काय होईल?''

शेवटी परत जायचे त्यांनी ठरवले.

दरीतून आता चढत जायचे होते. खूपच दमछाक होत होती; पण ते दुपारपर्यंत कसेबसे शेपटीपाशी पोहोचले. ते इतके दमले होते, की त्यांनी दोन रात्री तिथेच काढल्या. आता त्यांच्याजवळचा 'खाद्या'चा साठाही संपत आला होता. तेव्हा तिसऱ्या सकाळी त्यांनी विमानाच्या बॅट‍्‍ऱ्या बाहेर काढल्या व त्या सॅमसनाइट घसरगाडीवर चढवून ती खेचत पुन्हा रस्ता चालू लागले; पण इतक्या जड बॅट‍्‍ऱ्या चढावरून खेचत विमानापर्यंत नेणे शक्य नाही, हे लवकरच त्यांच्या लक्षात आले. कॅनेसा म्हणाला की बॅट‍्‍ऱ्या वर नेण्याऐवजी आपण विमानातील रेडिओ काढून इथे आणू.

त्यामुळे त्यांनी बॅट‍्‍ऱ्यांच्याऐवजी इतर मुलांसाठी भरपूर कपडे व सिगारेटची तीस खोकी घसरगाडीवर लादून चढणे सुरू केले. नान्दोने निघायच्या आधी शेपटीच्या आत व वरच्या भागावर तीन-चार ठिकाणी लिपस्टिकने 'वर जा. अजून अठराजण जिवंत आहेत' असे लिहून ठेवले. कॅनेसाने शेपटीतील कपाटात सापडलेली औषधांची पेटी बरोबर घेतली.

इकडे विमानातील मुलांचे मनोधैर्य बरेच वाढले होते. याला मुख्य कारण म्हणजे, आपल्या सुटकेसाठी काहीतरी ठोस पावले उचलली जात आहेत, या जाणिवेमुळे निर्माण झालेले समाधान. मोहीम यशस्वी होणार अशी त्यांना खात्री वाटत होती. दुसरी गोष्ट म्हणजे विमानात जास्त जागा झाली होती. आणि कॅनेसा आणि विझिंटिन हे कटकटे लोक नसल्याने त्यांना जरा मोकळे वाटत होते.

या काळात बरीच मुले अंतर्मुख होऊन, आत्तापर्यंत आपल्याकडून झालेल्या गैरवर्तणुकीच्या प्रसंगांबद्दल, त्यामुळे इतरांना झालेल्या त्रासाबद्दल त्यांच्यात एक प्रकारची दिलगिरीची किंवा पश्चात्तापाची भावनाही निर्माण झाली होती. परिणामतः नेहमीच्या कुरबुरी बंद होऊन सर्वजण एकमेकांशी अगदी प्रेमाने वागत होते.

ख्रिस्ताच्या वाळवंटातील चाळीस दिवसांच्या दिव्याची त्यांना आठवण झाली. त्यांनाही आता अपघात होऊन चाळीस दिवस होत होते. त्यामुळे आता आपली सुटका होणार याबद्दलचा त्यांचा विश्वास दुणावला होता.

तुरकॅटी मात्र अतिशय खचला होता. मोहिमेवर जाता न आल्यामुळे तो अगदी निराश झाला. स्वतःवरच रागावला. त्याने खाणे-पिणे जवळजवळ बंद केले. शिवाय त्याच्या पायावरील गळवे पुन्हा सेप्टिक होऊन त्याला वेदना होत होत्या.

एशानरनच्या पायाला गॅंग्रीन झाले होते. ते वाढत जाऊन त्याला वात झाला व अखेरीस एक दिवस त्याची प्राणज्योत मालवली.

एशानरनच्या मृत्यूचा इतरांवर फार परिणाम झाला. त्याच्याप्रमाणे आपणसुद्धा मरू शकतो याची प्रत्येकाला जाणीव झाली.

फिटोच्या मूळव्याधीचा त्रास वाढत होता.

सर्वजणांचे डोळे मोहिमवीरांच्या परतीकडे लागले होते. इतक्यात 'ते आले, ते आले' अशी एकाची आरोळी ऐकू आली. परतणाऱ्या तिघा मोहिमवीरांच्या आकृत्या त्याला दिसल्या होत्या. तिघेही कसेबसे, धापा टाकत येत होते.

त्यांच्या सर्व आशा धुळीला मिळाल्या होत्या; कारण ते परत आले याचाच अर्थ ते मनुष्यवस्तीपर्यंत पोहोचू शकले नव्हते असा आहे, हे त्यांच्या लक्षात आले होते.

प्रथम कॅनेसा दिसला, त्याच्यामागोमाग नान्दो व विझिंटिन. हाकेच्या अंतरावर आल्यावर कॅनेसा ओरडला, ''हेSS! आम्हाला शेपटी सापडली. आम्ही खूप कपडे आणि सिगारेटी आणल्या आहेत.''

ते विमानापाशी येताच सर्वांचा त्यांच्याभोवती गराडा पडला. कॅनेसाने सर्व वृत्त सांगितले.

''तिकडून बाहेर पोहोचता आले नसते. दरी वळत नाही. ती पूर्वेलाच जाते; पण शेपटीतल्या बॅट्‍च्या सापडल्या. आता विमानातला रेडिओ काढून घेऊन जायचा.''

त्यांनी एकमेकांना मिठ्या मारल्या. मग सर्वजण घसरगाडीभोवती जमले व विजारी, स्वेटर्स, मोजे यांचे वाटप सुरू झाले. अल्फ्रेडो डेलगॉडोने सिगारेटींचा ताबा घेतला.

◻

'ओल्ड ख्रिश्चन्स' चा ग्रुप व त्यांचे मित्र मेनौझातील रस्त्यावर. डावीकडून : क्हॅलेटा, मार्टिनेझ-लामास, मॅगिनो, फ्लॅटेरो, झर्बिनो, इन्शियार्टे, तुरकाटी, मात्री व मेनेंडेझ

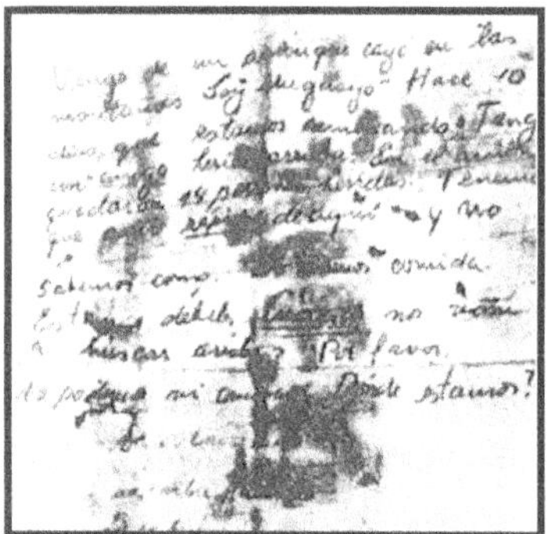

परॅडोची कॅटॅलॅनला लिहिलेली चिठ्ठी

विमान पडून घसरत गेल्यामुळे झालेला 'रस्ता'

फिटो स्ट्रॉच   डॅनिएल फर्नांडेझ   एडवर्डो स्ट्रॉच

रॉबर्टो कॅनेसा   कार्लिटोस पाएझ

गुस्टावो झर्बिनो   नांदो परॅदो   अंटोनियो विझिंटिन

दोन

याविये मेर्थॉल

कोशे इन्शियार्टे

पेट्रो अल्गोर्टा

पांचो डेलगाडो

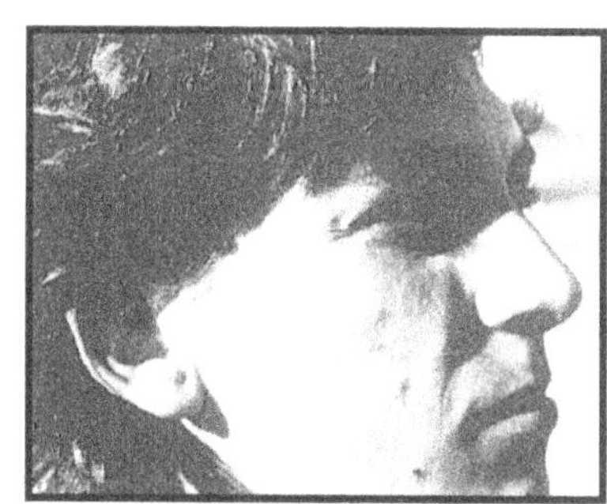

अल्वारो मँगिनो

बॉबी फ्रँकॉइस

रॉय हार्ले

मांचो सबेला

अपघातातून वाचलेले
काही जण.
'फेअरचाइल्ड' च्या बाहेर

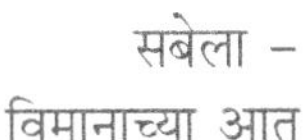

सबेला –
विमानाच्या आत

परॅडो –
विमानाच्या शेपटीत

पर्वतावरील
शेवटचा दिवस.
डावीकडून : बसलेले :
मेथॉल, हार्ले, झर्बिनो.
फ्रँकाइस, सबेला,
एक गिर्यारोहक,
फिटोस्ट्रॉच, व डेलगॅडो.
उभे : विझिंटिन व
दोन गिर्यारोहक

फेअरचाइल्ड' मधील
शेवटची रात्र :
फिटो स्ट्रॉच, झर्बिनो,
फ्रँकॉइस, हार्ले,
डेलगॅडो व सबेला.

कॅनेसा व विझिंटिन –
शेपटीजवळ.
कॅमेऱ्याकडे
पाठ असलेला हार्ले.

स्लीपिंग बॅग शिवताना

पर्वतावरील थडगे

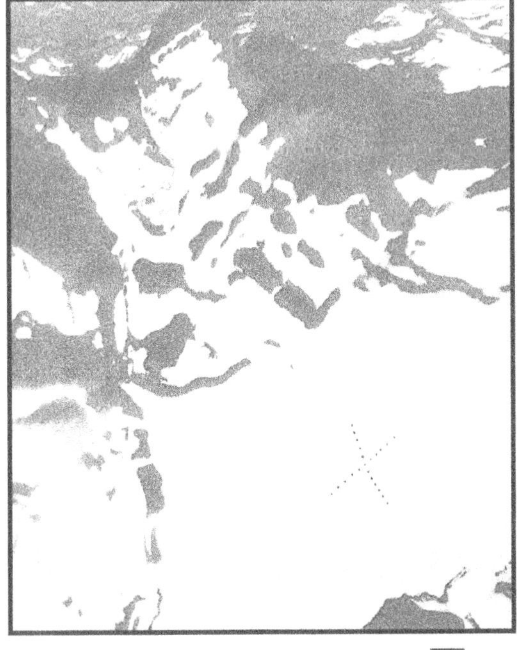

सांटा एलेना पर्वतावर दिसलेला क्रॉस

सहा

रॉय हार्ले व त्याची आई यांची पुनर्भेट

हेलिकॉप्टरमधून उतरताना फ्रॅकॉइस.
मागे सबेला

सुसाना पर्डो

मार्सेलो पेरेझ

लिलियाना मेथॉल – तिच्या मुलांबरोबर

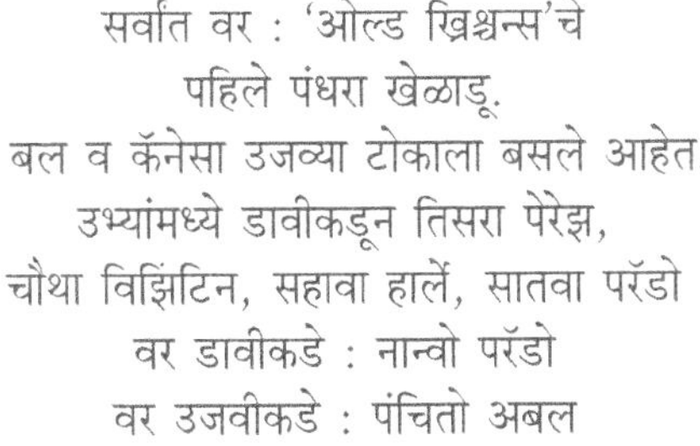

सर्वात वर : 'ओल्ड ख्रिश्चन्स'चे
पहिले पंधरा खेळाडू.
बल व कॅनेसा उजव्या टोकाला बसले आहेत.
उभ्यांमध्ये डावीकडून तिसरा पेरेझ,
चौथा विझिंटिन, सहावा हार्ले, सातवा पॅरॅडो
वर डावीकडे : नान्वो पॅरॅडो
वर उजवीकडे : पंचितो अबल
खाली उजवीकडे : अर्तुरो नोगिरा

प्रकरण सहा

१

ज्या दिवशी फेअरचाइल्डवरून मुलांनी सुटकेची पहिली मोहीम काढली त्याच दिवशी मॅडेलन रॉड्रिगेझ आणि एस्टेला पेरेझ विमानाने चिलीला परत गेले. त्यांच्याबरोबर राफेलचे वडील रिकार्डो एशानरन, मार्सेलोचा भाऊ युआन मॅन्युएल पेरेझ व 'प्लुना' या उरुग्वायन नॅशनल एअरलाईनचा सर्वांत अनुभवी वैमानिक राऊल रॉड्रिग्ज एस्कलाडा हेही होते. दोघा सिनियर स्ट्रॉच बंधूंनासुद्धा त्यांच्या मोहिमेत सहभागी व्हायचे होते; पण त्यांना उच्च रक्तदाबाचा त्रास असल्याने त्यांनी मागेच राहावे असा सल्ला त्यांना मिळाला.

सरॅकोच्या क्रॉयसेटवरील अविश्वासामुळे मॅडेलन संतापली होती व तो चुकत असल्याचे तिला सिद्ध करायचे होते. अपघातानंतर ३६ दिवस होऊन गेले असूनसुद्धा, आपली मुले जिवंत असणारच असा त्यांचा विश्वास होता; पण त्यांच्याबरोबर असणाऱ्या लोकांना शंका होती. त्यांचा हेतू फक्त फेअरचाइल्डचे काय झाले हे शोधून काढणे एवढाच होता.

१८ नोव्हेंबरला ते टाल्काला पोचले व त्यांनी शोध सुरू केला. प्रथम एक विमान भाड्याने घेऊन त्यांनी डेस्कॅबेझाडो ग्रांदेच्या परिसरात हवाई निरीक्षणासाठी अनेक उड्डाणे केली. क्रॉयसेटने पाठवलेल्या चित्राशी जुळणारा असा भाग त्यांना दिसला. मग टाल्काला परतून त्यांनी घोडे व गाइड्स घेऊन तो भाग घोड्यांवरून धुंडाळण्यासाठी ते निघाले. घोड्यांना डोंगरातील चिंचोळ्या वाटांवरून जाण्याचे शिक्षण दिलेले होते. वाटेला लागून असलेल्या खोल दऱ्या बघून भोवळ येऊ नये यासाठी घोड्यावर बसणाऱ्यांच्या डोळ्यांवर पट्ट्या बांधाव्या लागल्या. लक्ष्य असलेल्या भागाच्याजवळ आल्यानंतर त्यांना क्रॉयसेटने सांगितलेली एक खूण आढळली. ती म्हणजे 'धोका' लिहिलेली पाटी. तसेच जवळ एक तलाव व शिखर नसलेला डोंगरही होता. आपण फेअरचाइल्डच्या जवळ पोचलो आहोत असे त्यांना वाटू लागले; परंतु एक म्हणजे त्या भागात माणसाला जगण्यासाठी उपयोगी पडेल अशी थोडी हिरवळ असली तरी तो भाग

टाल्कापासून जेमतेम एका तासाच्या अंतरावर असल्याने त्यांच्या आशा उंचावल्या नाहीत. खूप शोध घेऊनसुद्धा त्यांना काहीच सापडले नाही व ते टाल्काला परतले. अखेरीस २५ डिसेंबरला ते पाचजण मॉंटेविडियोला परतले; पण जाण्यापूर्वी विमान किंवा मुले यांचा शोध लावणाऱ्यास तीन लाख एस्क्यूडोचे इनाम जाहीर करणारी शेकडो पत्रके त्यांनी टाल्काच्या परिसरात वाटली. त्यातून काहीतरी निष्पन्न होईल अशी त्यांना आशा होती. तसे झाले नाही तर देवाची प्रार्थना करीत राहणे एवढाच मार्ग शिल्लक राहिला असता आणि खरोखरीच, अनेक मुलांच्या आयांचा आणि प्रेयसींचा ते सुरक्षित परत येतील असा मनोमन विश्वास होता आणि त्या प्रार्थनेवर भर देऊ लागल्या.

विमानाला काय झाले असावे याबद्दल तर्क-वितर्क लढवले जात होतेच. कॅनेसाच्या आईची कल्पना अशी होती, की सरकारविरुद्ध लढणाऱ्या तुपामारो बंडखोरांनी विमानाचे अपहरण करून दक्षिण चिलीत कुठे तरी ते लपवून ठेवले असावे व खंडणीची मागणी करण्यासाठी योग्य घटकेसाठी ते थांबले असावेत. उरुग्वे व चिलीमधे त्या काळात जी राजकीय बंडखोरी व अस्थैर्याचे वातावरण होते ते लक्षात घेता ही कल्पना खरी असू शकेल, असे अनेकांना वाटले. वैमानिकांच्या व विमानातील इतर कर्मचाऱ्यांच्या पूर्वचरित्राबद्दल चौकशीसुद्धा करण्यात आली.

१ डिसेंबरला मॉंटेविडियो येथील एका वृत्तपत्रात बातमी प्रसिद्ध झाली की तिंगिरिरिका ज्वालामुखीच्या परिसरात फेअरचाइल्डचा शोध घेण्यासाठी उरुग्वायन हवाईदल एक विमान पाठविण्याच्या विचारात आहे. ५ डिसेंबरला झर्बिनो, कॅनेसा व सॅर्को यांनी फर्नांडिस, एशानरेन, निकोलिच, एडवर्डो स्ट्रॉच व रॉड्रिग्स एस्कलाडा यांना बरोबर घेऊन, उरुग्वायन हवाईदलाचे प्रमुख ब्रिगेडियर पेरेझ काल्डास यांची भेट घेतली व त्यांना आत्तापर्यंत चिलीमधे घेतलेल्या शोधाचा वृत्तांत दिला व क्रॉयसेटच्या भाकितावर विश्वास न ठेवता आता शोध तिंगिरिरिका भागातच घेणे आवश्यक आहे; पण व्यक्तिश: ते काम त्यांच्या क्षमतेच्या बाहेर आहे असे त्यांना सांगितले. त्यावर पेरेझने त्याच दिवशी सांटियागोहून परतलेल्या त्यांच्या एका मदतनिसाला बोलावले व त्याच्या चौकशीचा अहवाल भेटायला आलेल्या पालकांना द्यायला सांगितले. तो म्हणाला, की त्या हिवाळ्यात गेल्या ३० वर्षांतील सर्वांत जास्त असा हिमवर्षाव अॅंडीज पर्वतावर झाला असून, विमान पूर्णपणे बर्फात गाडले गेले असावे व त्यातील कोणीही जिवंत नसण्याची दाट शक्यता आहे व फेब्रुवारीच्या आधी शोधमोहीम हाती घेणे अशक्यप्राय आहे, असे सांगितले.

पेरेझने त्यांच्यासमोर बसलेल्या आठजणांकडे नजर टाकली. सहाय्यकाने काढलेला निष्कर्ष त्यांना पटेल अशी त्यांची रास्त अपेक्षा होती. पालकांनासुद्धा मनोमनी आता शोध घेणे व्यर्थ आहे असे पटू लागले होते; पण तरीही शोध घेण्याचा त्यांनी आग्रह धरला. मुलांच्या आया व मैत्रिणी यांच्या मन:स्थितीचे त्यांनी वर्णन केले. त्याचा

परिणाम होऊन पेरेझचा नकारसुद्धा डळमळीत होऊ लागला. शेवटी तो उभा राहिला. ''मित्रांनो,'' तो म्हणाला, ''तुम्ही तुमची विनंती केलीत आणि मी माझा निर्णय घेतला आहे. उरुग्वायन हवाईदल एक विमान तुमच्या दिमतीला देईल.''

अखेरच्या शोधाला सुरवात झाली.

□

२

उरुग्वायन हवाईदल विशेष उपकरणांनी युक्त असे सी-४७ विमान शोधकार्यासाठी देत आहे असे कळल्यावर पालकांच्या आशा नव्याने पल्लवित झाल्या. मोहिमेवर जाण्याची अनेक पालकांनी तयारी दाखवली. हवाईदलाने पाचजणांना बरोबर येण्याची परवानगी दिली. पाएझ विलारो, रॉड्रिक्स एस्केलाडा व कॅनेसा, हार्ले व निकोलिच यांचे वडील अशा पाचजणांची निवड झाली. इतर पालकांनी पैसे, सामग्री वगैरेच्या रूपात हातभार लावला.

८ डिसेंबरला वरील पाच पालकांसहित इतर काही पालक सी-४७ विमानाचा वैमानिक मेजर रुबेन टेरा याच्याबरोबर चर्चा करण्यासाठी व मोहिमेची आखणी करण्यासाठी म्हणून हवाईदलाच्या तळावर गेले. तो व दुसरा दिवस तयारीत गेला. १० तारखेला मुलांचे आई-वडील व इतर नातेवाईक आणि त्यांच्या मैत्रिणी यांची शेवटची बैठक निकोलिच यांच्या प्रशस्त बंगल्यावर झाली. दोन तज्ज्ञ वैमानिकसुद्धा आमंत्रणावरून बैठकीला आले होते. उरुग्वे व चिलीच्या अधिकाऱ्यांनी तसेच पालकांनी आत्तापर्यंत केलेल्या शोधाचे सर्व अहवाल व कागदपत्र सर्वांनी बघण्यासाठी टेबलावर मांडून ठेवले होते. डॉ. सरॅको यांनी नकाशांच्या सहाय्याने, विमान तिंगिरिरिका व सोस्नीडो पर्वतांच्या दरम्यानच पडले असावे असे का वाटते, याचे विश्लेषण केले.

बैठक संध्याकाळपर्यंत चालली. त्यानंतरही पालकांची आपापसात चर्चा सुरूच होती. शेवटी हार्ले रोझिना स्ट्रॉचला म्हणाले, ''हे बघ, मी अँडीज अगदी पिंजून काढीन. मुलांचा पत्ता लागेपर्यंत मी प्रत्येक चौरस फुटात शोध घेईन; पण तुला एक कबूल केले पाहिजे. ते हे, की एवढे करून ह्या वेळेस जर दुर्दैवाने मुलांचा शोध लागला नाही, तर आता आशा नाही हे तू मान्य केले पाहिजे. मोहिमेवरून परतल्यावर खोटी आशा सोडून द्यायची.''

दुसरे दिवशी ११ डिसेंबरला सकाळी ६ वाजता त्या सी-४७ विमानाने सांटियागोला जाण्यासाठी उड्डाण केले. इतक्या सकाळीसुद्धा अनेक पालक त्यांना

निरोप देण्यासाठी विमानतळावर आले होते.

विमान हवाईदलाचे असल्याने त्याच्यात नेहमीच्या विमानात असतात तशा आरामदायी खुर्च्या नव्हत्या. विमानाच्या दोन्ही बाजूंना बाकडी होती, त्यावर त्या मध्यमवयीन पाच पालकांना बसावे लागले. आवाजही मोठा होता; परंतु फेअरचाइल्ड बेपत्ता झाल्यापासून प्रथमच त्यांना अँडीजच्या उंच शिखरावर शोध घेणे शक्य होणार होते, त्यामुळे त्यांची काहीही तक्रार नव्हती. विमानात उंचावर जाण्यासाठी लागणारी प्राणवायू पुरवण्याची व दाब राखण्याची व्यवस्था होती. इतक्यात विमानाला एक झटका बसला व त्याचे एक इंजिन बंद पडले. त्यामुळे जवळच असलेल्या एक पालोमर मिलिटरी तळावर विमान उतरावे लागले. रॉबर्ट टेराने मॉंटेविडियोला 'नवे इंजिन पाठवा' म्हणून निरोप पाठवला; पण ते येऊन विमानाला बसवेपर्यंत थांबायला पालक मंडळी तयार नव्हती. त्यामुळे त्यांनी एक लहान विमान भाड्याने घेऊन ते इझीझा विमानतळावर गेले व तिथे एक प्रवासी-विमान पकडून ते संध्याकाळी सात वाजता सांटियागोला पोहोचले. तिथे उतरल्यावर ते थेट SARच्या तळावर गेले.

"अरे!" पाएझ विलारो आणि त्याच्या साथीदारांना बघून कमांडर मासा ओरडला, "तुम्ही पुन्हा आलात? इतक्यात शोध सुरू करता येणार नाही. ती वेळ आली की तुम्हाला कळवू असं मी तुम्हाला सांगितलं होतं!"

"कमांडर, मला सांगा," हालें म्हणाले, "फेअरचाइल्ड डोंगरात दुर्घटनाग्रस्त झाल्यामुळे बर्फावर उतरले असण्याची शक्यता किती आहे?"

"नशीब जोरावर असेल तर," मासा म्हणाला, "हजारात दोन."

"आम्हाला हजारात एकसुद्धा पुरे आहे!" हालें म्हणाले. त्यांनी SAR चे हेलिकॉप्टर द्यावे म्हणून मासाचे मन वळवण्याचा प्रयत्न केला. पण 'मी माझ्या वैमानिकांचे जीव जाणूनबुजून धोक्यात घालू शकत नाही' असे म्हणून त्याने नकार दिला; परंतु त्यामुळे निराश न होता ते पाचजण त्यांच्या हॉटेलात परत गेले व तिथे त्यांनी पुढील बेत आखण्यास सुरुवात केली. त्यांनी असे ठरवले, कीं आपण तीन गटात विभागायचे. एका गटाने जमिनीवरून जाऊन पलोमो व तिंगिरिरिका डोंगरांच्या परिसरात शोध घ्यायचा. दुसऱ्या गटाने सी-४७ विमान आले की त्याच भागाचा आकाशातून शोध घ्यायचा व तिसऱ्या कॅमिलो फिगेरो ह्या खाणकामगाराचा– ज्याने आपण विमान पडत असताना स्वत: बघितले असा दावा केला होता तो– शोध लावायचा. अशा प्रकारे अँडीज पर्वतावर तीन आघाड्यांवरून चढाई करायचा बेत त्यांनी आखला. ह्या मोहिमेला त्यांनी 'खिसमस मोहीम' म्हणून नाव दिले.

प्रकरण सात

२३ नोव्हेंबरला बॉबी फ्रॅकॉइसचा वाढदिवस होता. त्यानिमित्त भेट म्हणून त्याला सिगारेटचे एक जादा पाकीट देण्यात आले.

कॅनेसा आणि नान्दो विमानातील रेडिओ काढण्याच्या मागे लागले. त्यांच्याकडे फक्त एक स्क्रूड्रायव्हर, एक सुरी व एक पकड एवढीच हत्यारे होती. शिवाय, रेडिओ एकसंध नव्हता. बऱ्याच प्रयत्नानंतर त्यांना इअरफोन व मायक्रोफोन असणारा भाग काढण्यात यश आले; पण त्याच्यामागे सदुसष्ट वायर्स लागलेल्या होत्या. त्या कोणत्या भागाला जोडत होत्या ते कळेना. शेवटी तो भाग विमानाच्या दाराजवळ सापडला. तो काढल्यावर कुठली वायर कुठे जोडायची हे कळेना. मग बरेच निरीक्षण केल्यावर त्यांना वायरींवर काही पुसट आकडे दिसले व दुसऱ्या भागावरही तसेच आकडे व खुणा दिसल्या. त्यामुळे हे कोडे उलगडले व वायरींची योग्य प्रकारे जोडणी करता आली. आता उरली एरियल. ती विमानाच्या छपरावर रिव्हेटने रोवली होती. ती काढायला सर्व रिव्हेट तोडणे जरुरीचे होते. त्यांच्याकडील जुजबी हत्यारांनी हे साध्य करायला कित्येक दिवस लागले. आता रेडिओचे सर्व भाग काढून झाले होते. ते सर्व घेऊन शेपटी पडली होती, तिथे जाणे आवश्यक होते.

त्यांच्यामध्ये रेडिओबद्दल फक्त रॉय हार्लेलाच थोडीशी तरी माहिती होती; परंतु तो शरीराने व मनाने इतका दुर्बळ झाला होता, की तो त्यांच्याबरोबर शेपटीकडे जायला तयार होईना. 'तुमच्याइतकीच रेडिओबद्दल मला माहिती आहे, माझा काहीही उपयोग होणार नाही.' असे म्हणून तो टाळाटाळ करू लागला. 'रेडिओ चालू करणे हा आपला शेवटचा उपाय आहे. तो केला नाही तर तू, कोशे, मांचो, अल्वारो यांच्यासारख्या जखमी किंवा अशक्त मुलांची सुटका होणार नाही' असे सांगितल्यावर तो मोठ्या नाखुषीनेच; पण तयार झाला आणि दुसरे दिवशी सकाळी विझिंटिन, हार्ले, कॅनेसा व पॅर्राडो असे चौघांचे पथक सर्व कपडे, खाद्यपदार्थ वगैरे सामानाबरोबर शेपटीच्या दिशेने रवाना झाले.

इकडे इतर मुलांना स्वस्थ बसून चालणार नव्हते. मांसाचा पुरवठा आता संपत आला होता. अपघातात मृत झालेल्यांचे बरेच देह विमानाच्या भोवती विखुरलेले होते; पण हिमपातात गाडले गेल्यामुळे ते सापडणे कठीण होते. हिमपातात मरण पावलेल्यांपैकी एक-दोन देह होते; पण ते लवकरच संपतील व मूळ अपघातात मृत झालेल्यांचे देह शोधून काढावे लागणार होते. शिवाय अपघातात मेलेल्यांचे देह जास्त मांस असणारे व त्यांच्या यकृतात जीवनसत्त्वांचा जास्त साठा असणारे असे असणार.

त्यामुळे ते देह शोधण्याच्या कामाला लागले. जिथे एखादा देह होता असे कोणाला आठवत असेल तिथे खणून बघायचे; पण बऱ्याच ठिकाणी खोलवर खणूनही काहीच मिळायचे नाही.

पेद्रो अल्गोर्टाला एका ठिकाणी बरेच दिवस खणल्यावर एक रंगीबेरंगी कपडा दिसू लागला. त्यामुळे उत्साहाने त्याने त्या देहाच्या पायाकडील बाजूला खणायला सुरवात केली असता एक पाऊल दिसू लागले. पायाच्या बोटाच्या नखांना लाल नेलपेंट लावलेले दिसले. पुरुषाच्या देहाऐवजी त्यांना लिलियाना मेथॉलचा देह मिळाला होता आणि हावियरच्या भावनांचा मान राखण्यासाठी तो देह वापरायचा नाही असे त्यांनी ठरवले होते.

बर्फात खणण्यासाठी किंवा खड्डा खणण्यासाठी ॲल्युमिनियमच्या जाड पत्र्याच्या तुकड्याचा उपयोग केला जाई. दुसरी एक पद्धत मुले वापरायची, ती म्हणजे जिथे बर्फात खड्डा पाडायचा असेल त्याच ठिकाणी सर्वांनी मुतायचे. अनेक मुले इतकी अशक्त झाली होती की त्यांना श्रमाचे काम करणे शक्य नव्हते. काही मुलांना याचा खेद वाटायचा. एकदा कार्लिटोझ मांचो सबेलाला काम न करता नुसते बसून राहतोस असे बोलला. ते मांचोला फार लागले आणि त्याने ताबडतोब उठून इतक्या तिरीमिरीने खणणे सुरू केले की ते बघणारांना त्याचे बरेवाईट होईल की काय अशी भीती वाटू लागली. थोड्याच वेळात तो दमून पडला.

शिवाय आता आणखी एक नवीनच काम त्यांच्या मागे लागले. जे देह सध्या वापरात होते ते जमिनीच्या पृष्ठभागावर ठेवलेले होते. दिवसेंदिवस उन्हाचा ताप वाढू लागला होता. फेअरचाइल्डच्या वरपर्यंत जे बर्फ होते ते वितळून आता छत दिसू लागले होते. अशा उन्हामुळे उघड्यावर ठेवलेले देह खराब होण्याची शक्यता निर्माण झाली. दिवसभरापुरते मांस कापून झाले की ते त्या देहावर बर्फाचा एक पातळ थर घ्यायचे तो आता वितळू लागला. त्यामुळे सतत बर्फ उकरत राहून तो देहांवर पसरत राहण्याचे नवीन काम उत्पन्न झाले.

जसजसे मांस संपत आले तसे 'आता चोरीकडे दुर्लक्ष केले जाणार नाही. कडक शिक्षा होईल' असे फर्मान स्ट्रॉचबंधूंनी काढले; पण त्याचा फारसा परिणाम झाला नाही. शेवटी मांसाचा पुरवठा जास्तीतजास्त टिकावा म्हणून आतापर्यंत

शरीराचे जे भाग त्यांनी त्याज्य ठरवले होते, तेही त्यांनी नाइलाजाने खाणे सुरू केले. हाडांना लागलेले मांससुद्धा खरडून काढणे सुरू झाले. शेवटी अशी वेळ आली की हाडांवरचे मांस खरडून झाले, की ते हाड फोडले जाई व त्याच्या आतील द्रव *(बोन मॅरो)* तारेच्या किंवा सुरीच्या सहाय्याने काढून सर्वांत वाटला जाऊ लागला. बहुतेक सर्व देहांमधे हृदयाच्याभोवती रक्ताच्या गुठळ्या होत्या, *त्याही त्यांनी खाल्ल्या.* मासांच्या एकचएक चवीने ते कंटाळले होते. असे केल्याने रुचिपालट होऊ लागला. त्यांच्या देहांना क्षारांचीसुद्धा गरज होती. ती भागवण्यासाठी देहांचे उन्हामुळे खराब होऊ लागलेले भागही वेगवेगळे प्रयोग करून ते *खाऊ* लागले. एकाने हाडाभोवती आतडे गुंडाळून ते भाजून खाल्ले. खराब झालेले मांस चीजसारखे लागते असे एका मुलाने सांगितले.

नवीन चव व नवे अन्न यांच्या शोधात ते शेवटी मेंदूपर्यंत पोचले. कॅनेसाने त्यांना सांगितले होते, की मेंदूत पोषक द्रव्ये फारशी नसली तरी ग्लुकोज असते, *त्यापासून त्यांना ऊर्जा मिळू शकते.* त्यानेच एका देहाचे डोके, त्यावरील कातडी काढून, कुऱ्हाडीने फोडले. कधी मेंदूचे नुसतेच तुकडे करून ते खाऊ लागले तर कधी मेंदू, यकृत, आतडी, स्नायू, चरबी, हृदय, मूत्रपिंड यांचे कच्चे किंवा भाजलेले तुकडे एकत्र करून कोशिंबिरीप्रमाणे खाल्ले जाऊ लागले. असे केल्याने 'अन्ना'ला जरा चव आली व ते खाणे कमी कठीण वाटू लागले. खाण्यासाठी प्लेट्सच्या जागी काही बशा, ट्रे, ॲल्युमिनियम फॉईल हे, तर वाडग्यांच्या जागी कवट्यांचा वापर होत असे. हाडापासून चमचे बनविण्यात आले होते.

काम करणारे व न करणारे यांच्यातील दरी जशी रुंदावू लागली तसे इन्शियार्टेंच्या मध्यस्थाच्या भूमिकेला महत्त्व प्राप्त झाले. खरे तर तो काम न करणाऱ्यांपैकी होता; पण त्याचबरोबर तो फिटो स्ट्रॉच व डॅनियल फर्नांडिस यांचा जुना मित्रही होता. तसेच सरळ व विनोदी स्वभावामुळे तो सर्वांचा आवडताही होता. नुमा तुरर्कॅटी व इन्शियार्टे *कच्चे मांस खात नसत. त्यामुळे त्यांची स्थिती हळूहळू खालावत चालली होती.*

इकडे रॉय हार्ले आणि तिघे मोहीमवीर दीड तासात विमानाच्या शेपटीपाशी पोहोचले. *वाटेत त्यांना नान्दोच्या आईची सुटकेस मिळाली. तिच्यात त्यांना काही बिस्किटे* व कोकाकोलाच्या दोन बाटल्या मिळाल्या.

त्या दिवशी उरलेला वेळ त्यांनी विश्रांती घेण्यात आणि आता बर्फ वितळल्यामुळे ज्या नवीन बॅगा दिसायला लागल्या होत्या, त्या उघडून त्यातील सामान तपासण्यात घालविला. त्यात नान्दोला एक कॅमेरा *(त्यात फिल्मही होती)* आणि दोन रमच्या बाटल्या मिळाल्या. एक बाटली पुढच्या मोहिमेसाठी म्हणून त्यांनी बाजूला ठेवली आणि दुसरी वापरायला सुरुवात केली.

दुसऱ्या दिवशी सकाळपासून कॅनेसा व हार्ले रेडिओ बॅटऱ्यांना जोडण्याच्या कामात गुंतले. असंख्य तारा होत्या आणि कोणती तार कुठे लावायची, हे त्यांना ओळखता येत नव्हते. त्यामुळे थोडे थोडे बदल करीत ते दिवसभर प्रयत्न करीत राहिले; पण रेडिओ काही सुरू होत नव्हता.

तिसऱ्या दिवशीसुद्धा त्यांनी प्रयत्न चालू ठेवले; पण आता त्यांनी बरोबर आणलेले 'खाद्य' संपत आले होते. तेव्हा नान्दो व विझिंटिन यांनी विमानाकडे जाऊन आणखी 'खाद्य' आणावे व इकडे कॅनेसा व हार्ले यांनी रेडिओ चालू करण्याचे प्रयत्न सुरू ठेवावेत, असे ठरले.

त्याप्रमाणे नान्दो व विझिंटिन संध्याकाळपर्यंत विमानाकडे परत पोहोचले. दुसरे दिवशी त्यांनी एक नवीन देह उकरून काढला व त्याच्या मांसाचे तुकडे कापून ते मोज्यांमधे भरून तिसरे दिवशी ते शेपटीकडे परतले.

दरम्यान हार्ले व कॅनेसा यांनी सर्व जोडणी केली होती; पण रेडिओ काही चालेना. हा कदाचित एरियलचा दोष असेल, असे गृहित धरून त्यांनी विजेच्या तारांची साठ फूट लांबीची एरियल बनविली. ती ट्रान्झिस्टर रेडिओला लावल्यावर त्यांना बरीच नवीन स्टेशने ऐकू येऊ लागली; पण विमानाच्या रेडिओला लावल्यावर तिचा काहीच परिणाम दिसेना.

इतक्यात पॅरॉडोची आरोळी ऐकू आली. त्याला एका सूटकेसमधे एका लहान मुलीच्या वाढदिवसाच्या पार्टीचा फोटो सापडला होता. ती मुलगी सँडविच, केक, क्रॅकर्स यांचे ढीग असलेल्या टेबलापाशी बसली होती. पॅरॉडोने फोटो हातात घट्ट धरला होता व टेबलावरील पदार्थांकडे तो आधाशीपणे बघत होता. इतक्यात, त्याची आरोळी ऐकून बाकीचे तिघेही त्याच्यामागे येऊन त्या फोटोकडे बघू लागले. ''तो केक बघ!'' कॅनेसा आपले पोट चोळत, कण्हत म्हणाला. ''आणि सँडविचेस बघ!'' पॅरॉडो म्हणाला. मला नुसती सँडविचेससुद्धा चालतील.''

''क्रॅकर!'' विझिंटिन विव्हळला, ''मला क्रॅकर्स!''

ट्रान्झिस्टरला एरियल जोडली असताना त्यांना एका स्टेशनवरील बातम्या ऐकू आल्या. त्यात विमानाचा शोध घेण्यासाठी उरुग्वायन हवाईदलाचे विमान पाठविण्यात येत आहे, असे त्यांनी ऐकले. ही बातमी ऐकून कॅनेसा व हार्ले यांना आनंद झाला. विझिंटिनने काहीच प्रतिक्रिया दाखविली नाही, तर नान्दो म्हणाला, ''फार आशेवर राहू नका. विमान पाठविले म्हणजे आपण त्यांना दिसू असे काही नाही.''

–परंतु तरीही आपण दिसायला मदत व्हावी म्हणून तिथे विखुरलेल्या अनेक बॅगा त्यांनी क्रॉसच्या खुणेप्रमाणे जमिनीवर लावून ठेवल्या.

विमानापासून सध्याच्या रेडिओ मोहिमेवर निघाल्यापासून सात दिवसांनी ते विमानाकडे परत निघाले व रात्र पडायच्या सुमारास पोहाचले. तिथे राहिलेले तेराजण

आधीच रात्रीसाठी आत गेले होते. चौघांचे जरा निरुत्साहातच स्वागत झाले.

विमानाकडे पोहोचल्यावर विमानाच्या भोवती विखुरलेले देहांचे सांगाडे, हाडे, फुटलेल्या कवट्या, इतर घाण हे कॅनेसाच्या नजरेत भरले व दुसरे दिवशी साफसफाईला सुरुवात करण्याचा त्याने निश्चय केला.

६-७ डिसेंबरच्या सुमारास म्हणजे अपघातानंतर छप्पन्न दिवसांनी दोन मोठी गिधाडे आकाशात घिरट्या घालताना दिसली. सजीव सृष्टीची पहिली खूण त्यांच्या रूपाने दिसली. ही गिधाडे खाली येऊन मृत देह खाणार की काय, अशी भीती सर्वांना वाटू लागले. एकाने वैमानिकाकडील पिस्तुलाचा वापर करून गिधाडांना मारून टाकावे, असेही सुचविले; पण पिस्तुलाच्या आवाजाने कदाचित पुन्हा हिमपात (Avalanche) होईल, असे वाटून त्यांनी तो बेत तात्पुरता बाजूला ठेवला. सुदैवाने, दोन-तीन दिवसांनी गिधाडे नाहीशी झाली. ती पुन्हा दिसली नाहीत.

गिधाडांच्या पाठोपाठ दोन माशा आणि एक फुलपाखरू विमानात येऊन गेले.

रेडिओवरील बातम्यांत फेअरचाइल्डचा शोध पुन्हा सुरू करणार, असे जरी ऐकले होते, तरी त्यावर अवलंबून न राहता मोहीमवीरांनी ताबडतोब पुढच्या मोहिमेवर निघावे, असे सर्वांचे म्हणणे होते. नान्दो मोहिमेवर निघायला अधीर झाला होताच; पण कॅनेसा काहीतरी कारणे सांगून दिवस ढकलायचा प्रयत्न करीत होता. आता खास उपकरणे असलेले विमान जर शोधासाठी पाठविणार आहेत, तर आठ-दहा दिवस त्याची वाट बघावी, त्याआधी उगाच आपला जीव धोक्यात का घालावा, असे त्याचे म्हणणे होते.

फिटो कॅनेसाला म्हणाला, ''आपण जिवंत असू, अशी कोणीच आता आशा करीत नसणार. विमान जे पाठविणार आहेत, ते आपले मृत देह आणि ह्या विमानाचे अवशेष शोधण्यासाठीच असणार. ते विमान सर्व भागाचे चार-आठ दिवस फोटो काढणार आणि मग ते डेव्हलप करून त्यांचा सावकाश अभ्यास करून त्यात त्यांना आपण दिसलो, तर मग ते काहीतरी करणार. त्यासाठी थांबून कसे चालेल?''

ह्यावर कॅनेसालाही उत्तर देता येईना. त्यामुळे कॅनेसा, नान्दो आणि विझिंटिन मोहिमेच्या तयारीला लागले. स्ट्रॉच बंधू मोहिमेसाठी जादा मांस कापण्याच्या उद्योगाला लागले. इतर काहीजण उपलब्ध कापडातून स्लीपिंग बॅग शिवू लागले (*शिवणासाठी विजेच्या वायरींमधील तारा वापराव्या लागत होत्या.*). दरम्यान पॅरडोने शेपटीत सापडलेल्या कॅमेऱ्याने बरेच फोटो काढले.

नान्दोने आपल्या थैलीत विमानाचे होकायंत्र, आईचे ब्लॅंकेट, मोज्यांचे चार जोड, पासपोर्ट, चारशे डॉलर, पाण्याची एक बाटली, एक सुरी आणि फुटणाऱ्या ओठांना लावण्यासाठी लिपस्टिक वगैरे सामान घातले.

विझिंटिनने इतर वस्तूंबरोबर विमानात मिळालेले नकाशे, एक रमची बाटली आणि पायलटचे रिव्हॉल्व्हर घेतले.

कॅनेसाने बरीच औषधे, बॅंडेजेस, टूथपेस्ट, कागद, दोऱ्या वगैरे घेतले.

सर्वांनी मिळून बाहेर बर्फावर बॅगा आणि इतर वस्तू पसरून विमानातून दिसावा म्हणून एक मोठा क्रॉस केला.

रात्री फिटो स्ट्रॉच नान्दोला म्हणाला, की जर कॅनेसा येणार नसेल तर त्याच्याऐवजी मी तुमच्याबरोबर येतो.

"नको, मी त्याच्याशी बोललो. तो येईल. त्यालाच आले पाहिजे; कारण तुझ्यापेक्षा तो जास्त सशक्त आहे. आता ती स्लीपिंग बॅग शिवून झाली, की आम्ही निघूच." नान्दो म्हणाला.

दुसऱ्या दिवशी स्ट्रॉच बंधू सकाळी लवकर उठून स्लीपिंग बॅग शिवायला लागले. काहीही करून आज ती पुरी करायचीच, असे त्यांनी ठरविले.

नुमा तुरकॅटी, रॉय हार्ले आणि इन्शियार्टे यांच्या तब्येतीविषयी सर्वांना काळजी वाटू लागली. नुमा तर फारच अशक्त झाला होता. त्याचा मित्र अल्क्रेडो डेलगॅडो त्याची खूप देखभाल करायचा. तो त्याच्यासाठी पाणी बनवायचा. त्याचे जेवण आत आणून त्याला भरवायचा. थोडेसे मांस चोरूनसुद्धा तो त्याला द्यायचा; परंतु तो अशक्त व उदास होत चालला. उदासपणामुळे तो खायचाही नाही आणि त्यामुळे त्याचा अशक्तपणा आणखी वाढत होता. त्याला पाठीवर बेडसोअर्स झाल्याचे डेलगॅडोच्या लक्षात आले. त्याने झर्बिनोला बघायला बोलाविले. तपासण्यासाठी त्याने नुमाचे कपडे काढले आणि त्याला धक्काच बसला. नुमाचा देह म्हणजे नुसती हाडे आणि कातडे राहिले होते. नंतर झर्बिनोने इतरांना सांगितले, की नुमा फार दिवस जगणार नाही. १० डिसेंबरला 'नुमा कोमामध्ये गेला आहे' असे कॅनेसाने डेलगॅडोला सांगितले. डेलगॅडो ताबडतोब नुमाच्या झोळीजवळ जाऊन गुडघे टेकून प्रार्थना करू लागला. नुमाचे डोळे उघडे होते; पण दृष्टी शून्यात होती. श्वासोच्छ्वास मंद झाला होता. काही वेळाने तो पूर्णपणे थांबला.

सरळ व आनंदी स्वभावाच्या नुमाच्या निधनामुळे सर्वांना दुःख झाले व धक्काही बसला. आता मोहिमेच्या बाबतीत चालढकल करून चालणार नाही, अशी कॅनेसाची खात्री झाली. रॉय हार्ले व इन्शियार्टे यांच्या बाबतीतसुद्धा प्रत्येक दिवस महत्त्वाचा होता. मोहीमवीरांनी दुसऱ्या दिवशीच निघायचे ठरविले.

संध्याकाळी नान्दो स्ट्रॉच बंधूंना बाजूला घेऊन म्हणाला, की जर खाद्यपुरवठा संपत आला, तर आपली आई व बहीण यांचे देह त्यांनी जिवंत राहण्यासाठी वापरावेत. स्ट्रॉच बंधू काही बोलले नाहीत; परंतु नान्दोच्या सांगण्याने ते किती भारावून गेले होते, ते त्यांच्या चेहऱ्यावर दिसत होते.

दुसऱ्या दिवशी सकाळी पाच वाजताच कॅनेसा, नान्दो व विझिंटिन यांनी मोहिमेवर निघण्याची तयारी सुरू केली. प्रत्येकाने पाचसहा टीशर्ट आणि स्वेटर, तीनतीन जीन्स, तीनचार मोजे एकावर एक चढविले. सामानात सापडलेल्या कानटोप्या, हातमोजे, इथेच बनविलेले गॉगल, रग्बीचे बूट आणि हातात विमानातील काढलेल्या अॅल्युमिनियमच्या नळ्यांचे तुकडे असे ते सज्ज झाले. प्रत्येकाच्या बरोबर दहा दिवस पुरेल इतके खाद्य होते. तिघांच्या मापाची स्लीपिंग बॅग कॅनेसाने घेतली.

थोडी न्याहारी करून ते निघाले. सर्वजण गंभीर झाले होते; कारण ही बहुतेक शेवटचीच संधी आहे, याची प्रत्येकाला जाणीव होती. एकमेकांना मिठ्या मारून त्यांनी निरोप घेतला.

त्यांना घेरलेले तिन्ही बाजूंचे डोंगर सारखेच उंच आणि भिंतीप्रमाणे उभे दिसत होते. त्यामुळे कुठे आणि कोणत्या दिशेने चढायला सुरुवात करावी, असा त्यांना प्रश्न पडला. शेवटी होकायंत्राच्या साहाय्याने त्यांनी पश्चिम दिशा निश्चित केली व चढायला सुरुवात केली. चढाव उभा होता आणि बर्फ वितळायला सुरुवात झाली होती. पाय गुडघ्यापर्यंत बर्फात रूतत होते. पावलांना उशा बांधल्या. त्याही काही वेळाने पाण्याने जड झाल्या; पण थोडे चढल्यावर थोडी विश्रांती घेत ते चिकाटीने चढत राहिले. दुपारच्या जेवणाच्या वेळेपर्यंत ते बरेच वर येऊन पोहोचले. खाली फेअरचाइल्ड व बाहेर त्यांची प्रगती बघत बसलेली मुले बारीक ठिपक्यांप्रमाणे दिसत होती.

'जेवण' झाल्यावर ते पुन्हा चढू लागले. डोंगराच्या उतारावर झोपण्याला योग्य अशी सपाट जागा मिळण्याची शक्यता नव्हती. त्यामुळे अंधार पडायच्या आत शिखर गाठायचे, असा त्यांचा बेत होता. शिखरावर पोहोचल्यावर पलीकडे शेते, हिरवीगार कुरणे, नद्या, शेतकऱ्यांची घरे वगैरे कशी दिसतील, याचे चित्र डोळ्यांसमोर आणत ते चढत होते.

–परंतु सूर्य मावळल्यावर त्यांच्या लक्षात आले, की शिखर अजून बरेच वर आहे. त्यामुळे रात्रीच्या मुक्कामासाठी कुठे सपाट जागा दिसते का, याचा ते शोध घेऊ लागले. दुर्दैवाने अशी जागा कुठेच दिसेना. डोंगर जवळ जवळ उभाच होता. विझिंटिग रडवेला होऊन, मला आता पुढे जाता येणार नाही, असे म्हणू लागला. तो पुरता थकला होता.

उजेड झपाट्याने कमी होत होता. तिघेही घाबरले. त्यात नान्दो वर चढत असताना एक मोठा दगड त्याच्या वजनाने निखळला व कॅनेसापासून काही इंचाच्या अंतरावरून गडगडत खाली गेला. कॅनेसा इतका घाबरला, की रडायलाच लागला. शेवटी त्यांना एक मोठा खडक दिसला. त्या खडकाच्या बाजूला वाऱ्यामुळे बर्फात गटारीसारखा एक मोठा चर निर्माण झाला होता. त्यात झोपलो, तर निदान रात्री

डोंगरावरून गडगडत तरी खाली जाणार नाही, असा विचार करून त्यांनी ती रात्र तिथेच काढायचे ठरविले. बरोबरच्या थैल्यांवर स्लीपिंग बॅग टाकून ते तीत शिरले.

आकाश स्वच्छ होते. तापमान शून्याच्या बरेच खाली जात होते; परंतु स्लीपिंग बॅगेमुळे त्यांना थंडीपासून बऱ्यापैकी संरक्षण मिळत होते. त्यांनी थोडेसे खाऊन एकेक घोट रम घेतली. वरील स्वच्छ निळे आकाश व चांदणे बघताना त्यांना झोप लागली. सकाळी सूर्य उगवेपर्यंत ते पडूनच राहिले. रात्री त्यांनी बूट काढून ठेवले होते, ते लाकडाप्रमाणे कडक झाले होते. ऊन पडून ते थोडे नरम झाल्यावर त्यांनी ते पायात चढविले. न्याहारी केली व ते डोंगर चढू लागले.

तिघेही तसे दमलेलेच होते. डोंगर इतका उभा होता, की विझिंटिनला खाली बघायचा धीर होत नव्हता. तो नान्दो आणि कॅनेसा यांच्यामागे चढत राहिला. एका मोठ्या खडकापाशी ते दुपारचे 'जेवण' घेण्यासाठी थांबले. संध्याकाळ होत आली, तरी शिखर दूरच होते. शेवटी आदल्या दिवशीप्रमाणे वेळ येऊ नये, म्हणून ते लवकरच कालच्याप्रमाणे एखादा खंदक दिसतो का, ते शोधू लागले आणि तसा त्यांना सापडला.

डोंगर चढताना कॅनेसा खाली व सभोवती बघायचा, तेव्हा त्याला डोंगराच्या खालपासून दूरवर जाणारी एक काळी रेघ दिसायची. आजुबाजूच्या बर्फात ती उठून दिसत होती. ती रेघ म्हणजे कदाचित रस्ता असू शकेल, असे त्याला वाटत होते; पण ती पूर्वेकडे जात होती आणि चिली पश्चिमेला होता. त्यामुळे तो गोंधळात पडला होता.

आता स्लीपिंग बॅगमध्ये पडल्या पडल्या त्याने ती काळी रेघ दाखविली व म्हणाला, "तुम्हाला ती तिकडे एक काळी लाईन दिसतेय? मला वाटतं, तो रस्ता असणार."

"मला नाही दिसत." नान्दो म्हणाला. त्याला लांबचे कमी दिसायचे. "ते जे काही असेल ते असेल; पण रस्ता नसणार कारण ते पूर्वेकडे जातेय."

"टिनटिन, तुला दिसतं?" कॅनेसाने विझिंटिनला विचारले.

"काहीतरी दिसतंय खरं; पण रस्ता आहे की काय, सांगता येत नाही."

"मला वाटतं, आपण परत जावं." कॅनेसा म्हणाला.

"परत जावं?" नान्दो उद्गारला.

"होय. हा डोंगर भयंकर उंच आहे. आपण वरती पोहोचू शकणार नाही. पावला-पावलावर मरायची भीती आहे. असेच पुढे जाणे म्हणजे निव्वळ वेडेपणा होईल."

"–आणि परत जाऊन काय करायचं?" नान्दोने विचारले.

"त्या रस्त्याकडे जायचं." कॅनेसा.

"–आणि तो रस्ता नसेल तर?" नान्दो.

"हे बघ, तुझ्यापेक्षा माझी दृष्टी चांगली आहे. आणि मला तो रस्ताच वाटतोय."

– कॅनेसा.

''असेल किंवा नसेल. मला हे माहीत आहे, की चिली पश्चिमेला आहे. तेव्हा आपल्याला पश्चिमेकडेच जायला पाहिजे.'' –नान्दो.

''पाहा बुवा! मी तर परत जाणार.'' –कॅनेसा.

''–आणि मी पश्चिमेला जाणार. आता अन्नही संपत आले आहे. तो जर रस्ता नसेल, तर आपल्याला पुन्हा इकडे यायची संधी मिळणार नाही. आणि मग आपण सगळे इथेच अडकून मरू.'' नान्दो म्हणाला.

सकाळ उजाडताच नान्दो पुढे जाण्यासाठी तयारी करू लागला. कॅनेसाचा निश्चय होईना. म्हणून त्याने सुचविले, की नान्दो व टिनटिन यांनी त्यांचे सामान तिथेच त्याच्याजवळ सोडून वर जाऊन शिखरावर पोहोचता येईल का, ते पाहावे. नान्दोने असे करायला संमती दिली व तो ताबडतोब चढू लागला. त्याच्यामागे विझिंटिन गेला.

आता तर चढण फारच कठीण झाली होती. बर्फाची उभी भिंतच जणू. नान्दोला पायऱ्या खणत वर जावे लागत होते. जर का पकड सुटली, तर खाली शेकडो फूट दरीत पडून त्यांच्या चिंध्या झाल्या असत्या; पण निश्चयाने व चिकाटीने तो वर जात राहिला. मग अचानक भिंत संपली. उभा चढ संपून एकदम आडवा अल्पउतार सुरू झाला. मग थोडा सपाट भाग लागला व मग पलीकडे पुन्हा उतार सुरू झाला. तो शिखरावर पोहोचला होता!

–पण नान्दोचा शिखरावर पोहोचल्याचा आनंद काही क्षणच टिकला; कारण पलीकडे खाली हिरवी शेते वगैरे दिसण्याऐवजी सर्व बाजूंना उंच उंच बर्फाळ डोंगरांच्या अनंत रांगाच दिसत होत्या! आता सर्व संपले, असे नान्दोला वाटले आणि निराश होऊन तो गुडघ्यांवर कोसळला; परंतु ही निराशेची भावना काही क्षणातच नाहीशी होऊन आपण अँडीजमधील सर्वांत उंचपैकी एका शिखरावर चढण्यात यश मिळविले आहे, याची जाणीव होऊन त्याच्या मनाला जरा उभारी आली.

आजुबाजूचा डोंगराळ प्रदेश तो न्याहाळू लागला, तेव्हा त्याला पश्चिमेकडे, डाव्या बाजूला लांबवर दोन डोंगर असे दिसले, की ज्यांच्या शिखरांवर बर्फ नव्हते, याचा अर्थ अँडीजच्या रांगा तिथे संपत असल्या पाहिजेत आणि ते डोंगर चिलीत असले पाहिजेत, असा त्याने निष्कर्ष काढला. खालून हाका मारणाऱ्या विझिंटिनला तो ओरडून म्हणाला, ''खाली जा आणि कॅनेसाला घेऊन ये. त्याला सांग, सर्व ठीक होणार आहे. वर येऊन स्वतः बघ, म्हणून सांग.''

''तो नक्की शिखरावर पोहोचलाय?'' कॅनेसाने विचारले.

''हो. नक्की.'' टिनटिन.

''तू नाही पोहोचलास?''

''नाही; पण नान्दो म्हणाला, की फार छान आहे आणि सगळं ठीक होईल.''

कॅनेसा जरा नाखुषीनेच उठला. त्याने त्याचे सामान विझिंटिनकडे ठेवले आणि तो वर चढू लागला. त्याला वर पोहोचायला नान्दोपेक्षा एक तास जास्त लागला.

त्याने शिखरावरून दृश्य पाहिल्यावर त्याच्यावरसुद्धा नान्दोसारखाच परिणाम झाला. पश्चिमेकडील डोंगरांच्या असंख्य रांगा बघून तो म्हणाला, ''आता आपण मेलो. ह्या सगळ्या डोंगरातून बाहेर पडणे शक्यच नाही.''

नान्दोने त्याला दूर डाव्या बाजूला असलेली बर्फविरहित शिखरांची जोडी दाखविली.

''–पण ती शेकडो मैल दूर वाटतात. तिथे पोहोचायला पन्नास दिवस तरी लागतील.''

''हे बघ. आपण त्या डोंगरावरून असे इकडून खाली गेलो आणि मग त्या दरीत पुढे गेलो, की त्या 'Y'सारख्या फाट्यापर्यंत पोहोचू आणि त्या 'Y'ची एक बाजू त्या बोडक्या डोंगरांपाशी पोहोचेल.'' नान्दो बोटाने दाखवीत होता, तिकडे बघत कॅनेसा म्हणाला, ''असेल कदाचित; पण तरी आपल्याला पन्नास दिवस लागणार. आणि आपल्याबरोबर दहा दिवसांचेच अन्न आहे.''

''मला माहीत आहे.'' नान्दो म्हणाला, ''पण माझ्या डोक्यात एक विचार आला आहे. आपण टिनटिनला परत जायला सांगू.''

''तो परत जायला तयार होईल की नाही, शंका आहे.'' कॅनेसा.

''आपण सांगितलं, तर तो जाईल. म्हणजे त्याचे अन्न आपल्याला ठेवून घेता येईल. मग ते काळजीपूर्वक वापरले, की वीस दिवस तरी पुरेल.''

''–आणि त्यानंतर?''

''त्यानंतरचे नंतर बघू. काहीतरी करता येईल.''

''नाही बुवा! मी आपला परत जाऊन त्या रस्त्याचा शोध घेतो.'' कॅनेसा म्हणाला.

''बरं. मग तू जा तुझ्या रस्त्याच्या शोधात. मी पुढे चिलीकडे जाणार.''

त्यानंतर ते दोघेही, विझिंटिन थांबला होता तिथपर्यंत खाली उतरले. तोपर्यंत संध्याकाळचे पाच वाजले होते. तोपर्यंत विझिंटिनने थोडे पाणी करून ठेवले होते. कॅनेसा सहजपणे विझिंटिनला म्हणाला,

''टिनटिन, नान्दो म्हणतो की तू परत गेलास तर तुझे अन्न घेऊन आम्हाला पुढे जाता येईल.''

''परत जाऊ?'' विझिंटिनचा चेहरा एकदम फुलला, ''तुम्ही म्हणत असाल तर जाईन.'' एवढे म्हणून तो लगेच त्याची थैली उचलू लागला.

"ए येड्या, आता कुठे निघालास? उद्या सकाळी जा!'' – कॅनेसा.

"उद्या सकाळी? बरं, उद्या जाईन.''

"तू रागावला नाहीस ना?''

"रागावलो? नाही बुवा.''

"तू खाली पोहोचलास की सांग आम्ही पश्चिमेकडे गेलो आहोत म्हणून आणि जर विमानाने तुमची सुटका केली, तर आम्हाला शोधायचे विसरू नका.''

कॅनेसाला रात्रभर झोप लागली नाही. त्याचा अजून निश्चय होत नव्हता; पण सकाळ झाल्यावर त्याने नान्दोबरोबर पुढे जायचे ठरवले.

जाता जाता विझिंटिन कॅनेसाला म्हणाला, "मला सांग, देहाचा असा काही भाग असतो का, की जो खाऊ नये?''

"कोणताही नाही.'' कॅनेसा म्हणाला.

"फुप्फुसेसुद्धा?''

"होय. फुप्फुसेसुद्धा.''

टिनटिन जायला निघाला.

"सावकाश जा.'' कॅनेसा म्हणाला.

"काही काळजी करू नका.'' असे म्हणून त्याने कॅनेसा व नान्दोचा निरोप घेतला व तो डोंगर उतरू लागला.

प्रकरण आठ

१

इकडे विमानात राहिलेले तेराजण मोहीमवीरांची प्रगती बघत होते. त्यांचा अंदाज होता, की अर्ध्या किंवा फार तर एका दिवसात ते तिघे शिखरावर पोहोचतील; पण जेव्हा दिवस मावळेपर्यंत ते अर्ध्यावरसुद्धा पोहोचलेले नाहीत, असे त्यांनी बघितले, तेव्हा ते जरा अस्वस्थ आणि निराश झाले. देवाची प्रार्थना करण्याशिवाय त्यांना दुसरे काहीच करता येणे शक्य नव्हते.

दरम्यान, त्यांना अन्नाचा प्रश्न सोडविण्यासाठी काहीतरी करणे जरुरीचे झाले होते. विमान कोसळले, तेव्हा काहीजण बाहेर फेकले गेले होते, त्यांचे देह डोंगरावर चढून शोधून काढायचे, असे फिटोने ठरविले. रोज डोंगरउतारावर दुरून काही नवीन काळसर ठिपके दिसू लागले होते. ते ठिपके म्हणजे जर प्रेते असतील, तर तिथे जाऊन ती बर्फात पुरणे आवश्यक होते. नाही तर ती खराब झाली असती.

झर्बिनो फिटोबरोबर जायला तयार झाला. ते दोघे १३ डिसेंबरला सकाळी निघाले. बर्फ अजून कडक होता, त्यामुळे ते भराभर पुढे जाऊ शकत होते. थोडे चढून गेले, की ते जरा थांबून खाली विमानाकडे, तसेच आजुबाजूच्या डोंगरांकडे बघत होते. जसजसे ते वर जाऊ लागले, तसतसे त्यांना एकामागें एक नवनवीन बर्फाच्छादित डोंगर दिसू लागले व त्या दृश्याने ते जरा निराश झाले. इतकी अनंत आणि उंच शिखरे बघून आपण अँडीजच्या कडेला नसून मधोमध असणार, अशी त्यांची खात्री झाली. नान्दो, कॅनेसा आणि टिनटिन अशा प्रदेशातून कसे चिलीपर्यंत पोहोचू शकतील, याबद्दल त्यांना शंका वाटू लागली. सर्वांत जवळच्या वस्तीपर्यंत पोहोचायलासुद्धा बरेच दिवस लागतील आणि त्यांच्याजवळ तर दहा दिवसांचेच अन्न होते.

''आपल्याला बहुतेक आणखी एक मोहीम काढावी लागणार, असं दिसतंय.'' फिटो म्हणाला, ''जास्त दिवसांची रसद बरोबर घेऊन–''

''–आणि त्या मोहिमेवर कोण जाणार?'' झर्बिनो म्हणाला.

''आपण दोघे आणि कार्लिटोझ किंवा डॅनियल.''

''कदाचित त्या आधी आपण विमानाला दिसू.''

त्यांनी फेअरचाइल्डकडे बघितले. अजून विमान दिसत नव्हते; परंतु बर्फावर विखुरलेल्या खुर्च्या, कपडे, हाडे वगैरे स्पष्ट दिसत होते.

दोन तास चढून गेल्यावर, आता विमान कोसळलेल्या भागात आपण आलो असल्याच्या खुणा त्यांना दिसू लागल्या. एक लोकरीचे जॅकेट त्यांना दिसले. फिटोने ते उचलून त्यावरचा बर्फ झटकून टाकला आणि ते आपल्या अंगावर चढविले.

आणखी थोडे चढून गेल्यावर एक देह तोंड जमिनीकडे असलेल्या अवस्थेत पडलेला त्यांना दिसला. तो त्यांचा चौथा कझिन डॅनियल शॉ असल्याचे बघून फिटोला धक्का बसला. त्याच्या मनात विचारांचे द्वंद्व सुरू झाले. त्यांना एक देह सापडला; परंतु तो त्याच्याच भावाचा असल्याने त्याचा वापर करायला त्याचे मन तयार होत नव्हते. तो झर्बिनोकडे वळून म्हणाला, ''आणखी काही देह मिळतात का, ते बघू या.''

त्यांना आणखी प्रेते मिळाली नाहीत; पण विमानाचा एक पत्रा सापडला. इतर मुलांचीसुद्धा जबाबदारी आपल्यावर आहे, या जाणिवेने तो पत्रा घेऊन ते शॉच्या देहाजवळ आले. तो देह त्यांनी पत्र्यावर बांधला. फिटो व झर्बिनो यांनी बरोबर स्नो शू म्हणून आणलेल्या उशा पत्र्याला बांधल्या व त्यावर बसून ते घसरगाडीप्रमाणे उतारावरून घसरत खाली जाऊ लागले. त्यांच्या कल्पनेपेक्षा बराच जास्त वेग त्यांनी घेतला व ते तुफान वेगाने खाली घसरू लागले. वेग कमी करण्याचा त्यांनी प्रयत्न केला; पण त्याचा उपयोग होत नव्हता. आता वाटेत एखाद्या खडकावर आपटून आपला कपाळमोक्ष होणार, निदान हातपाय मोडणार अशी भीती त्यांना वाटू लागली; पण सुदैवाने त्यांची घसरगाडी खडकांमधून वळत जात विमान ज्या उंचीवर पडले होते, त्या उंचीवर येऊन थांबली; परंतु उतारावर घसरत असताना नियंत्रण न राहिल्याने ते विमान दरीच्या ज्या बाजूला होते, त्याच्या समोरच्या बाजूला जाऊन पोहोचले होते; पण आता बर्फ मऊ झाला होता आणि ते इतके दमले होते, की सध्या तो मृत देह तिथेच बर्फात ठेवून तो विमानाकडे नेण्यासाठी दुसऱ्या दिवशी यावे, असे त्यांनी ठरविले. देह पुरण्यासाठी ते खंदक खणत असताना एडवर्डो, फर्नांडिस, अल्गोर्टा व पाएझ त्यांच्याकडे येताना दिसले.

''तुम्ही ठीक आहात ना?'' फर्नांडिसने ओरडून विचारले.

''तुम्हाला सुसाट वेगाने खाली येताना पाहिलं आणि आम्हाला वाटलं, की तुम्ही नक्कीच आपटून मरणार.''

ते गप्पच राहिले.

''काही मिळाले का?''

''हो.'' फिटो म्हणाला, ''डॅनियलचा देह सापडला.''

दुसऱ्या दिवशी सकाळी त्यांनी डॅनियलचा देह विमानापाशी आणला. अगदीच जीवन-मरणाचा प्रश्न आला, तरच हात लावायचा, असे जे देह बाजूला ठेवण्यात आले होते, त्यांच्या शेजारी हाही ठेवण्यात आला.

नंतर पाएझ आणि अल्गोर्टी हे दोघे आणखी देहांच्या शोधात डोंगरावर गेले. त्यांनाही एक शव सापडले. त्याचे डोळे नाहीसे झाले होते. बहुतेक ते उन्हाने जळाले असावेत किंवा गिधाडांनी खाल्ले असावेत. बर्फ मऊ व्हायला लागल्यामुळे तो देह बर्फात पुरून ठेवला. दुसऱ्या दिवशी फिटो व झर्बिनो यांना घेऊन ते तिथे आले. देह खाली नेण्याऐवजी इथेच त्याचे मांस कापून ते बरोबर न्यावे, असा त्यांनी बेत करून त्याप्रमाणे मांस व चरबीचे तुकडे मोज्यांमध्ये भरून घेऊन ते परतले.

ते विमानापाशी पोहोचले, तेव्हा त्यांना एक विचित्र दृश्य बघायला मिळाले. विमानातील सर्व मुले बाहेर येऊन क्रॉसच्या मधे गोळा होऊन आकाशाकडे बघत होती. काहीजण एकमेकांना मिठ्या मारीत होते. क्रॉसच्या मध्यावर डॅनियल फर्नांडिस कानाला ट्रान्झिस्टर लावून उभा होता. ''आम्ही आत्ताच रेडिओवर ऐकलं, की त्यांना कोणत्या तरी सांटा एलेना डोंगरावर एक क्रॉस दिसला आहे.'' तो म्हणाला.

ही बातमी ऐकून ते तिघेही खूष झाले; कारण ह्या भागात आपण केलेला क्रॉस सोडून आणखी दुसरा क्रॉस कसा असेल? आपलाच क्रॉस त्यांनी बघितला असणार आणि हा मागचा डोंगरच सांटा एलेना डोंगर असणार. तो दिवस मग त्यांनी विमानाची वाट बघण्यातच घालविला. संध्याकाळ होत आली, तसे सर्वजण जरा निराश होऊन विमानात जाऊन बसले.

□

२

१५ डिसेंबरला सकाळी विमानाच्या बाजूला बसलेल्या मुलांना डोंगराच्या उतारावरून तुफान वेगाने काहीतरी घसरत त्यांच्या दिशेने येत असलेले दिसले. प्रथम ती वस्तू म्हणजे बर्फ वितळल्यामुळे सुटून आलेला एखादा मोठा दगड असावा, असे त्यांना वाटले; पण ती वस्तू जरा जवळ आल्यावर तो माणूस आहे, असे दिसू लागले आणि अगदी जवळ आल्यावर तो माणूस म्हणजे विझिंटिन आहे, असे त्यांच्या लक्षात आले. तो उशीवर बसून घसरत येत होता आणि त्यांच्याजवळ पोहोचल्यावर टाचा बर्फात रुतवून तो थांबला.

त्याला बघून मुलांच्या मनात वेगवेगळ्या अशुभ गोष्टी येऊ लागल्या. एक तर दुसऱ्या दोघा मोहीमवीरांना काहीतरी अपघात होऊन ते मेले असावेत किंवा पुढे

जाणे अशक्य झाल्यामुळे तिघेही परत येत असून त्यांच्यापैकी टिनटिन आधी येऊन पोहोचला असावा.

विझिंटिन त्यांच्यापाशी पोहोचला, तेव्हा त्याने काय झाले ते सांगितले, ''नान्दो आणि कॅनेसा शिखरावर पोहोचले आहेत आणि पुढे जात आहेत. अन्न जास्त दिवस पुरवे म्हणून माझ्या वाटचे अन्न घेऊन ते गेले आणि मला परत पाठविले.''

''—पण पलीकडे काय आहे?'' त्याच्याभोवती घोळका करून मुलांनी विचारले.

''पलीकडे आणखी डोंगरच डोंगर आहेत. मला नाही वाटत ते पोहोचतील.''

हे ऐकून सर्वजण पुन्हा निराश झाले.

''डोंगराचा चढ भयंकर आहे. तिथे पोहोचायला तीन दिवस लागले. असा आणखी एकसुद्धा डोंगर चढणे अशक्य आहे.''

''तुला खाली यायला किती वेळ लागला?''

''पाऊण तास.'' विझिंटिन म्हणाला, ''खाली यायला काहीच अडचण नाही. आणि गंमत म्हणजे पश्चिमेपेक्षा पूर्वेकडे कमी बर्फ आहे आणि कॅनेसाला एक रस्ता दिसला!''

''रस्ता? कुठे?''

''पूर्वेला.''

स्ट्रॉच बंधूंनी मान हलवली. ''पण ते कसं शक्य आहे? चिली पश्चिमेला आहे.'' इतर मुलांनीही मान डोलवत त्यांची री ओढली.

दुपारी जेवणाच्या वेळी विझिंटिनला जास्त खाणे द्यायचे की नाही, यावरून जरा वाद निर्माण झाला.

''जास्त द्यायला तू काही आता मोहिमेवर नाही.'' एडवर्डो म्हणाला.

''हो; पण तीन दिवस मी चढत होतो आणि माझ्याजवळचे सर्व खाद्य ते घेऊन गेले. त्यामुळे आज मी उपाशी आहे.''

''मग यापुढे मात्र तुला सगळ्यांइतकेच मिळेल,'' ह्या अटीवर त्याला थोडे जास्त देण्यात आले. दुपारी विझिंटिन सभोवार फिरून सर्वांनी टाकून दिलेली फुप्फुसे गोळा करीत होता.

''तू ती खाणार?'' कोणीतरी विचारले.

''हो.''

''आजारी पडशील.''

''नाही. कॅनेसा म्हणाला, खाल्ली तरी चालतील.''

तसा आता 'अन्ना'चा तुटवडा नव्हता; कारण बर्फ वितळायला लागल्यामुळे अपघाताच्या वेळी बर्फात गाडले गेलेले देह आता दिसू लागले होते. तसे दहा देह

होते. त्यांपैकी पाच कोणाकोणाच्या नातेवाईकांचे असल्यामुळे अगदीच आवश्यक झाले, तरच वापरायचे होते. उरलेले पाच आणि दोघा वैमानिकांचे *(जे विमानात होते)* मिळून सात देह उपलब्ध होते, ते पाच-सहा आठवडे सहज पुरणार होते. सर्व देह बर्फात अगदी मरणाच्या वेळी जशा स्थितीत होते, तसेच होते. शिवाय, अपघाताच्या वेळी मेलेल्यांच्या देहावर मांस जास्त होते *(नंतर हिमपातात जे मेले ते उपासमारीमुळे रोडावलेले होते.)*.

असे असूनसुद्धा स्ट्रॉचबंधूंनी रोज वाटायच्या 'अन्ना'वरील नियंत्रण जराही शिथिल केले नाही; कारण आताच्या मोहिमेपेक्षाही दीर्घकाळाची मोहीम कदाचित काढायला लागेल, तिच्यासाठी अन्न राखून ठेवले पाहिजे, असा त्यांचा विचार होता. त्यांनी बर्फात दोन चर खणले. एकात शक्यतो ज्यांना हात लावायचा नाही, असे पाच देह पुरले, तर दुसऱ्यात ताबडतोब वापरण्याजोगे देह पुरले.

आता दुपारी ऊन इतके कडक पडू लागले होते, की मांस विमानाच्या छपरावर बऱ्यापैकी भाजता येऊ लागले.

उन्हाचा आणखी एक परिणाम म्हणजे विमानाच्या वरचा आणि बाजूचा बर्फ वितळून विमानाच्या खालचा बर्फच चौथऱ्यासारखा राहिला होता. त्यामुळे विमानाच्या छपरावर चढणे कठीण होऊन बसले होते. एवढेच नव्हे, तर विमान चौथऱ्यावरून पडेल की काय, अशी भीती मुलांना वाटू लागली होती.

तसेच अधूनमधून बर्फ वितळल्यामुळे सुटे झालेले धोंडेसुद्धा गडगडत त्यांच्यापर्यंत येऊ लागले होते.

–पण एकंदरीत सुटकेची वाट बघत बसण्याचा त्यांना कंटाळा आला होता आणि जानेवारीच्या पहिल्या आठवड्यात नवीन मोहीम काढण्याबद्दल बोलणेसुद्धा सुरू झाले होते.

जेवणानंतरचे मिष्टान्न म्हणून सर्वजणांना मिळून एक टूथपेस्ट देण्यात आली होती. पेस्टचा एक एक थेंब प्रत्येकाला मिळायचा. एक दिवस ती ट्यूब पूर्ण दाबून रिकामी झालेल्या स्थितीत विमानात जमिनीवर पडलेली सापडली. ताबडतोब तपास सुरू झाला. सबेला आणि डेलगॉडो यांच्यावर मुख्य संशय होता, कारण विमानात फक्त ते दोघेच गेले होते; पण सबळ पुरावा न मिळाल्यामुळे कोणावरच आरोप ठेवला गेला नव्हता. तपासामधे, रॉय हार्लेच्या सामानात त्याची स्वत:ची एक लहान टूथपेस्ट आहे ही गोष्ट उघडकीला आली. ती कुठून आली म्हणून विचारले असता, 'सात सिगारेटींच्या बदल्यात डेलगॉडोने ती दिली,' असे तो म्हणाला.

'आणि तुला ती कुठे मिळाली' असे डेलगॉडोला विचारण्यात आले.

"कॅनेसाला ती विमानाच्या शेपटीत मिळाली. त्याने ती तुर्कॅटीला देण्यासाठी मला दिली. मग तुर्कॅटी मेल्यावर..."

"तू ठेवून घेतलीस?"

"हो."

"तू सर्वांना वाटायला का नाही दिलीस?"

"ते मला सुचले नाही."

या गोष्टीवर चर्चा झाली व सर्वांचे असे मत पडले की तुरकॅटीच्या मरणानंतर ती ठेवून घ्यायचा डेलगॅडोला हक्क नव्हता. त्यामुळे सिगारेटींच्या बदल्यात ती हार्लेला देण्याचाही त्याला अधिकार नव्हता. त्यामुळे ती पेस्ट जप्त करण्यात यावी व डेलगॅडोने हार्लेची इतर प्रकारे भरपाई करावी. डेलगॅडोकडे टूथपेस्ट होती तेव्हा हार्ले शेपटीकडे गेलेला होता, त्यामुळे ती टूथपेस्ट तुरकॅटीसाठी आहे हे त्याला माहीत असण्याची शक्यता नव्हती, म्हणून त्याला निर्दोष ठरवला गेला. डेलगॅडोला दोषी ठरवण्यात आले; पण त्याचा फसवण्याचा हेतू नव्हता आणि त्याने सर्वांचा निर्णय निमूटपणे मान्य केला व हार्लेला त्याच्या सिगारेटी परत केल्या, हे लक्षात घेऊन ह्या प्रकरणावर पडदा पाडण्यात आला. तरीही मोठी टूथपेस्ट डेलगॅडोनेच खाल्ली असावी असा संशय बऱ्याच जणांच्या मनात घर करून राहिला.

मांसाच्या तुकड्यांची चोरी जवळजवळ सर्वजण उघडउघड करायचे. डेलगॅडो गुपचूप चोरी करायचा आणि इतरांपेक्षा त्याला संधी कमी मिळायची, त्यामुळे तो जास्त तुकडे चोरायचा. झर्बिनोने त्याला सापळा लावून पकडायचे ठरवले. डॅनियल फर्नांडिस विमानापासून काही अंतरावर एका देहावरील मांस कापत होता. मोठे तुकडे त्याने झर्बिनोला दिले, त्यातील काही स्वतःच्या तोंडात टाकून त्याने डेलगॅडोच्या हवाली केले. डेलगॅडोने ते एडवर्डो स्ट्रॉचला त्याचे लहान तुकडे करण्याकरिता दिले; पण दोन लहान तुकडे स्ट्रॉचपर्यंत पोचले नाहीत. झर्बिनोने फिटो स्ट्रॉचला 'डेलगॅडोवर जरा नजर ठेव' म्हणून सांगितले. डेलगॅडोला याची कल्पना नव्हती. त्याने गुपचूप दोन तुकडे त्याच्या बाजूच्या एका ट्रेमधे ठेवले.

झर्बिनोने ताबडतोब त्याच्यावर झेप घेतली. "काय चाललंय?" तो म्हणाला.

"काय चाललंय?" डेलगॅडो बोलला.

"ते तुझ्या ट्रेमधे काय आहे?" फिटोने विचारले.

"तू कशाबद्दल बोलतोय्स?" डेलगॅडो म्हणाला. "हा तुकडा? हा सकाळी डॅनियल ठेवून गेला."

झर्बिनोने त्याच्याकडे तुच्छतेने बघितले व राग आवरण्यासाठी त्याने तोंड फिरवले. एडवर्डोला राग आवरता आला नाही. तो डेलगॅडोला प्रत्यक्ष काही बोलला नाही; पण त्याला ऐकू जाईल अशा आवाजात तो इतरांकडे त्याला शिव्या देऊ लागला.

"काय आहे?" डेलगॅडो एडवर्डोला म्हणाला, "तू माझ्याबद्दल बोलतोय्स

का?''

''हो बोलतोय.'' एडवर्डो म्हणाला. ''अन्न नाहीसे होण्याची ही सातवी वेळ आहे. आणि ते तुझ्या ट्रेमध्ये दिसते आहे.''

डेलगॅडोचा चेहरा फिका पडला; पण तो काहीही बोलला नाही. फिटोने एडवर्डोला शांत केले; परंतु सर्वांच्या मनात डेलगॅडोविषयी आढी निर्माण झाली. तेव्हापासून कोणतीही वस्तू हरवली की सर्वांच्या नजरा डेलगॅडोवर जाऊ लागल्या. अशा घटनांमुळे त्यांच्या मनोधैर्यावर परिणाम होऊ लागला.

इकडे रेडिओवर फक्त अप्रिय बातम्याच येत होत्या. डोंगरावर जो क्रॉस विमानांना दिसला होता, तो हा क्रॉस नसून इकडील हवामानाचा अभ्यास करण्यासाठी पूर्वी कधीतरी ठोकलेल्या खिट्ट्यांचा होता, असे समजले. त्यामुळे चिलियन हवाई पथकाने आपला शोध पुन्हा थांबविला. आता फक्त उरुग्वायन C-47 विमानच शोधाच्या कामात होते; पण दुसऱ्याच दिवशी रेडिओवर सांगितले की C-47चे इंजिन नादुरुस्त झाले असून, दुरुस्ती होईपर्यंत त्याची उड्डाणे बंद राहणार आहेत.

कॅनेसा व नान्दो यांना मोहिमेवर निघून आता आठवडा झाला होता आणि खिसमसला एक आठवडाच राहिला होता. हा खिसमस बहुतेक इथेच काढावा लागणार, या विचाराने सर्वजण निराश झाले होते. फिटो नवीन मोहिमेबद्दल झर्बिनोबरोबर चर्चा करायचा; पण डोंगरावर चढल्यावर सभोवार काय आहे, ते त्यांनी पाहिले होते. नान्दो व कॅनेसा यांना जर यश आले नाही, तर आपण तरी यशस्वी होण्याची शक्यता किती, असे विचार त्यांच्या मनात येत होते.

सकाळी 'खाद्य' तयार करण्याच्या कामामुळे विचार जरा बाजूला राहायचे.

–परंतु खाणे-पिणे झाल्यावर दुपारी विमानात पडले असताना त्यांच्या मनावर निराशेचे भूत स्वार व्हायचे. दुपारी तीन-चार वाजता सर्वजण पुन्हा बाहेर पडायचे. तेव्हापासून अंधार पडेपर्यंतचा वेळ जरा बरा जायचा. संध्याकाळी सूर्य मावळल्यावर अंधार होईपर्यंत ते डोंगरउतारावर जरा वरच्या बाजूला दिवसातील शेवटच्या सिगारेटचा आस्वाद घेत बसत.

□

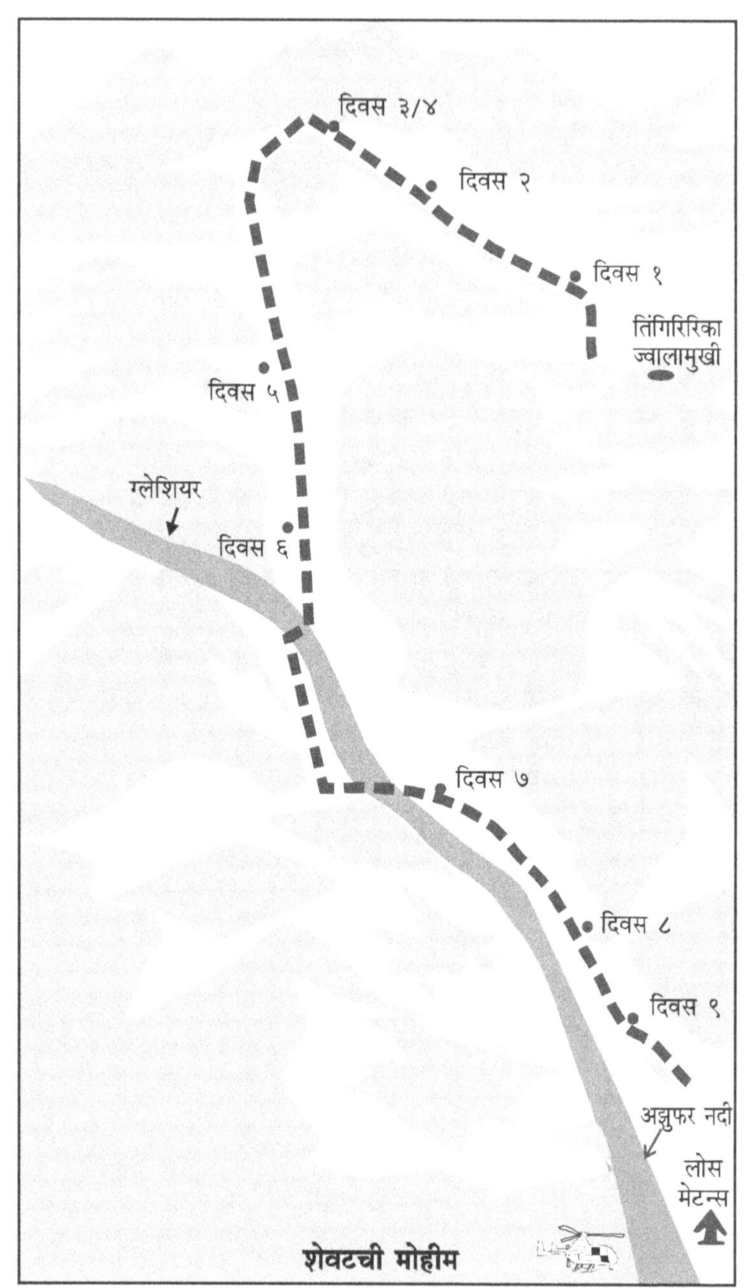

दिवस ३/४
दिवस २
दिवस १
तिंगिरिरिका ज्वालामुखी
दिवस ५
ग्लेशियर
दिवस ६
दिवस ७
दिवस ८
दिवस ९
अन्जुफर नदी
लोस मेटन्स
शेवटची मोहीम

प्रकरण नऊ

अखेरीस १२ डिसेंबरला दुपारी C-47 विमान सांटियागोच्या विमानतळावर येऊन पोहोचले. पाएझ विलारो आणि इतर मंडळींनी वैमानिकाचे स्वागत केले. वैमानिक म्हणाला, की अँडीजवर पुन्हा एक इंजिन बंद पडले. त्या उंचीवरील अतिथंड हवेचा कार्ब्युरेटरवर परिणाम होत असावा, असे त्याचे मत होते. त्याने इंजिन पुन्हा दुरुस्त करून घेतले व आता ते उड्डाण करायला तयार होते.

दुसऱ्या दिवशी सकाळी सहा वाजता निकोलिच व रॉड्रिग्ज एस्कलाडा यांना घेऊन विमान पहिल्या फेरीवर निघाले. त्या फेरीत त्यांना डोंगराच्या उतारावरील क्रॉस दिसला. क्रॉसच्या बातमीमुळे दक्षिण अमेरिकेतील देशांमध्ये पुन्हा खळबळ माजली. फेअरचाइल्डच्या शोधाविषयी वर्तमानपत्रात मोठ्या मथळ्याखाली पुन्हा बातम्या येऊ लागल्या, मॉंटेविडियोला असलेल्या पालकांच्या आशा पुन्हा पल्लवित झाल्या. चिली व अर्जेंटिनाच्या हवाईदलांनी पुन्हा शोधासाठी विमाने पाठविली.

इकडे चिलीत चौघांचे वडील पाएझ विलारो, कॅनेसा, हार्ले आणि निकोलिच सर्वजण एवढ्या उंचीवर जाऊ शकेल, असे हेलिकॉप्टर मिळविण्याच्या मागे लागले. चिलियन हवाई शोध पथकाने कोणीतरी जिवंत असल्याचा ठोस पुरावा दाखविल्याशिवाय हेलिकॉप्टर देण्यास नकार दिला. यावर कॅनेसा आणि हार्ले क्रॉसचे फोटो घेऊन तडक चिलीचे राष्ट्राध्यक्ष सारावादोर अलेंडे यांना भेटण्यासाठी त्यांच्या कार्यालयात जाऊन थडकले. अलेंडे स्वत: त्यांना भेटू शकले नाहीत; पण त्यांच्या सहाय्यकाने त्यांची भेट घेऊन राष्ट्रपतींचे स्वत:चे हेलिकॉप्टर दुसरे दिवशी शोधासाठी देण्याचे आश्वासन दिले.

१२ डिसेंबरला चिली सरकारच्या गृहखात्याने तो क्रॉस म्हणजे मदतीच्या याचनेची खूण आहे, असे जाहीर केले; परंतु मुलांच्या वडिलांमध्ये काहीजणांना तो क्रॉस मुलांनी केला असेल का, याविषयी शंका होती. कारण तो इतका सुबद्ध आणि

सुबकपणे केलेला होता, की उपकरणांच्या सहाय्याशिवाय तसा जमणे शक्य नाही, असे त्यांना वाटत होते आणि त्याच दिवशी दुपारी अर्जेंटिनामधून बातमी आली, की तो क्रॉस काही काळापूर्वी मेंडोझाहून भूगोल शास्त्रज्ञांचे एक पथक अँडीजमध्ये काही अभ्यासासाठी गेले होते, त्यांनी बनवला होता. फुलीच्या आकारात त्यांनी प्लॅस्टिकचे वीस कोन जमिनीत रोवले होते. त्यांचे ठराविक काळाने विमानातून फोटो घेऊन अँडीजवरील बर्फ किती वितळला आहे आणि त्यामुळे शेतीसाठी किती पाणी उपलब्ध झाले आहे, याचा ते अभ्यास करीत होते.

या बातमीमुळे माँटेविडियोला असलेल्या पालकांमध्ये पुन्हा एकदा निराशेची लाट आली; परंतु चिलीमध्ये असलेल्या पाच पित्यांनी शोधाचे प्रयत्न पुढे चालू ठेवण्याचा निश्चय केला.

१७ डिसेंबरला कॅनेसा व हालें क्युरिकोला परतले. त्यांना दीएगो रिव्हेरा ह्या खाणकामगाराला सांटियागोला आणायचे होते. आता त्याने, आपण विमान नक्की कुठे पडताना बघितले याचे जास्त सविस्तर व अचूक वर्णन दिले. त्यावरूनही तिंगिरिरिका पर्वताच्या परिसरातच शोध घेतला पाहिजे, ह्या मताला पुष्टी मिळाली. दुसरा खाणकामगार, कॅमिलो फिगेरो, जो अपघाताच्या ठिकाणापासून जास्त जवळ होता, तो मात्र अजून सापडला नव्हता.

दुसरे दिवशी १८ डिसेंबरला, पाएझ विलारोने तिंगिरिरिका परिसरात शोध घेण्यासाठी एक विमान भाड्याने घेतले. ह्या वेळेस त्याने खाणकामगार रिव्हेरालाच नव्हे, तर चिलियन अँडियन रेस्क्यू कोअरचे कमांडर क्लॉडिओ ल्युसेरो यांनाही बरोबर घेतले. त्यांच्या दुसऱ्या उड्डाणात ते तिंगिरिरिकाच्या पश्चिमेला असलेल्या एका गोठलेल्या सरोवरावरून उडताना ल्युसेरोला माणसांच्या पावलाच्या खुणा दिसल्या.

विलारोने ल्युसेरोला विचारले, ''तुम्हाला काय वाटते?''

''ते ठसे निश्चितच माणसाच्या पावलाचे आहेत.''

''मुलांच्या असतील?''

''नाही. अशक्य. एखाद्या गुराख्याचे असावेत.''

''अशा जागी गुराखी कशाला येईल?''

ल्युसेरोने खांदे उडवले.

सांटा एलेना पर्वतावरील क्रॉसमुळे झालेल्या निराशेपासून धडा घेऊन विलारोनेसुद्धा पावले मुलांची असतील अशी आशा ठेवली नाही.

डॉ. कॅनेसा यांनीसुद्धा पावलांच्या ठशांचा मुद्दा ल्युसेरोकडे काढला. ''ते ठसे मुलांच्या पावलांचे नाहीत अशी तुमची खात्री आहे?'' त्याने विचारले.

ल्युसेरोने कॅनेसाकडे एक कटाक्ष टाकला व म्हणाला, ''डॉक्टर, आता दोन महिने होऊन गेले आहेत.''

चिलियन सैन्याच्या स्थानिक वरिष्ठ अधिकाऱ्याशी आता पाएझ विलारोची चांगली दोस्ती झाली होती. त्याने डोंगरात शोध घेण्यासाठी एक पथक पाठवायचे कबूल केले. त्याआधी आपण स्वत: तो भाग एकदा नजरेखालून घालावा, अशा विचाराने त्याने विलारोला बरोबर घेऊन एका हेलिकॉप्टरमधून त्या भागावर एक फेरी मारली; पण त्यात त्याला काहीच आढळले नाही.

परतल्यावर तो विलारोला म्हणाला, ''हे बघ विलारो, तुम्ही ख्रिसमससाठी घरी परत जा. तुम्ही तिकडे असाल, तेव्हा मी त्या भागात एक पथक पाठवून शोध घेतो. तोपर्यंत जर काही सापडले नाही, तर तुम्ही ख्रिसमसनंतर परत या आणि आपण पुन्हा शोध सुरू करू.''

पाएझ विलारो आणि इतर चौघांनी हे मान्य केले आणि ते माँटेविडियोला परतायच्या तयारीला लागले.

□

प्रकरण दहा

१

विझिंटिन परत गेल्यावर नान्दो आणि कॅनेसा यांनी तो दिवस तिथेच डोंगरमाथ्याजवळ घालवून विश्रांती घ्यायची, असे ठरविले. गेल्या तीन दिवसांच्या, इतका उभा आणि उंच डोंगर चढण्याच्या श्रमाने ते पार थकले होते. पुन्हा डोंगराच्या शिखरावर पोहोचून पलीकडे उतरून पुढे प्रवास करायला भरपूर शक्ती लागणार होती. त्यांनी बरोबर आणलेले 'अन्न' खाल्ले, पाणी बनविले आणि पुढे कसे जायचे, याविषयी चर्चा करण्यात दिवस घालविला.

शनिवार, १६ डिसेंबरला सकाळी नऊ वाजता ते डोंगर-शिखरावर पोहोचण्यासाठी चढू लागले. ह्या वेळेस त्यांच्याबरोबर सर्व सामान आणि विझिंटिनकडून घेतलेले जादा अन्नही होते. त्यामुळे चढायला फारच त्रास होत होता. हवा विरळ असल्यामुळे छाती धडधडत होती. दर दोन-तीन पावलांनंतर त्या भिंतीसारख्या बर्फाच्या कड्याला पकडून ठेवून त्यांना श्वास घेण्यासाठी थांबावे लागत होते.

शिखरावर पोहोचायला त्यांना तीन तास लागले. तिथे पोहोचल्यावर त्यांनी विश्रांती घेतली व कोणत्या बाजूने खाली उतरावे, हे ठरविण्यासाठी ते पाहणी करू लागले. खाली दरीमध्ये बर्फ बराच कमी होता. हवा स्वच्छ होती; पण उतरण्याच्या दृष्टीने कोणतीच बाजू सोपी वाटत नव्हती. अखेरीस त्यांनी एक मार्ग ठरविला व उतरायला सुरुवात केली. नान्दो पुढे होता. उतरताना पाय घसरण्याची भीती पदोपदी वाटत होती. त्यांनी दोघांनी एकमेकांना नायलॉनच्या एका लांब दोरीने बांधून घेतले व कधी चालत, तर कधी बसून घसरत ते उतरू लागले. कॅनेसा कायम देवाची प्रार्थना करीत होता.

अशा प्रकारे शेकडो फूट उतरल्यावर ते शेजारील एका डोंगराच्या सावलीत आले. सावलीमुळे जमिनीवरील बर्फ जाड आणि कडक होता. नान्दोने उशीवर बसून घसरत खाली जायचे ठरविले. त्याने नायलॉनच्या दोरीची गाठ सोडली, उशीवर

बसला, एक ॲल्युमिनियमची नळी दोन पायांच्या मधे धरली आणि हाताने जमीन रेटून तो घसरू लागला. लवकरच तो तुफान वेगाने घसरू लागला. ताशी पन्नास-साठ मैल तरी वेग असावा. नळीचा किंवा टाचांचा ब्रेक म्हणून काहीच उपयोग होत नव्हता. आपण उलटून आपले पाय किंवा मान मोडणार, अशी त्याला भीती वाटू लागली. इतक्यात उतार संपून समोर एक बर्फाची भिंत दिसू लागली, तिच्यावर तो आदळला आणि थांबला. सुदैवाने तो फक्त हिमाचा ढीग होता. त्यात खडक नव्हते. त्यामुळे त्याला इजा झाली नाही. त्याच्यामागोमाग कॅनेसा तसाच येऊन आदळला. तिथून पुढे ते जरा जास्त काळजीपूर्वक उतरू लागले.

दुपारी चारच्या सुमारास ते एका मोठ्या सपाट खडकापाशी पोहोचले. तिथे थांबून अंधार पडण्यापूर्वी कपडे वाळवावेत, असा त्यांनी विचार केला. आपण साधारण दोनतृतीयांश इतका डोंगर उतरलो आहोत, असा त्यांचा अंदाज होता. ती रात्र ते त्या खडकावरच स्लीपिंग बॅगेमध्ये झोपले.

□

२

दुसऱ्या दिवशी सूर्य उगवून ऊन अंगावर आल्यावर ते उठले. न्याहारी करून व सामान पाठीवर टाकून ते निघाले. हा त्यांच्या प्रवासाचा सहावा दिवस. दुपारी बाराच्या सुमारास ते डोंगराच्या पायथ्याशी पोहोचले. आता ते वरून दिसलेल्या 'Y' आकाराच्या खोऱ्याच्या तोंडापाशी होते. जमिनीवर बर्फच होता आणि तो आता उन्हामुळे मऊ आणि भुसभुशीत झाला होता. त्यामुळे त्यांना पावलांना उशा बांधून चालावे लागत होते. पुढे जायच्या आधी त्यांनी 'जेवण' घेतले.

आता ऊन त्यांच्या अंगावर होते. त्यामुळे आणि पाण्याने भिजलेल्या उशा पावलांना लावलेल्या स्थितीत चालावे लागत होते, त्या श्रमांमुळे ते घामाघूम झाले; पण अंगातील चार स्वेटर आणि चार जीन्स यांपैकी काही कपडे काढून टाकण्यात वेळ आणि श्रम वाया घालवण्याऐवजी त्यांनी तसेच घाम गाळत पुढे जात राहणे पसंत केले.

कॅनेसा आता अगदी थकला होता. तो मधूनमधून बर्फावर बसून विश्रांती घेत होता. नान्दो पुढे जात होता. मागे वळून पाहिल्यावर तो कॅनेसाला घाई करण्यासाठी ओरडायचा. मग कॅनेसा कसाबसा उभा राहायचा आणि रडतखडत त्याच्यापर्यंत पोहोचायचा, असे चालले होते. चालताना तो 'देवा, आता यातून सोडव' अशी करुणा भाकत होता.

थोड्या वेळाने वाटेत त्यांना डोंगरावरून येत असलेली पाण्याची एक बारीक

धार दिसली. तिच्या कडेला थोडे शेवाळे आणि गवतही होते. अपघात झाल्यानंतर प्रथमच त्यांना वनस्पती-सृष्टी दिसत होती. कॅनेसा धावत तिथे गेला. तिथले गवत आणि शेवाळे उपटून त्याने तोंडात कोंबले. आणखी थोडे गवत उपटून त्याने खिशात भरले. दोघेही त्या झऱ्याचे भरपूर पाणी प्याले व मग पुढे चालू लागले. संध्याकाळ होत आली, तरी नान्दो थांबण्याचे काही लक्षण नव्हते. कॅनेसा पुरता दमला होता. आता इथेच रात्र काढूया, असे तो म्हणू लागला.

''अरे; पण इथे खडक नाही. नुसता बर्फ आहे. झोपणार कुठे?'' नान्दो म्हणाला.

–पण कॅनेसा बसकण मारून बसला. ''मला आता एक पाऊलसुद्धा चालवणार नाही. तुला पटत नसेल, तर तू जा. मी इथेच राहतो.'' असे निर्वाणीचे बोलल्यावर नान्दोने तिथे मुक्काम ठोकायला संमती दिली.

सूर्य डोंगराच्या मागे गेल्यामुळे एकदम गारठा वाढू लागला. त्यातल्या त्यात सपाट पृष्ठभाग बघून त्यांनी स्लीपिंग बॅग पसरली व ते तिच्यात शिरले. ब्रॅंडीचे दोन घुटके घेऊन अंगात जरा उष्णता आणायचा प्रयत्न केला. विचार करीत व घरच्या माणसांच्या आठवणी काढीत त्यांना झोप लागली.

◻

३

दुसऱ्या दिवशी त्यांची नेहमीची 'न्याहारी' घेऊन ते निघाले. कॅनेसा सारखा मागे पडत होता आणि नान्दोला नाना प्रकार करून त्याला चालत ठेवायला लागत होते.

काही वेळाने त्यांना काहीतरी आवाज ऐकू येऊ लागला. आणि जसे ते पुढे जात राहिले, तसा तो वाढत गेला. एखाद्या खळखळून वाहणाऱ्या नदीने आपली वाट तर अडवली नसेल ना, अशी शंका येऊन ते घाबरले. काय आहे, ते एकदाचे दिसावे म्हणून नान्दो झपाझप पुढे जाऊ लागला. कॅनेसाला त्याने फर्लांगभर मागे टाकले आणि तो खोरे संपत होते तिथे येऊन पोहोचला.

त्याला समोर जे दृश्य दिसले, ते म्हणजे 'नंदनवन'च असे त्याला वाटले. बर्फ संपला होता. बर्फाच्या खालून पाण्याचा मोठा प्रवाह तुफान वेगाने एका छोट्या दरीत धबधब्याप्रमाणे पडत होता. आणि पुढे खडकांवर आपटत पश्चिमेकडे वाहात जात होता. आजुबाजूला जिकडे बघावे तिकडे हिरवे गवत, झुडपे, पिवळी-जांभळी रानफुले दिसत होती.

नान्दोच्या डोळ्यांतून आनंदातिरेकाने अश्रूच वाहू लागले. कॅनेसा तिथे पोहोचल्यावर त्याचीसुद्धा तीच स्थिती झाली. दोघांनीही आपोआपच गुडघे टेकून देवाची प्रार्थना

केली. अँडीजच्या जीवघेण्या दऱ्या आणि थंडीपासून वाचवले, याबद्दल त्यांनी देवाचे आभार मानले. आता आपण वाचलो याबद्दल त्यांची खात्री झाली. काही वेळ ते तसेच तिथल्या खडकांमध्ये पडून राहिले. त्या दाढी वाढलेल्या, गलिच्छ कपडे घातलेल्या, मानवी सांगाड्यांना न घाबरता विविध प्रकारचे छोटे पक्षी व फुलपाखरे त्यांच्या अगदी जवळ येऊन बागडू लागली.

फार मोहात न पडता पुढे जाणे भाग होते. त्यांनी आपल्या जवळील दोन-दोन उशांपैकी एकेक उशी टाकून दिली. मग ते नदीच्या उजव्या किनाऱ्याने चालू लागले. मोठमोठ्या खडकांवरून चढत उतरत चालावे लागत होते. दुपारी 'जेवण' घेऊन आणखी तासभर पुढे चालल्यावर आपले गॉगल, जेवायला थांबलो तिथल्या खडकावर विसरलो आहोत, असे कॅनेसाच्या लक्षात आले. इतक्या लांब केवळ गॉगलसाठी परत जाऊन यायचे, त्याच्या अगदी जिवावर आले; पण गॉगल नसेल तर डोळे निकामी होण्याची शक्यता आहे, हे लक्षात घेऊन तो परत गेला. कॅनेसा परत येईपर्यंत नान्दोने आराम केला.

थोडे पुढे गेल्यावर त्यांचा मार्ग एका उंच टेकाडाच्या भिंतीप्रमाणे उभ्या कड्याने अडला. डोंगराला वळसा घालावा तर कदाचित नदीपासून दूर जाऊ, असे वाटून त्यांनी नदी ओलांडायचे ठरविले; पण तेही तेवढे सोपे नव्हते. नदीचे पात्र पंचवीस तीस फूट रुंद होते. पाण्याला जोर एवढा होता, की त्यात मोठे दगडसुद्धा वाहून जाताना दिसत होते; पण नदीच्या पात्रात साधारण मधोमध एक मोठा रुंद खडक बेटाप्रमाणे वर आलेला होता. नदीच्या इकडील किनाऱ्यावरून उडी मारून त्या खडकावर उतरायचे आणि मग त्यावरून पलीकडील किनाऱ्यावर उडी मारायची, असे त्यांनी ठरविले.

प्रथम कॅनेसाने आपल्या कमरेला जवळची दोरी बांधली. तिचे दुसरे टोक नान्दोने पकडले. मग कॅनेसाने मधल्या खडकावर उडी मारली. त्याच्यामागून नान्दोने त्याची सामानाची थैली खडकावर फेकली. मग त्याने स्वतःची थैली फेकली आणि मग स्वतः उडी मारून तो खडकावर पोहोचला. त्यानंतर त्याच क्रमाने ते दोघे सामानासकट पलीकडच्या किनाऱ्यावर पोहोचले. दुर्दैवाने ह्या फेकाफेकीत कॅनेसाच्या थैलीतील रमची बाटली फुटली आणि ती टाकून द्यावी लागली.

नदी ओलांडण्याच्या उद्योगात पाण्याच्या फवाऱ्यामुळे त्यांचे कपडे ओले झाले होते. तेव्हा आता इथेच कपडे वाळवत रात्रीचा मुक्काम करावा, असे त्यांनी ठरविले. जवळच एक छपरासारखा वरून पुढे आलेला खडक त्यांना दिसला आणि त्याच्या खाली त्यांनी मुक्काम ठोकला. कपडे वाळत टाकून त्यांनी 'जेवण' केले व स्लीपिंग बॅग पसरून तिच्यात शिरून ते झोपेची वाट बघू लागले.

रात्र ऊबदार होती. त्यांना झोप छान लागली. सकाळी उठून त्यांनी पुढे कूच

केले. हा त्यांच्या मोहिमेचा आठवा दिवस. अजून आजुबाजूला लहान झुडपे व गवतच होते. मोठी झाडे दिसत नव्हती.

थोड्या वेळाने कॅनेसाला लांबवर गाईंचा कळप चरताना दिसला. 'मला गाई दिसतायत.' तो ओरडला.

''गाई?'' नान्दो दूरवर बघू लागला; पण त्याला लांबचे नीट दिसत नसल्यामुळे काहीच दिसले नाही. ''नक्की गाई आहेत?''

''हो. गाईसारख्याच दिसतायत.''

थोडे पुढे गेल्यावर मनुष्यवस्ती जवळ आल्याचा ठोस पुरावा त्यांना मिळाला. तो म्हणजे टाकून दिलेला सूपचा रिकामा डबा! तो गंजला होता; पण मॅगी हे त्यावरील नाव अजून वाचता येत होते.

''हे बघ, नान्दो.'' कॅनेसा डबा दाखवत म्हणाला, ''याचा अर्थ इथे कोणीतरी मनुष्यप्राणी येऊन गेलेला आहे.''

''तो विमानातून पडला नसेल कशावरून?'' नान्दो म्हणाला.

''विमानातून कसा पडेल? विमानाच्या खिडक्या उघडतात काय?''

त्यांना जरा उत्साह आला. थोड्या वेळाने जनावराची वाळलेली विष्ठा त्यांना आढळली.

''हे बघ, गाईचे शेण.'' कॅनेसा म्हणाला, ''मी म्हणत नव्हतो, त्या गाईच होत्या म्हणून!''

नंतर जेवायला बसल्यावर त्यांच्या असे लक्षात आले, की त्यांच्याबरोबरच्या खाद्याची चव जरा बदलू लागली आहे. हा ऊबदार हवेचा परिणाम असावा. जेवणानंतर ते पुढे चालू लागले.

पुढे नदीच्या पात्राची रुंदी वाढत होती. वाटेत त्यांना घोड्याची गंजलेली नाल मिळाली आणि एक वळण झाल्यावर तर त्यांना शंभरएक यार्डांवर गाई चरताना दिसल्या.

''ह्या जंगली गाई नाहीत ना?'' नान्दोने कॅनेसाला विचारले.

''अॅंडीजमध्ये जंगली गाई नसतात.'' कॅनेसा म्हणाला, ''ह्या गाईंचा मालक जवळच कुठेतरी असला पाहिजे.''

थोड्या अंतरावर झाडाच्या फांद्यांचे बांधलेले एक छोटे खोपटे त्यांना आढळले. तिथेच रात्रीचा मुक्काम करावा, शेकोटी पेटवून त्यावर उरलेले सर्व अन्न भाजून खावे, असे त्यांनी ठरविले.

''नाहीतरी ते आता खराब व्हायला लागले आहे.'' कॅनेसा म्हणाला, ''सकाळी आपल्याला निश्चित एखादा गुराखी किंवा शेतकरी भेटेलच. आणि मी तुला सांगतो नान्दो, उद्या रात्री आपल्याला एखाद्या घरात झोपायला मिळणार.''

त्यांनी सामान खाली ठेवले. शेकोटी पेटविली आणि नेहमीच्या दोन तुकड्यांऐवजी दहा-बारा तुकडे भाजून खाल्ले. आता सुटका निश्चित झाल्यावर त्यांच्या मनात आपले कसे स्वागत होईल, घरच्या लोकांना किती आनंद होईल वगैरे विचार येऊ लागले व तशा प्रसन्न मन:स्थितीत ते झोपी गेले.

◻

४

सकाळी जाग आल्यावर त्यांनी जवळचे अनावश्यक सामान आणि काही कपडे तिथे काढून ठेवले व ते चालू लागले. आता कोणत्याही क्षणी आपल्याला एखादे घर दिसणार, अशी त्यांची अपेक्षा होती; परंतु दुपार होत आली, तरी तसे काही दिसेना.

कॅनेसा दमल्यामुळे मागे पडला. त्यातच अचानक त्याच्या पोटात एकदम ढवळू लागले. तो धावत नदीच्या काठी पोट रिकामे करण्यासाठी गेला. दरम्यान नान्दो पलीकडे पोहोचला होता. त्याने मागे वळून पाहिले. कॅनेसा कुठेच दिसेना. जरासा चिडूनच तो त्याच्या नावाने हाका मारू लागला. थोड्या वेळाने कॅनेसा दृष्टीपथात आला.

"कुठे गेला होतास?"

"मला जोरात डायरिया सुरू झालाय. मी अगदी गळून गेलोय."

"बऽरं, हे बघ नदीच्या काठाने ही पायवाट दिसते. तिने आपण पुढे गेलो, की आपण वस्तीपाशी पोहोचू." नान्दो म्हणाला.

"मला नाही चालवणार आता." कॅनेसा खाली बसत म्हणाला.

"अरे, असं कसं म्हणून चालेल? ते बघ, ते समोर पठारासारखं काहीतरी दिसतंय ना, तिथे संध्याकाळपर्यंत पोहोचलं पाहिजे आपल्याला." नान्दो दूरवर बोट दाखवीत म्हणाला.

"नाही रे! मी अगदी थकलोय. अजिबात चालवणार नाही मला."

"मूर्खासारखं बोलू नकोस. आपण आता जवळजवळ पोहोचलोच आहोत." नान्दो.

"अरे, पण मला डायरिया झालाय."

नान्दो चिडून म्हणाला, "तू रड्या आहेस. हे बघ, मी तुझी थैली घेतो. मग तर झालं?"

असे म्हणून त्याने दोघांच्याही थैल्या उचलल्या आणि तो चालू लागला. "खायचं सगळं माझ्याकडे आहे, हे लक्षात ठेव." तो जाताना म्हणाला.

कॅनेसा उठून त्याच्यामागून रखडत चालू लागला. सुदैवाने कॅनेसाच्या पोटातील

खळबळ कमी होत गेली. आता बर्फ नव्हता आणि खाली मळलेली पायवाट होती, त्यामुळे चालायला सोपे जात होते. दुपार संपत असताना ते पठारावर पोहोचले. समोर काही अंतरावर त्यांना दगड रचून केलेल्या भिंतीचे बांधकाम दिसले. त्याला एक लाकडी दरवाजा होता. समोर मधेच एक खांब रोवलेला होता. घोडे बांधण्यासाठी असावा. नान्दोला अजून पुढे जायचे होते; पण कॅनेसाला विश्रांती मिळावी म्हणून तिथेच मुक्काम करावा, असे त्यांनी ठरविले.

नान्दो शेकोटीसाठी लाकडे गोळा करण्यासाठी व आजुबाजूला फिरून काय आहे, ते बघण्यासाठी गेला. कॅनेसा झाडाखाली लवंडला.

थोड्या वेळाने नान्दो परतला. त्याचा चेहरा जरा गंभीर होता.

''काही दिसलं का?'' कॅनेसाने विचारले.

नान्दोने मान हलविली. ''काही नाही. समोर आणखी एक नदी येऊन त्या नदीला मिळते. ती अगदी आपल्या वाटेतच आहे. ती ओलांडता येण्यासारखी दिसत नाही.''

कॅनेसा निराश झाला.

नान्दो त्याच्याजवळ बसत म्हणाला, ''पण मला दोन घोडे आणि दोन गाई दिसल्या.''

''ह्या बाजूला?''

''हो, आपल्याच बाजूला.'' थोडे थांबून नान्दो पुढे म्हणाला, ''गाय कशी मारायची, तुला माहीत आहे?''

''गाय मारायची?''

''हो. आपल्याबरोबरचं मांस खराब होतंय. ते आपल्याला टाकून द्यायला लागणार आहे.''

''गाय कशी मारायची मला माहीत नाही.'' कॅनेसा म्हणाला.

''माझ्या डोक्यात एक कल्पना आली आहे.'' नान्दो म्हणाला, ''गायी झाडाखाली झोपतात, खरं ना? उद्या मी एक मोठा दगड घेऊन एका झाडावर चढून बसतो. खाली गाय आली, की तो तिच्या डोक्यावर टाकतो.''

त्या स्थितीतही कॅनेसा खो-खो हसू लागला.

''तुला तशी गाय मारता येणार नाही.''

''का नाही?''

''गाय मरेल एवढा मोठा धोंडा घेऊन तू झाडावर चढणार कसा? आणि चढलास तरी त्याच झाडाखाली गाय झोपायला येईल, हे कशावरून?''

''मग असं केलं तर?'' नान्दो म्हणाला, ''मी झाडाची एक फांदी तोडतो आणि तिला भात्यासारखं टोक करतो.''

कॅनेसाने पुन्हा हसत मान हलविली.

''काठीने डोक्यावर मारलं तर?''

''नाही.'' कॅनेसा म्हणाला.

''मग काय करायचं?''

''आधी पहिली गोष्ट म्हणजे आपण गाय मारली तर तिचा मालक आपल्याला मदत करणार नाही.'' कॅनेसा.

''हो, ते बरोबर आहे.''

''त्यापेक्षा आपण गाईचं दूध काढणं जास्त बरं.''

''–पण दूध काढण्यासाठी तिला पकडायला लागेल.''

''हो, माहीत आहे.'' कॅनेसा म्हणाला, ''आपण आपल्या बरोबरच्या दोरीचा फास करून त्याने एक वासरू पकडू आणि त्याला झाडाला बांधू. मग त्याची आई तिथे येईल. ती आली की तिला पकडून ठेवायचं आणि दूध काढायचं.''

''–पण ती पळून नाही जाणार?''

''तिला बांधली तर कशी पळेल?''

''–पण आपण दूध बरोबर कशात नेणार?''

''ते मला माहीत नाही.''

''आपल्याला मांसच चालेल.''

''मग आपण गाय मारू.''

''–आणि तिचा मालक?''

''तो नसेल तेव्हा मारू; पण आता मी फार थकलोय. आपण हे सगळं उद्या करू.''

कॅनेसा आपली मस्करी करीत आहे, हे लक्षात येऊन नान्दो आधी चिडला व मग हसू लागला.

''आपण आता शेकोटी पेटवू म्हणजे त्यामुळे एखादे वेळेस आपण कोणाला तरी दिसू.''

नान्दो शेकोटीकरता काटक्या, फांद्या वगैरेंच्या शोधात गेला. कॅनेसा आडवा पडून असाच नदीच्या पलीकडे बघू लागला. एकाएकी त्याला नदीपलीकडील गवतात एक मोठी हलणारी सावली दिसली. तो सावध होऊन काळजीपूर्वक बघू लागला. तो घोड्यावर बसलेला माणूस असावा, असे त्याला वाटले. कॅनेसाने ताबडतोब उठून उभे राहायचा प्रयत्न केला; पण त्याचे पाय त्याला साथ देईनात. म्हणून तो ओरडून नान्दोला हाका मारू लागला.

''नान्दो, नान्दो! लवकर ये. इकडे बघ. एक माणूस दिसतोय. मी घोड्यावर बसलेला माणूस बघितला.''

नान्दो कॅनेसा बोट दाखवत होता, त्या दिशेला बघू लागला; पण त्याला दूरचे नीट दिसत नसल्याने काहीच दिसले नाही.

''कुठे आहे? मला तर कोणी दिसत नाहीये.''

''पळ, लवकर जा. नदीच्या पलीकडे.'' कॅनेसा ओरडला.

–आणि जसा नान्दो धावत नदीकडे जाऊ लागला, तसा तोही धडपडत, धावत तिकडे जाऊ लागला. नान्दो चुकीच्या दिशेला जात आहे, असे त्याला दिसले.

''नान्दो तिकडे नाही. उजवीकडे–'' कॅनेसा ओरडला.

ते ऐकून नान्दो दिशा बदलून पळू लागला; पण त्यांच्या आरडाओरड्यामुळे आणि धावण्यामुळे गायी चमकून उभ्या राहिल्या आणि नान्दोच्या आणि नदीच्या मधे भिंतीप्रमाणे उभ्या राहिल्या. नान्दो त्यांना वळसा घालून नदीपाशी पोहोचला. त्याच वेळी कॅनेसासुद्धा पोहोचला.

''कुठे आहे तो घोड्यावरचा माणूस?'' नान्दो म्हणाला.

कॅनेसा पलीकडे बघत होता; पण त्याला माणसाच्याऐवजी एक उंच खडक दिसला.

''नक्की तो माणूसच होता.'' कॅनेसा म्हणाला, ''शपथ! घोड्यावर बसलेला माणूस होता.''

''आत्ता तर कोणी दिसत नाहीये.'' नान्दो म्हणाला.

''हो, ना!'' कॅनेसा हिरमुसला होऊन म्हणाला.

''चल.'' नान्दो त्याच्या दंडाला धरून त्याला खेचत म्हणाला.

''अंधार व्हायच्या आत शेकोटी पेटवली पाहिजे.''

त्यांनी नदीकडे पाठ वळविली, तेवढ्यात त्यांना नदीच्या आवाजाच्या वर माणसाचे ओरडणे ऐकल्याचा भास झाला. त्यांनी वळून बघितले, तर एक नव्हे तीन घोडेस्वार त्यांना दिसले. ते गायी हाकता हाकता त्यांच्याकडे बघत होते.

दोघेही त्यांना हाताने खुणा करीत ओरडून बोलावू लागले. पलीकडील तिघांनी त्यांना बघितले; पण नदीच्या आवाजामुळे त्यांचे ओरडणे त्यांना ऐकू जात नसावे, असे दिसले. ते आता निघून जाणार, असे त्यांना वाटले.

कॅनेसा आणि नान्दो आणखी जोराने ओरडू लागले. हाताने खाणाखुणा करू लागले. 'हेल्प! हेल्प!' म्हणून ओरडू लागले. नान्दो तर गुडघे टेकून त्यांची विनवणी करू लागला.

घोडेस्वार गोंधळळे. एकाने घोडा थांबवून तो काहीतरी ओरडला. त्याचे शब्द इकडे नीट ऐकू आले नाहीत; पण 'उद्या' हा शब्द त्यांनी ऐकला आणि त्यांना गायी पुढे घालून जाताना त्यांनी बघितले.

नान्दो आणि कॅनेसा त्यांचे सामान पडले होते, तिकडे परतले. आता नान्दोही

दमला होता; पण त्यांनी ऐकलेल्या 'उद्या' ह्या शब्दामुळे त्यांना खूप धीर आला. अखेरीस त्यांचा दुसऱ्या मानवाशी संपर्क प्रस्थापित झाला होता.

शेकोटी पेटवल्यावर आळीपाळीने दोन तास एकाने जागे राहायचे व शेकोटी पेटत ठेवायची, असे त्यांनी ठरविले; पण दमलेले असूनसुद्धा दुसऱ्या दिवशी काय होणार, या उत्कंठेमुळे त्यांना झोप येत नव्हती. अखेरीस पहाटेच्या सुमारास ते झोपी गेले.

□

५

सूर्य उगवला. आज मोहिमेचा दहावा दिवस. सकाळी सहाच्या सुमारास दोघांनाही जाग आली. त्यांनी नदीच्या पलीकडील किनाऱ्यावर नजर टाकली, तर त्यांना धूर निघत असलेली एक शेकोटी आणि तिच्याजवळ एक माणूस उभा असलेला दिसला. त्याच्याशेजारी दोन घोडेस्वार होते.

त्यांना बघितल्याबरोबर नान्दो नदीकडे धावत गेला. पलीकडील माणसाने त्याला खुणांनी उतरून नदीच्या किनाऱ्यावर यायला सांगितले. तो माणूससही पलीकडील किनाऱ्यावर समोर आला. आता त्यांच्यामधे नदीचे शंभरएक फुटांचे पात्र तेवढे होते; परंतु नदीच्या आवाजामुळे अजून बोललेले ऐकू जाणे शक्य नव्हते; पण तो शेतकरी तयारीने आला होता. त्याने एक कागदाचा तुकडा काढून त्यावर काहीतरी लिहिले आणि त्यात एक दगड घालून तो नान्दोकडे फेकला.

नान्दोने कागद उलगडून वाचला. त्यावर लिहिले होते, ''एका माणसाला मी पाठवला आहे. तो थोड्या वेळात येईल. तुला काय पाहिजे ते सांग.''

नान्दोने पेन्सिल किंवा पेनसाठी आपले खिसे चाचपले; पण एका लिपस्टिकशिवाय त्याला काही मिळाले नाही. त्याने त्या माणसाला 'माझ्याकडे पेन/पेन्सिल नाही' अशी खूण केली. त्या माणसाने मग आपले बॉलपेन आणि एक दगड हातरुमालात गुंडाळून नान्दोकडे फेकले. ते नान्दोच्या हाती आल्यावर त्याने कागदावर लिहिले,

''डोंगरात वरती एक विमान पडले. तेथून मी आलो आहे. मी उरुग्वायन आहे. आम्ही दहा दिवस चालून आलो आहोत. माझा एक मित्र जवळ आहे, त्याला दुखापत झालेली आहे. विमानात आणखी चौदाजण आहेत. आम्हाला इथून ताबडतोब बाहेर पडायचे आहे; पण आम्हाला रस्ता माहीत नाही. आमच्याजवळ खायला काही नाही. आम्ही अशक्त झालो आहोत. तुम्ही आम्हाला न्यायला केव्हा येणार? आम्हाला आता चालताही येत नाहीये. आम्ही कुठे आहोत?''

त्याशिवाय त्याने कागदावर लिपस्टिकने SOS ही अक्षरे लिहिली. कागद दगडावर गुंडाळला व दगड रुमालात बांधून नदीपलीकडे फेकला.

त्या चिलियन शेतकऱ्याने कागद काढून वाचला. वर बघून, आपल्याला समजले आहे, अशी त्याने खूण केली. मग त्याने एक ब्रेड खिशातून काढून नांदोकडे फेकला व वळून तो चालू लागला.

नान्दोही ब्रेड घेऊन कॅनेसापाशी आला.

"हे बघ, मी काय आणलंय!"

कॅनेसा नान्दोच्या हातातील ब्रेडकडे बघून म्हणाला, "आपण वाचलो."

नान्दो बसला व ब्रेडचा अर्धा तुकडा कॅनेसाला देत म्हणाला, "चल, आपण न्याहारी करू."

"नाही, तूच खा तो ब्रेड. माझा काही उपयोग झाला नाहीये."

"चल रे, घे. तुला त्याची गरज आहे."

कॅनेसाने ब्रेड घेतला. दोघांनी तो मनापासून चघळत खाल्ला. आत्तापर्यंतच्या आयुष्यात त्यांना ब्रेड कधीच इतका गोड लागला नव्हता.

दोन-तीन तासांनी, साधारण नऊ वाजता त्यांना दुसरा एक घोडेस्वार दिसला; पण ह्या वेळेस तो नदीच्या त्यांच्या बाजूला होता आणि त्यांच्याकडेच येत होता. नान्दो लगेच उठला व त्याच्या दिशेने निघाला.

नान्दोचा उंच काटकुळा देह, वाढलेली व अस्ताव्यस्त अशी दाढी व केस, अंगावरील गलिच्छ कपडे यांचे निरीक्षण करीत जरा सावधपणेच तो नान्दोकडे बघत राहिला. नान्दोच्या मागून तो कॅनेसा पडला होता तिथे गेला व ते दोघे जे घाईघाईने सांगत होते, ते ऐकत राहिला. त्यांचे बोलणे संपल्यावर तो बोलू लागला. त्याचे नाव अर्मांडो सेर्डा. त्याला 'दोन उरुग्वायन माणसे नदीकाठी अडकली आहे, त्यांना घेऊन ये' असे सांगण्यात आले होते, म्हणून तो आला होता. माहिती देणारा माणूस जवळच्या गावाला पोलिसांना माहिती देण्यासाठी गेला आहे वगैरे.

नान्दो आणि कॅनेसा यांच्या लक्षात आले, की समोरचा माणूस फार गरीब असावा; कारण त्याचे कपडे यांच्या कपड्यांपेक्षाही खराब होते; पण गरीब असला तरी त्यांना आत्ता जे सर्वांत उत्कटतेने हवे होते, ते त्याच्याजवळ असणार, असे त्यांना वाटले आणि त्यांचा अंदाज खरा निघाला. त्यांनी त्याला आम्ही उपाशी आहोत, असे सांगितल्यावर आपल्या खिशातून थोडे चीज काढून दिले.

चीज मिळाल्यावर त्यांना इतका आनंद झाला, की तो माणूस त्यांना सोडून दूर गाई वळायला गेल्याचेही त्यांच्या लक्षात आले नाही. तो परत येईपर्यंत दोघांनी चीज फस्त केले व त्याची वाट बघत बसले. ब्रेड आणि चीजची चव चाखल्यावर त्यांना बरोबर आणलेल्या मांसाची शिसारी आली व ते त्यांनी खड्डा खणून त्यात पुरून टाकले.

अकराच्या सुमारास तो माणूस परत आला. त्याने व नान्दोने कॅनेसाला त्याच्या घोड्यावर बसविले आणि ते दोघे घोड्याबरोबर चालू लागले. पुढे नदीवर एक चिंचोळा ओंडक्यांचा पूल होता, तो पार करून त्यांनी नदी ओलांडली. लवकरच ते कुरणात बांधलेल्या एका झोपडीवजा घरापाशी आले. अपघात झाल्यानंतर त्यांना दिसलेले हे पहिले घर. त्याच्या भिंती बांबूच्या आणि छत झाडाच्या फांद्यांचे होते.

तो माणूस त्यांना घरामागील पटांगणात एक टेबल होते तिथे घेऊन गेला व त्यांची दुसऱ्या एका शेतकऱ्याशी त्याने ओळख करून दिली. त्याचे नाव एन्रिको गोंझालेझ. त्याने त्यांच्यासाठी दूध व चीज आणले. इकडे सेडीने शेगडी पेटवून त्यावर उसळ तयार केली. ती एरवी आठ-दहा जणांना पुरेल एवढी होती; पण तीही त्यांनी पूर्ण संपविली. त्यानंतर मांस घातलेल्या शेवया त्यांनी ब्रेडबरोबर खाल्ल्या.

त्यांचे खाणे सुरू असताना दोघेही शेतकरी जरा दूर उभे होते; पण नान्दो व कॅनेसाने त्यांना आग्रह करून त्यांच्याजवळ बाकड्यावर बसायला लावले.

दोघांचे पोटभर खाणे संपल्यावर ते त्यांना मागे असलेल्या एका झोपडीत घेऊन गेले व तिथे त्यांना विश्रांती घेण्यासाठी सोडले. नान्दो व कॅनेसा त्या दोघांचे सारखे आभार मानत होते. बऱ्यापैकी बिछाना मिळताच ते गाढ झोपी गेले.

गुरुवार, २१ डिसेंबरचे दुपारचे बारा वाजले होते. फेअरचाइल्ड कोसळल्यापासून सत्तर दिवस झाले होते.

□

प्रकरण अकरा

कॅनेसा, हार्ले व निकोलिच यांना घेऊन उरुग्वायन एअरफोर्सचे C-47 विमान २१ डिसेंबरला सांटियागोहून मॉंटेविडियोला जाण्यासाठी निघाले; परंतु वाटेत पुन्हा त्याचे एक इंजिन बंद पडले व मेंडोझाच्या दक्षिणेला १८५ मैलांवर असलेल्या सान राफाएल ह्या लहान गावी त्याला इमर्जन्सी लँडिंग करावे लागले. इंजिनाला लागणारे भाग मॉंटेविडियोहून आल्याशिवाय दुरुस्ती होणार नाही, असे विमानाच्या इंजिनिअरने सांगितले. तेव्हा हार्ले व निकोलिच यांनी दुरुस्ती होईपर्यंत तिथेच राहायचे ठरविले, तर कॅनेसाने संध्याकाळच्या बसने पुढे जायचे ठरविले. त्याप्रमाणे आपापल्या घरी त्यांनी निरोप पाठवले.

पाएझ विलारो आणि रॉड्रिग्ज हे त्याच दिवशी दुपारी मॉंटेविडियोचे विमान पकडण्यासाठी मोटारने सांटियागोच्या विमानतळावर पोहोचले. आत गेल्यावर ते सामान हवाली करण्यासाठी रांगेत उभे राहिले; परंतु मागाहून कोणीही माणूस रांगेत उभे राहण्यासाठी आला, की विलारो त्याला आपली जागा देऊन आपण रांगेच्या शेवटी राहात असे.

"तू येणार नाहीस की काय?" रॉड्रिग्जने त्याला विचारले.

"मी कोणासाठी तरी थांबलो आहे." विलारो म्हणाला.

"तुझे विमान चुकेल."

"तू पुढे जा. मी येतोच." विलारो म्हणाला.

रॉड्रिग्ज पासपोर्ट-तपासणी पार करून कस्टम्समधून पुढे गेला, तरी विलारो अजून रांगेच्या टोकालाच होता. अखेरीस काऊंटर बंद होण्याची वेळ आली. इतक्यात एक माणूस धावत आला.

"हे घे." असे दबलेल्या आवाजात म्हणत त्याने एक कुत्र्याचे पिल्लू विलारोच्या हातात दिले. येताना खिसमसनिमित्त मी तुमच्यासाठी एक कुत्र्याचे पिल्लू घेऊन येईन, असे घर सोडताना त्याने आपल्या मुलींना कबूल केले होते.

विमानात बरोबर कुत्र्याचे पिल्लू नेता येत नाही, हे माहीत असल्याने विलारोने पिल्लू चटकन आपल्या कोटाच्या आत लपविले आणि आपली बॅग काऊंटरवर देऊन तो पासपोर्ट व कस्टम्स तपासणीतून पुढे गेला. त्याच्या डाव्या हाताची जरा विचित्र अशी दिसणारी स्थिती कोणाच्या नजरेत भरत नव्हती. विलारो जरा सुटकेचा नि:श्वास सोडण्याच्या बेतात होता. एवढ्यात लाऊडस्पीकरवर घोषणा झाली, 'आम्ही आंतरदेशीय पोलीस बोलत आहोत. विलारोला थांबवा. कार्लोस विलारोला थांबवा.'

विलारोचा चेहरा एकदम पडला. कोणीतरी पिल्लू कोटात लपविताना बघितले असणार! तो जवळच उभ्या असलेल्या पोलिसाकडे गेला व म्हणाला, "मीच कार्लोस विलारो."

त्याला हॉलच्या दुसऱ्या टोकाला असलेल्या पोलिसांच्या ऑफिसात नेण्यात आले; पण तिथे पोहोचल्यावर बेड्यांच्याऐवजी त्याच्या हातात टेलिफोन देण्यात आला.

"हे काय?" विलारोने विचारले.

"मला कल्पना नाही." पोलीस अधिकारी खांदे उडवीत म्हणाला, "तुमच्यासाठी अर्जंट कॉल आहे."

अजून पिल्लू लपवायचा प्रयत्न करीत विलारोने फोन हातात घेतला, "हॅलो, मी पाएझ विलारो."

"कार्लोस? तूच आहेस ना?" कर्नल मोरेलचा आवाज आला.

"होय. मीच आहे; पण आता विमान निघण्याच्या बेतात आहे. मी खिसमसनंतर तुम्हाला भेटीन."

"ते ठीक आहे. तुला अडकवून धरल्याबद्दल माफ कर; पण तू इतके दिवस ज्या मुलांच्या शोधात होतास, त्यांना तुला भेटायचे असल्लास ती इकडे आहेत, एवढेच तुला कळवायचे होते."

विलारो काहीच बोलला नाही. कुत्र्याचे पिल्लू एकदम जमिनीवर पडले.

"हो. आणि एक चिट्ठी मिळाली आहे." मोरेल पुढे म्हणाला. "ती कदाचित बनावटही असू शकेल; पण मला तसे वाटत नाही. चिट्ठीत लिहिलंय– 'डोंगरात एक विमान कोसळले आहे, त्यातला मी आहे. मी उरुग्वायन आहे–'"

डोळ्यांतील अश्रूंना वाट देत विलारो पोलिसांच्या ऑफिसमधून विमानाकडे धावत सुटला. सर्व प्रवासी आत गेले होते. विमानाची इंजिनेही सुरू केलेली होती. ते तो यायचीच वाट बघत होते. तो धावत विमानाचा जिना चढून विमानात शिरला व ओरडू लागला,

"रुलो, रुलो, ते सापडले! ते सापडले! मी इथेच थांबतोय." काही क्षणातच

रॉड्रिग्ज त्याच्याजवळ पोहोचला आणि 'ते जिवंत आहेत. ते जिवंत आहेत' असे ओरडत त्यांनी एकमेकांना मिठी मारली. नंतर विमानातून धावत खाली उतरून रडत, ओरडत दोघेही कस्टम्स व पासपोर्ट विभागातून धावत सुटले.

इतर प्रवासी आणि पोलीससुद्धा बिचकून एकदम अवाक झाले. आपण काय करावे, याबद्दल गोंधळून जाऊन एक पोलीस दुसऱ्याला म्हणाला, ''अरे, हे काय चाललंय?''

''जाऊ दे! काही लक्ष देऊ नको! तो त्या पडलेल्या विमानातील मुलाला शोधणारा चक्रम बाप आहे.'' दुसरा म्हणाला.

टॅक्सी स्टँडपाशी पोहोचल्यावर विलारो व रॉड्रिग्ज यांच्या लक्षात आले, की आपल्याकडे चिलियन पैसे नाहीत.

''आम्हाला सान फर्नांडोला जायचंय. येणार का?'' त्यांनी टॅक्सी-ड्रायव्हरला विचारले.

''सान फर्नांडो फारच दूर आहे.'' ड्रायव्हर म्हणाला.

''माझा मुलगा सापडलाय. त्याचे विमान अँडीजमध्ये पडले होते.''

''हां, हां.'' ड्रायव्हरने विलारोला ओळखले, ''तूच तो चक्रम माणूस ना? ठीक आहे. बसा.''

''–पण आमच्याकडे पैसे नाहीत.''

''चालेल! बसा.''

तीन तासात ते सान फर्नांडोला पोहोचले आणि तिथे ते थेट मोरेलच्या ऑफिसमध्ये गेले. मोरेल त्यांना पोलिसांच्या ऑफिसकडे घेऊन गेला. तिथे त्यांना पॉर्टेनेग्रोहून आणलेली चिठ्ठी बघायला मिळाली. विलारोने तिचे काळजीपूर्वक निरीक्षण केले. प्रथम ती बनावट असावी, असे त्याचे मत झाले; कारण याआधी त्याला खोटी माहिती देणारे बरेच फोन आले होते आणि ह्या चिठ्ठीवर तर सहीसुद्धा नव्हती. शिवाय, चिठ्ठीतील हस्ताक्षरसुद्धा अगदी सुबक होते. अँडीजमध्ये सत्तर दिवस राहिलेल्या व्यक्तीचे अक्षर असे कसे असू शकेल?''

''काही सांगता येत नाही.'' विलारो म्हणाला, ''खोटी असू शकेल; पण सांगता येत नाही. खरीही असू शकेल.''

इकडे हार्ले व निकोलिच सान राफेलमध्ये होते. त्यांना माँटेविडियोहून पॉन्स द लिओंकडून चिलियन पोलिसांना मिळालेल्या चिठ्ठीबद्दल कळले. त्यांनी ताबडतोब सांटियागोला जाण्यासाठी विमान पकडले.

तिकडे डॉ. कॅनेसा सकाळी ब्युनोझ एअर्सला पोहोचले. रात्रभरच्या बसप्रवासामुळे ते थकले होते. माँटेविडियोचे विमान पकडण्याआधी तिथे एका मित्राकडे जाऊन

थोडी विश्रांती घ्यावी, असा त्यांचा बेत होता. तिकडे जाण्यासाठी म्हणून ते टॅक्सीत बसले.

टॅक्सीतील रेडिओवर संगीत चालू होते. ते थांबवून मागे वळून ड्रायव्हरने कॅनेसाला विचारले, ''तुम्ही ती बातमी ऐकली का? ते पडलेलं विमान सापडलं!''

''कोणतं विमान?''

''ते, उरुग्वायन विमान. फेअरचाइल्ड.''

टॅक्सी-ड्रायव्हर पुढे काही बोलायच्या आत कॅनेसा मागील सीटवरून त्याच्याशेजारी आले व रेडिओची बटणे फिरवू लागले.

''नक्की?'' कॅनेसा ओरडलेच.

''अगदी नक्की!'' ड्रायव्हर म्हणाला.

''कोणी वाचले आहेत का?''

''दोन मुलं.''

''त्यांची नावे सांगितली?''

''हो. सांगितली; पण मला नीट ऐकू आली नाहीत.''

इतक्यात रेडिओवर एका केंद्रावरून प्रक्षेपित होत असलेल्या बातम्या ऐकू येऊ लागल्या.

''१३ ऑक्टोबरला अँडीजमध्ये कोसळलेल्या फेअरचाइल्ड ह्या उरुग्वायन विमानातील दोन प्रवासी अँझुफर नदीच्या काठी असलेल्या लॉरा मेटन्स या गावी सापडले होते. त्यांची नावे नान्दो परॅडो व रॉबर्टो कॅनेसा...''

आपल्या मुलाचे नाव ऐकल्याबरोबर आनंदाने कॅनेसाना रडू फुटले व आश्चर्यचकित होऊन भांबावलेल्या ड्रायव्हरला त्यांनी मिठी मारली!

□

प्रकरण बारा

१

नान्दो आणि कॅनेसा दुपारच्या जेवणानंतर झोपले, ते संध्याकाळी सात वाजता जागे झाले व झोपडीतून बाहेर आले. दरीमध्ये संध्याकाळचा मंद प्रकाश पडला होता. आजुबाजूची फुले, झाडे, हवेतील सुगंध यामुळे आपण अॅंडीजच्या तडाख्यातून सुटलो आहोत, याविषयी त्यांची खात्री झाली. त्यांना भेटलेल्या त्या दोघा शेतकऱ्यांच्या शोधात ते पुढे असलेल्या झोपडीत आले. त्यांना कोणाशीतरी खूप बोलावे, असे वाटत होते. शिवाय, दुपारी घेतलेले जेवण आत्तापर्यंत पचून त्यांना पुन्हा भूक लागली होती.

शेतकरी एन्रिक व आर्मांडो यांचीच वाट बघत होते. त्यांनी यांच्यासाठी घरात होते ते सर्व दूध व चीज आणले. त्याचा समाचार घेता घेता कॅनेसा व नान्दो पोलिसांना खबर द्यायला गेलेल्या शेतकऱ्याबद्दल त्यांना विचारू लागले. त्याचे नाव सर्जी कॅटॅलॉन असून त्यालाच ते प्रथम नदीच्या काठी दिसले होते. कॅनेसा व नान्दो यांना तो शिकारीसाठी आलेले पर्यटक समजला होता आणि कॅनेसा ही नान्दोची बायको असावी, असे त्याला वाटले होते.

''–पण तो नक्की पोलिसांकडेच गेला आहे ना?''

''होय. तो पोलिसांकडेच गेला आहे.''

''सर्वांत जवळची पोलीसचौकी किती लांब आहे इथून?''

''ती पॉटेनेग्रोला आहे.''

''ते इथून किती दूर आहे?''

शेतकऱ्यांना सांगता येईना.

''वीस मैल? पन्नास मैल?''

''एक दिवस लागतो.'' एक शेतकरी म्हणाला.

''एवढा वेळ नाही लागत.'' दुसरा म्हणाला.

''चालत?''

"घोड्यावर."

"तो चालत गेलाय की घोड्यावर?"

"तो घोड्यावर गेलाय."

"–आणि जवळचे गाव किती दूर आहे?"

"सान फर्नांडो?"

"होय, सान फर्नांडो."

"दोन दिवसांवर."

"घोड्यावर बसून?"

"हो, घोड्यावर."

मुले स्वतःसाठी अधीर झाली नव्हती, तर आता आपापली भूक भागल्यानंतर त्यांना आपोआप डोंगरात अडकलेल्या आपल्या मित्रांची आठवण आली होती. रॉय हार्लें, इन्सियार्टें, सबेला यांची खालावलेली तब्येत त्यांच्या डोळ्यांसमोर आली. प्रत्येक तास त्यांच्यासाठी 'जीवन-मरणा'चा फरक करू शकत होता.

इतक्यात लांबवरून कोणाची तरी आरोळी ऐकू आली. दोघेही उत्सुकतेने उड्या मारून उभे राहिले. नान्दो धावत दाराकडे गेला. कॅनेसा त्याच्यामागे खुरडत गेला. खांद्यावर दोराचे भेंडोळे असलेला एक गलेलठ्ठ पोलीस त्यांच्या दिशेने धापा टाकीत येत होता. त्याच्यामागे आणखी एक पोलीस होता. झोपडीपाशी पोहोचल्यावर, धापा टाकीतच एका पोलिसाने विचारले, "हां पोरांनो, कुठे आहे ते विमान?"

कॅनेसा पुढे येऊन डोंगराच्या शिखराच्या दिशेने बोट दाखवीत म्हणाला, "ती तिथे वरती खिंड दिसत्ये तुम्हाला?"

"हो, दिसत्ये." पोलीस म्हणाला.

"त्या दिशेने पन्नास-साठ मैल चढत जा. मग खिंडीनंतर उजवीकडे वळा. तिथे तुम्हाला दुसरा एक उंच डोंगर समोर दिसेल. त्याच्या पलीकडे गेलात, की तुम्हाला विमान दिसेल."

तो पोलीस एकदम खालीच बसला.

"आणखी कोणी येताहेत का?" नान्दोने विचारले.

"हो, हो. एक तुकडी येतेय."

थोड्याच वेळात दरीत दूरवर घोड्यावर बसलेले, टोकदार टोप्या व लांब कोट घातलेले आठ-दहा शिपाई येताना दिसू लागले. त्यांच्या मागे नान्दोने ज्याच्याकडे नदीपलीकडून चिठ्ठी फेकली होती, तो शेतकरी सर्जी कॅटॅलॅन घोड्यावर येत होता.

ते सर्वजण जवळ येताच नान्दो आणि कॅनेसाने त्यांना मिठ्या मारून त्यांचे स्वागत केले. कॅटॅलॅनचा बुजरा चेहरा आनंदाने उजळला. नान्दो आणि कॅनेसा त्याचे पुन्हा आभार मानायला लागताच तो म्हणाला, "देवाचे आभार माना. मी फक्त एक

चिलियन व माणूस या नात्याने माझे कर्तव्य केले.''

तुकडीच्या प्रमुखाने नान्दो व कॅनेसा यांना विमानाच्या ठावठिकाणाबद्दल प्रश्न विचारले. तिथे पायी जाता येईल का, असे त्याने विचारल्यावर दोघांनीही प्रवासमार्गाचे वर्णन केले. ते ऐकून असे करणे शक्य नाही, हे त्याच्या लक्षात आले. त्यामुळे त्याने दोन शिपायांना ताबडतोब पॉटेनेग्रोला परत जाऊन सांटियागोहून हेलिकॉप्टर मागवायला सांगितले.

आता संध्याकाळ होत आली होती. त्यामुळे आता आज काही करणे शक्य नाही, हे नान्दो आणि कॅनेसा यांना कळून चुकले. त्यामुळे ते शिपायांना, विमानाला अपघात झाला, तेव्हापासून काय काय झाले व ते इथपर्यंत कसे पोहोचले वगैरे हकीगत, एक-दोन गोष्टी टाळून, सविस्तरपणे सांगू लागले. हळूहळू त्यांच्या नजरा शिपायांच्या बरोबर असलेल्या थैल्यांवर पडू लागल्या. शिपायांनी त्याचा अर्थ ओळखून स्वत:साठी आणलेल्या खाद्यपदार्थांच्या थैल्या त्यांच्यापुढे रिकाम्या केल्या. कॅनेसा व नान्दो यांनी थोड्याच वेळात सर्व पदार्थांचा फडशा पाडला. पहाटे दोन-तीन वाजेपर्यंत सर्व शिपाई त्यांची आश्चर्यकारक कहाणी ऐकण्यात गुंग झाले. अखेरीस त्यांचा प्रमुख म्हणाला, ''चला, आता आपण जरा झोप काढूया. म्हणजे सकाळी हेलिकॉप्टर येईल, तेव्हा ताजेतवाने होऊन तयार राहता येईल.''

□

२

दुसऱ्या दिवशी सकाळी जेव्हा कॅनेसा व नान्दो झोपडीच्या बाहेर आले, तेव्हा बाहेरील दाट धुके बघून ते जरा निराश झाले. ते पुढील झोपडीत आले. तिथे कॅटॅलॅन, एन्रिको, अर्मांडो आणि शिपायांचा प्रमुखसुद्धा त्यांच्याप्रमाणेच जरा हिरमुसले होऊन धुक्याकडे बघत होते.

''अशा हवेत हेलिकॉप्टरला उतरता येईल का?'' नान्दोने विचारले.

''मला नाही वाटत. शिवाय, आपण त्यांना दिसणारही नाही.'' शिपायांचा प्रमुख म्हणाला.

''जरा वाट बघा. हे रोजचे सकाळचे धुके आहे. ते फार वेळ टिकणार नाही.'' कॅटॅलॅन म्हणाला.

दरम्यान नान्दो व कॅनेसा, अर्मांडो व एन्रिको यांनी बनविलेल्या न्याहारीला बसले. शिळा पाव आणि कॉफीसुद्धा त्यांना मेजवानीप्रमाणे वाटत होती. त्यांची न्याहारी संपत येत होती, इतक्यात दुरून काहीतरी वेगळाच आवाज ऐकू येऊ लागला. तो हेलिकॉप्टरचा नव्हता. ते बाहेर जाऊन बघू लागले, तर माणसांचा एक

जमाव बोलत, ओरडत येत होता.

आधी त्यांना ती शेजारच्या खेड्यातील माणसे असतील असे वाटले; पण ती शहरी पोशाखातील माणसे होती. त्यांच्या हातात लहान-मोठ्या बॅगा आणि कॅमेरे होते. जवळ पोहोचताच त्यांच्यापैकी काहीजणांनी ओरडून विचारले, ''लॉस मेटन्स? ती वाचलेली मुले कुठे आहेत?''

तेवढ्यात खप्पड चेहऱ्याचे, केस व दाढी वाढलेले नान्दो व कॅनेसा त्यांच्या नजरेस पडले व हीच ती मुले, हे त्यांनी ओळखले.

''एल मर्क्युरियो, सांटियागो.'' एकजण हातातील पॅड व पेन सरसावून म्हणाला.

''बीबीसी लंडन.'' दुसरा एकजण. मायक्रोफोन त्यांच्यापुढे धरीत दुसऱ्या हाताने पोर्टेबल टेपरेकॉर्डरची बटने फिरवीत म्हणाला.

काही क्षणात एकाच वेळी प्रश्न विचारणाऱ्या चाळीस-पन्नास वार्ताहरांच्या गराड्यात ते सापडले.

या हल्ल्याने कॅनेसा आणि नान्दो जरा गडबडूनच गेले. मॉंटेव्हिडियोला पोहोचल्यावर कदाचित एखादा वार्ताहर त्यांची मुलाखत घ्यायला येईल, अशी त्यांची अपेक्षा होती. त्यामुळे मिळेल त्या वाहनाने आलेल्या वार्ताहरांचा एवढा मोठा जमाव बघून ते गांगरूनच गेले.

कॅनेसा व नान्दो त्यांच्या प्रश्नांना उत्साहाने उत्तरे देऊ लागले. इतके दिवस जिवंत राहण्यासाठी काय खाल्ले, त्या प्रश्नाला बगल देऊनच.

त्यांच्या मुलाखती चालू असतानाच शिपायांच्या प्रमुखाने त्यांना बाहेर बोलावले. धुके आता कमी झाले होते; पण तरीही अजून हेलिकॉप्टर्सचा पत्ता नव्हता. त्यामुळे कॅनेसा व नान्दो यांना घोड्यावर बसवून पॉंटेनेग्रोला पाठवायचा प्रमुखाचा बेत होता. त्याप्रमाणे दोन घोड्यांवर दोघा शिपायांच्या मागे बसून ते निघत होते. फोटोग्राफर त्यांचे फोटो काढीत होते. एवढ्यात दरीतून हेलिकॉप्टरांचा आवाज येऊ लागला. थोड्याच वेळात चिलियन हवाईदलाची तीन हेलिकॉप्टर्स प्रचंड आवाज करीत त्यांच्या डोक्यावरून पुढे गेली व नदीच्या पलीकडील तीरावर उतरली.

❑

३

जेव्हा कर्नल मोरेलने सांटियागोच्या हवाई शोधपथकाला, फेअरचाइल्डमधील दोन प्रवासी वाचले आहेत, असे कळविले, तेव्हा प्रथम ते त्यावर विश्वास ठेवायला तयार नव्हते. त्यांनी त्या बातमीबद्दल पुन्हा एकदा खात्री करून घ्या, असे त्यांना

सुचविले; परंतु दरम्यान पथकाचे दोन कमांडर गार्शिया आणि मासा यांना खबर दिली गेली. गार्शियाला ही बातमी मिळाली तेव्हा दुपार सरत आली होती. त्यामुळे त्या दिवशी फारसे काही करता येण्यासारखे नव्हते. गार्शियाने दुसऱ्या दिवशी सकाळी सहा वाजता निघण्यासाठी हेलिकॉप्टर तयार ठेवण्याचा हुकूम दिला व तो झोपायला गेला.

रात्रीच्या दरम्यान त्याच्याच पथकातील लोकांकडून ती दोन मुले फेअरचाइल्डमधीलच असावीत, असे कळले. हे सकाळी समजल्यावर गार्शियाला धक्काच बसला आणि आघाडीचे हेलिकॉप्टर आपण स्वत:च चालवायचे, असे त्याने ठरविले. दुसऱ्या हेलिकॉप्टरवर मासा व तिसऱ्यावर ले. एविला यांची नियुक्ती झाली. तसेच, सहवैमानिकांऐवजी दोन मेकॅनिक, एक हवाई दलातील नर्स, तिचा एक मदतनीस आणि ॲण्डियन सुटका पथकाचा प्रमुख क्लॉडियो ल्युसेरो व त्यांच्या दोन जवानांना बरोबर घेण्यात आले.

हवामान अतिशय प्रतिकूल होते. हिमवर्षाव होत होता आणि तीनशे फुटांच्या पलीकडे दिसत नव्हते. जमिनीपासून जवळ जवळ शंभर फूट उंचीपर्यंत धुके होते. सकाळचे सात वाजले, तरी हवामान सुधारण्याची चिन्हे दिसत नव्हती. त्यामुळे ७.१०ला तीनही हेलिकॉप्टर धुक्यातूनच सान फर्नांडोच्या दिशेने निघाली.

सान फर्नांडोला ती कर्नल मोरेलच्या तळावर उतरली. तिथे त्यांना कर्नल मोरेल व कार्लोस पाएझ विलारो भेटले.

विलारोला बघताच गार्शिया उद्गारला, ''अरे, पुन्हा तुम्ही! अजून तुमचा शोध चालूच आहे की काय?''

गार्शिया असे थट्टेत बोलला खरा; परंतु फेअरचाइल्डमधील काहीजण जिवंत आहेत, हे आता निश्चितपणे कळले होते. त्या दोन मुलांची नावेही कळली होती.

कमांड कमिटीने एक योजना निश्चित केली. आता हेलिकॉप्टर्सनी लॉस मेटन्सला जायचे (*लॉस मेटन्सला 'कँप अल्फा' असे नाव दिले गेले.*). बरोबर कर्नल मोरेल, एक डॉक्टर आणि त्याचा मदतनीस घेऊन जायचे.

''–आणि कार्लोस तुम्हीही चला.'' मोरेल म्हणाला, ''तुम्ही इतक्या चिकाटीने धडपड केली आहे.''

''नाही. मी बरोबर येऊन उगाच एक जागा अडेल. मी इथेच थांबतो.'' विलारो म्हणाला, ''–पण वाचलेल्या मुलांमध्ये तुम्हाला जर माझा मुलगा आढळला, तर त्याला हे पत्र द्या. आणि मोरेल, तुम्ही हे माझे स्नोबूट घेऊन जा. तुम्हाला त्यांचा उपयोग होईल.''

हेलिकॉप्टर्स तिंगिरिरिका नदीच्या दिशेने निघाली व नदीवरून डोंगरात जाऊ लागली. त्यांच्याकडे नकाशे होते; पण धुक्यामुळे अझूफर नदी तिंगिरिरिकाला जिथे

मिळते, ती जागा त्यांना बरोबर न सापडून ती जरा पुढे गेली. पुढे तर कोणाला काहीच दिसेना. शेवटी, त्यांनी तिथेच उतरायचे ठरविले व त्याप्रमाणे ते नदीच्या डाव्या किनाऱ्यावर उतरले.

हेलिकॉप्टरच्या पंख्याचा आवाज थांबल्यावर त्यांना पलीकडील किनाऱ्यावरून आवाज ऐकू येऊ लागले. नदीच्या किनाऱ्यावर गेल्यावर पलीकडून एका शिपायाने रुमालात दगड व चिट्ठी बांधून ती त्यांच्याकडे फेकली. सुदैवाने, ते अगदी योग्य जागी पोहोचले होते. सर्वजण पुन्हा हेलिकॉप्टर्समध्ये बसले व नदीच्या अलीकडे उतरले.

भेटलेली दोन्ही मुले फेअरचाइल्डमधीलच आहेत, याविषयी सर्वांची खात्री पटली. कॅनेसा अतिश्रमांमुळे गलितगात्र झाला होता. डॉक्टर आणि त्यांचे मदतनीस त्याची तपासणी करण्याच्या कामात गुंतले. नान्दोने मात्र मला वैद्यकीय मदतीची गरज नाही, असे सांगून गार्शिया व मासा यांनी फेअरचाइल्डकडे जाण्यासाठी ताबडतोब निघावे, असा आग्रह धरला. प्रतिकूल हवामानामुळे आत्ताच निघणे शक्य नाही, असे गार्शियाने सांगितले व दरम्यान फेअरचाइल्डचा निश्चित ठावठिकाणा समजून घेण्यासाठी तो नान्दोला प्रश्न विचारू लागला. नान्दोने ते डोंगरातून ज्या मार्गाने खाली आले, त्याचे वर्णन केले.

''विमान पडले, ती जागा किती उंचीवर असावी, याची तुला काही कल्पना आहे का?'' गार्शियाने विचारले.

''नाही; पण ती जागा खूपच उंचीवर आहे. तिथे झाडंझुडपं काहीच नव्हतं. नुसता बर्फच बर्फ होता.''

''मग तुम्ही खात काय होता?''

''आमच्याकडे चीज वगैरे होतं.''

''विमानाच्या उंची दाखविणाऱ्या यंत्रावर कोणता आकडा होता, हे आठवते का तुला?''

''होय.'' कॅनेसा म्हणाला, ''सात हजार फूट.''

''सात हजार फूट! छान. म्हणजे फारसे कठीण जाऊ नये. विमान सहज दिसेल का?''

कॅनेसा आणि नान्दो यांनी एकमेकांकडे बघितले. नान्दो म्हणाला, ''नाही. सहज दिसणे कठीण आहे. ते बर्फात आहे; पण हवं असेल तर मी तुमच्याबरोबर येतो रस्ता दाखवायला.''

धुके जाईपर्यंत ते थांबले. दरम्यान बरेच वार्ताहर ताजी बातमी पाठविण्यासाठी परत गेले. तिथे उतरल्यापासून तीन तासांनी हवा पुरेशी सुधारली आहे, असे दिसल्यावर गार्शियाने दोन हेलिकॉप्टर्स घेऊन निघायचे ठरविले. त्यांनी बरोबर दोघे

मेकॅनिक, वैद्यकीय मदतनीस आणि ॲंडियन पथकाचे प्रमुख ल्युसेरो आणि विलेगास व डायस हे दोन जवान यांना घेतले. नान्दो हेल्मेट घालून व हातात मायक्रोफोन घेऊन डायसच्या मागे बसला.

दुपारचा एक वाजला होता. ॲंडीजवर विमानाने जाण्यासाठी ही अतिशय धोक्याची वेळ होती. त्यामुळे त्या चौदा मुलांना आज सोडविता येणे कठीण; परंतु निदान विमानाची जागा बघून ठेवता येईल, असा गार्शियाने विचार केला. नान्दो हा उत्तम मार्गदर्शक ठरला. तो हेलिकॉप्टरमधून खाली बघत आपण आलेल्या रस्त्याच्या खुणा ओळखत राहिला.

दरी आता जास्तच अरुंद होत होती. उडताना अतिशय काळजी घ्यावी लागत होती. हेलिकॉप्टर्स आता सात हजार फुटांवर पोहोचली होती; पण ती नियंत्रणात ठेवायला फारसा त्रास होत नव्हता; परंतु आता समोर भिंतीसारखा उभा डोंगर दिसू लागला होता.

''आता कुठे?'' गार्शियाने इंटरकॉमवर नान्दोला विचारले.

''समोर वर.'' नान्दो समोर बोट दाखवीत म्हणाला.

''कुठे?''

''समोर, वर.''

''–पण तुम्ही तिथून आले असणं कसं शक्य आहे?''

''होय. आम्ही इथूनच आलो. विमान पलीकडे आहे.''

गार्शियाचा विश्वास बसेना. त्याने नान्दोला पुन्हा विचारले, ''तुम्ही इथून खाली आला नसणार!''

''आम्ही इथूनच घसरत धडपडत आलो.''

गार्शियाचा अजून विश्वास बसत नव्हता; पण वर जाण्याशिवाय दुसरा पर्याय नव्हता. हेलिकॉप्टर्स वर जाऊ लागली. जसजसे ते वर जात होते, तसतशी हवा विरळ होत होती. त्यामुळे इंजिनांवरील ताण वाढत होता. विमाने थरथरू लागली. नियंत्रण ठेवणे कठीण होऊ लागले. उंची दाखविणाऱ्या यंत्रावर १०,००० हा आकडा आला. नंतर १२,०००... १३,०००... अखेरीस १३,५०० फुटांवर ते डोंगराच्या शिखरावर पोहोचले. त्याबरोबर डोंगरापलीकडून येणाऱ्या जोरदार वाऱ्याचा हबका त्यांना बसला. विमाने मागे व खाली फेकली गेली. दुसऱ्यांदा तसेच झाले. अखेरीस थोडे उजव्या बाजूला डोंगराची उंची बरीच कमी असल्याचे गार्शियाच्या लक्षात आले. तिकडे जाऊन डोंगराला वळसा घालून यायचे त्याने ठरवले व एकदाचे ते डोंगराच्या पलीकडे जाण्यात यशस्वी झाले; परंतु मार्ग बदलल्यामुळे नान्दो गोंधळला व आता कसे जायचे, हे त्याला सांगता येईना. हेलिकॉप्टर्स घिरट्या घालू लागली. सुदैवाने, थोड्या अंतरावरील एक शिखर नान्दोने ओळखले आणि

आपण कुठे आहोत, हे त्याच्या लक्षात आले.

"तिथे खाली असले पाहिजे." तो गार्शियाला म्हणाला.

"मला तिथे काहीच दिसत नाहीये." गार्शिया म्हणाला.

"खाली चला."

हेलिकॉप्टर बरेच खाली आल्यावर नान्दो ओरडला, "ते पाहा, तिथे."

"कुठे? कुठे? मला काही दिसत नाही."

"तिकडे. तिकडे."

अखेरीस एका बाजूला थरथरणाऱ्या, वर-खाली फेकल्या जाणाऱ्या हेलिकॉप्टरवर कसेबसे नियंत्रण ठेवीत असतानाच गार्शियाला विमान दिसले.

"ठीक आहे. मला विमान दिसले आहे. आता माझ्याशी बोलू नको. आपल्याला खाली उतरता येते का, ते बघतो."

▢

प्रकरण तेरा

१

बुधवार, २० डिसेंबरच्या रात्री फेअरचाइल्डमधील १४ मुलांची मने अगदी उदास होती. तिघे मोहिमवीर निघून आता ९ दिवस झाले होते. विझिंटिन डोंगरावरून परत येऊन ६ दिवस. नान्दो आणि कॅनेसाकडे अन्नाचा साठा किती होता, ते त्यांना माहीत होते. त्यामुळे प्रत्येक दिवस महत्त्वाचा आहे, याची जाणीव त्यांना होती. हळूहळू आणखी एक मोहीम काढायला लागणार, असे विचार त्यांच्या मनात येऊ लागले होते. खिसमस इथेच साजरा करावा लागणार, याबद्दलची त्यांच्या मनाची तयारी झाली होती.

दुसऱ्या दिवशी सकाळी त्यांनी रेडिओवर बातम्या लावल्या. त्यात सुटकेबद्दल काहीच उल्लेख नव्हता. उलट, शोधासाठी आलेले C-47 हे उरुग्वायन हवाई दलाचे विमान आदल्या दिवशी परत गेल्याचे सांगण्यात आले. ते ऐकून तर सर्वजण अगदीच निराश झाले व हळूहळू रोजच्या कामांना लागले. दुपारचे 'जेवण' घेतल्यावर ते विश्रांतीसाठी विमानात येऊन पडले.

संध्याकाळी विमानातून बाहेर पडताना कार्लिटोझला एकदम असे आतून वाटू लागले, की नान्दो आणि कॅनेसा मनुष्यवस्तीवर पोहोचले आहेत. तो फिटोला म्हणाला, ''फिटो, दुसऱ्या कोणाला सांगू नकोस; पण मला असं नक्की वाटतंय, की नान्दो आणि कॅनेसा पोहोचले आहेत.''

अंधार पडायची वेळ झाल्यावर बऱ्याचजणांनी दिवसाची शेवटची सिगारेट पेटवली. सूर्य मावळल्यावर गारठा वाढला. हळूहळू सर्वजण झोपण्यासाठी आत जाऊन पडले. आजची डोंगरातील सत्तरावी रात्र!

सर्वांची प्रार्थना म्हणून झाल्यावर एकाएकी डॅनियल फर्नांडिस बोलला, ''मित्रांनो, मला असे खात्रीपूर्वक वाटतंय, की आपले दोघे मित्र कुठेतरी जाऊन पोहोचले आहेत आणि उद्या किंवा फार तर परवा आपली सुटका होणार.''

''मलासुद्धा आज दुपारी एकदम असंच वाटलं.'' कार्लिटोझ म्हणाला. दोघांच्या

अशा म्हणण्यामुळे सर्वजण जरा आनंदी मन:स्थितीत झोपी गेले.

दुसऱ्या दिवशी सकाळी नेहमीप्रमाणे डॅनियल व एडवर्डो साडेसात वाजता बाहेर गेले व त्यांनी बातम्या ऐकण्यासाठी रेडिओवर मॉंटेविडियो स्टेशन लावले. त्याबरोबर अपघात झालेल्या उरुग्वायन फेअरचाइल्ड विमानातील वाचलेल्या प्रवाशांपैकी आपण आहोत, असे सांगणारे दोघेजण अँडीजच्या एका दूरवर असलेल्या दरीत सापडले आहेत, हे त्यांना ऐकायला मिळाले. एडवर्डो आनंदाने उडी मारून ओरडून इतरांना बोलवणार, इतक्यात डॅनियलने त्याचा हात पकडला. ''थांब.'' तो म्हणाला, ''कदाचित ऐकण्यात चूकही झाली असेल. आपण खात्री करून घेऊया. उगीच नंतर सर्वांना पुन्हा निराश करण्यात अर्थ नाही.''

त्यांनी मग इतर स्टेशने रेडिओवर लावण्याचा प्रयत्न केला. अर्जेंटिना, ब्राझील, उरुग्वेमधील सर्व स्टेशनांवरून हीच बातमी ऐकू येत होती. आता मात्र एडवर्डोला धीर धरवला नाही. त्याने ओरडून सर्वांना बोलावले व ते रेडिओभोवती कोंडाळे करून बातम्या ऐकू लागले.

ज्या क्षणाची सर्वजण इतक्या आतुरतेने वाट बघत होते, तो अखेरीस आला होता. कोणी आनंदाने ओरडत नाचू लागले, कोणी एकमेकांना मिठ्या मारल्या, कोणी गुडघे टेकून देवाचे आभार मानण्यासाठी प्रार्थना करू लागले. आता ख्रिसमसला आपण घरी असणार, काही वेळातच आपल्याला न्यायला हेलिकॉप्टर्स येणार, अशा भावनेने त्यांच्या आनंदाला पारावार राहिला नाही. हा क्षण सिगारेटीऐवजी सिगार ओढून साजरा करायचे त्यांनी ठरवले. जपून ठेवलेली रोमिओ अँड ज्युलिएट हवाना सिगारची पेटी उघडून प्रत्येकाने एकेक सिगार घेतली व ती पेटवून डोंगरावरील हवेत धुराचे लोट ते सोडू लागले.

हळूहळू ते जरा भानावर येऊ लागले. ''आपल्याला जरा साफसफाई केली पाहिजे.'' एडवर्डो म्हणाला, ''तुझे केस बघ कार्लिटोझ. जरा कंगवा फिरव.''

''–आणि त्याचे काय करायचे?'' आजुबाजूला विखुरलेल्या शवांच्या अवयवांच्या लहानमोठ्या भागांकडे, हाडांकडे, फोडलेल्या कवट्यांकडे बोट दाखवीत फर्नांडिस म्हणाला, ''हे सर्व पुरून टाकलेले बरे नाही का?''

फिटोने जमिनीवरील बर्फावर बुटाने लाथ मारून बघितली व म्हणाला, ''अशा कडक बर्फात खड्डा खणता येणे आपल्याला शक्य नाही.''

''–आणि त्याची एवढी फिकीर कशासाठी करायची?'' अल्गोर्टा म्हणाला.

''त्यांनी फोटो घेतले तर?'' फर्नांडिस म्हणाला.

''आपण त्यांचे कॅमेरे तोडून टाकू.'' कार्लिटोझ म्हणाला.

''ते काहीही असो. जे काही आहे ते लपवा कशाला?'' एडवर्डो म्हणाला.

त्यांच्या बोलण्यामागील उद्देश अल्गोर्टाला समजला नाही आणि इतरांच्या

लक्षातही हा मुद्दा आला नाही.

झर्बिनो आणि सबेला, सोडविणारे लोक आले, की आपण काय करणार याविषयी बोलू लागले.

मुले सुटकेसाठी आवराआवरी व तयारी करू लागली. एडवर्डोने सांगितल्याप्रमाणे पाएझने केस विंचरले. सबेलो आणि झर्बिनो यांनी अंगात शर्ट चढवून टायही लावले. प्रत्येकजण त्यातल्या त्यात जरा कमी घाण वाटतील, असे कपडे शोधू लागला. त्यासाठी प्रत्येकाच्या अंगावर कपड्यांचे जे तीन-तीन, चार-चार थर होते, त्यातील अगदी आतील व अगदी बाहेरील थर काढून टाकून देणे व फक्त मधले थरच ठेवणे याशिवाय दुसरा उपाय नव्हता. सर्वांनी टूथपेस्ट घेऊन दातही घासले.

अशा तऱ्हेने सर्वजण तयार होऊन बसले; पण अजून हेलिकॉप्टरांचा काही पत्ता नव्हता. रेडिओवर त्यांच्या सुटकेसंबंधीच्या बातम्या कायम चालूच होत्या. चिलीतील एका स्टेशनावर तर सोळाजण वाचले म्हणून देवाची खास प्रार्थना करण्यात आली. ती ऐकून ते हेलावून गेले.

दुपारचे बारा वाजून गेले, तरीही अजून विमाने आली नव्हती. तेव्हा आता रोजच्या कार्यक्रमांना लागावे की काय, अशा संभ्रमात ते होते. आता सर्वांना भुका लागल्या होत्या; पण आदल्या दिवशी काढून ठेवलेले मांस सकाळच्या सुटकेच्या आनंदात त्यांनी फेकून दिले होते. झर्बिनो आणि डॅनिएल ते पुन्हा शोधू लागले. रॉय हार्लेला सकाळी शौचाला लागली होती; पण आता सुटका झाल्यावर व्यवस्थितपैकी   शौचालयातच जाऊ, अशा विचाराने तो आत्तापर्यंत थांबला होता. यापुढे थांबणे त्याला जड जात होते. त्यामुळे तो विमानाच्या पुढील बाजूला नेहमीच्या जागी पोट रिकामे करायला गेला. ''तुझा हाडकुळा पृष्ठभाग पिसे उपटलेल्या कोंबडीच्या मागच्या भागाप्रमाणे दिसतोय.'' असे म्हणत इतर मुले त्याच्याकडे बघत हसू लागली.

आता गरम होत होते, त्यामुळे काहीजण विमानात जाऊन पडले. अखेरीस एक वाजण्याच्या सुमारास हेलिकॉप्टर्सचा आवाज ऐकू येऊ लागला. लवकरच डोंगराच्या शिखराच्या पलीकडून येणारी दोन हेलिकॉप्टर्स त्यांना दिसली. बाहेर बर्फात असलेली मुले ताबडतोब आरडाओरडा करीत, हाताने खुणा करीत धावू लागली. विमानातील मुले धावत बाहेर आली; पण हेलिकॉप्टर्सना आपण बहुतेक दिसलो नसावे, असे त्यांच्या लक्षात आले; कारण हेलिकॉप्टर्स वेगळ्याच दिशेने गेली, मग वळली. त्यांनी चकरा मारल्या आणि त्यांच्या डोक्यावरून गेली. असे तीन वेळा झाले. मग पुढले हेलिकॉप्टर, थरथर कापत, हेलकावे खात खाली आले व त्यांच्यावर चकरा मारू लागले. त्यांना नान्दोही दिसला. तसेच, हेलिकॉप्टरमधील इतर काहीजण वरून त्यांचे चित्रीकरण करीत असल्याचेही त्यांनी बघितले. वैमानिकाला विमान टेकवता येत नव्हते, असे वाटत होते. वारा इतक्या जोरात होता, की प्रत्येक वेळी

विमान खाली आले, की डोंगराकडे फेकले जात होते आणि ते डोंगरावर आपटेल की काय, अशी भीती वाटत होती. विमानातून कोणीतरी एक धुराचे नळकांडे टाकले; परंतु त्यातील धूर सर्व दिशांना सारखाच जात होता. त्यामुळे वाऱ्याची निश्चित दिशा कळत नव्हती. जवळजवळ पंधरा मिनिटांनी पहिले विमान खाली येऊन जमिनीला जवळ जवळ टेकले. त्यातून दोन थैल्या खाली फेकण्यात आल्या व नंतर लगेचच दोन माणसांनी खाली उड्या मारल्या.

त्यातील पहिला होता गिर्यारोहक सर्जियो डायस, दुसरा वैद्यकीय मदतनीस होता. सर्जियो विमानाच्या पंख्यांच्या खालून वाकत पुढे आल्यावर हात फैलावून मुलांकडे धावला. त्याला बऱ्याचजणांनी मिठ्या मारल्या. काही मुले मात्र मागे राहिली. विमानाच्या आवाजाने पुन्हा हिमपात होईल की काय, अशी भीती त्यांना वाटत होती. दोन मुले पहिल्या हेलिकॉप्टरकडे पंख्याच्या खालून वाकत धावत गेली व त्यात चढायचा प्रयत्न करू लागली; पण त्यांना ते कठीण जात होते. गार्शियाने हेलिकॉप्टर खाली पूर्णपणे टेकविले नव्हते; कारण एक तर जमीन उतरती होती आणि दुसरे म्हणजे बर्फाला विमानाचे वजन कदाचित पेलविले नसते. त्यामुळे तो हवेतच हिंदकळत होता आणि पंखे डोंगरावर आपटतील, या भीतीमुळे त्याला, मुलांना विमानात चढणे सोपे जावे, याकरिता विमान तिरपे करता येत नव्हते. पुढे फर्नांडिस होता. त्याने हात वर ताणून विमान पकडण्याचा प्रयत्न केला. त्याला नान्दोने पकडले व आत खेचून घेतले. त्याच्यानंतर मॉगिनो पोहोचला, त्यालाही त्याने खेचून आत घेतले.

आता विमानात दोन मुले, नान्दो, मेकॅनिक, मोरेल व स्वत: गार्शिया असे सहाजण झाल्याने गार्शियाने विमान वर नेले व मासाने त्याचे हेलिकॉप्टर खाली आणून दुसरे दोघे गिर्यारोहक ल्युसेरो आणि विलेगास यांना खाली उतरवून दोन मुलांना आत गेईपर्यंत तरतीच भिरभिरत राहिला.

दरम्यान डायसने स्वत:ला मुलांच्या मिठीतून सोडवून घेतले आणि 'पाएझ' कोण आहे म्हणून विचारले. कार्लिटोझ पुढे आला. डायसने त्याच्या वडिलांनी दिलेली दोन पत्रे त्याच्या हातात दिली. ''एक तुझ्यासाठी आहे आणि दुसरे सर्वांसाठी.''

कार्लिटोझने आधी दुसरे पत्र उघडले. त्यात लिहिले होते, ''अभिनंदन! आणखी थोडा धीर धरा! मी तुम्हाला भेट म्हणून हेलिकॉप्टर पाठवीत आहे.''

त्याला लिहिलेल्या पत्रात म्हटले होते–

''मी तुला संकटात नेहमी मदत करीत आलो आहे. देवावरील माझी श्रद्धा आणखी वाढली आहे. मी तुझी वाट पाहत आहे. आईसुद्धा इकडे यायला निघाली आहे.'' –बाबा.

त्याने दोन्ही पत्रे खिशात कोंबली. दुसरे हेलिकॉप्टर आता खाली टेकले होते. तो, अल्गोर्टा व एडवर्डो हेलिकॉप्टरमध्ये चढले. त्यांच्या मागे इन्शियार्टे आला. डायसने त्याला आत चढायला मदत केली. त्यांना घेऊन मासाने हेलिकॉप्टर वर नेले. आता डेलगॉडो, सबेला, फ्रँकॉइस, विझिंटिन, मेथॉल, झर्बिनो, हार्ले आणि फिटो स्ट्रॉच, हेलिकॉप्टरने आलेले तीन गिर्यारोहक आणि वैद्यकीय सहाय्यक यांच्याबरोबर मागे राहिले.

डोंगराच्या ह्या बाजूने वर जाणेसुद्धा गार्शिया आणि मासा यांना अतिशय कठीण गेले. हेलिकॉप्टर्स इतकी हलत आणि हेलकावत होती, की आतील काही मुलांना तर आपण खाली फेअरचाइल्डमध्येच बरे होतो, असे वाटून गेले.

हेलिकॉप्टर भयानक प्रकारे कापत असताना बघून फर्नांडिस नान्दोला म्हणाला, ''विमान असे इतके हलणे नॉर्मल आहे का?'' नान्दोने ''हो, घाबरू नकोस.'' असे ओरडून उत्तर दिले; पण तो स्वतःही किती घाबरला होता, हे त्याच्या चेहऱ्यावर दिसत होते. मॅंगिनो तर देवाची प्रार्थनाही करू लागला.

गार्शिया आणि मासा यांना अडचण येत होती, ती अशी, की त्या उंचीवर हवा अतिशय विरळ होती. त्यामुळे केवळ इंजिनांच्या शक्तीवर विमान वर जाऊ शकत नव्हते. यावर उपाय म्हणून ते हेलिकॉप्टर ग्लायडरच्या तेलावर चालवत होते. ते एकाच पातळीवर आजुबाजूला फिरत राहिले. हेतू हा, की एखादा हवेचा जोरदार झोत सापडला, की त्याच्या मदतीने विमान काही अंतर वर उचलले जाईल. मग पुन्हा दुसऱ्या हवेच्या झोताच्या शोधात वरच्या पातळीवर फिरत राहायचे. असे करीत करीत अखेरीस ते डोंगराच्या शिखराच्यावर पोहोचले व मग पलीकडे जाऊन झपाट्याने खाली येऊन दरीतून लॉस मेटन्सच्या दिशेने जाऊ लागले.

पंधरा मिनिटातच ते कँप अल्फाला उतरले. त्यांनी आणलेल्या सहा मुलांनी विमानातून हिरव्यागार गवतावर उड्या मारल्या व आनंदाने आरोळ्या ठोकल्या. सभोवारच्या अनेकरंगी सृष्टीने ते आश्चर्यचकित झाले. आपण दुसऱ्याच एखाद्या ग्रहावर आलो आहोत की काय, असे त्यांना वाटू लागले. त्यांनी एकमेकांना मिठ्या मारल्या व ते गवतात गडबडा लोळू लागले. कोणी जवळपासची फुले व पाने तोडून तोंडात कोंबू लागले.

पहिला आनंदाचा आणि उत्साहाचा भर ओसरल्यावर मुलांना भुकेची जाणीव होऊ लागली. त्यांच्यापुढे आलेल्या कॉफी, चॉकलेट, चीज यांवर ते तुटून पडले.

नंतर डॉक्टरांनी प्रत्येकाला तपासले. प्रत्येकजणात कमी-जास्त प्रमाणात कुपोषण व जीवनसत्त्वांची कमतरता आढळली; परंतु चिंता वाटावी, अशी कोणाचीच अवस्था नव्हती.

सहा मुलांना खाली आणून सोडल्यावर उरलेल्या आठजणांना आणायला

लगेचच निघावे, असा गार्शिया व मासा यांचा आधी बेत होता; पण पहिल्या फेरीत झालेला भयानक त्रास आणि संध्याकाळ होण्यास फार वेळ उरलेला नाही, हे लक्षात घेऊन, तसेच वर उरलेल्या आठजणांपैकी कोणाचीही तब्येत एक दिवससुद्धा न थांबण्याइतकी चिंताजनक नाही, हे लक्षात घेऊन उरलेल्या मुलांना आणायला उद्या सकाळी जावे व दरम्यान सोडवलेल्या आठजणांना आजच सान फर्नांडोला पोचवावे, असे मासा, गार्शिया व कर्नल मोरेल यांनी ठरविले.

□

२

वरील निर्णयाची माहिती सान फर्नांडोला कमांड हेडक्वार्टर्सला रेडिओ संदेशाद्वारे दिली गेली. तसेच, वाचलेल्या सोळा मुलांची नावेही त्यांना कळविण्यात आली. सान फर्नांडोला, रेडिओ ऑपरेटरने नावे लिहून घेतली व ती यादी जवळच असलेल्या कार्लोस पाएझ विलारोच्या हातात टाइप करण्यासाठी दिली; परंतु विलारो ती घेईना. फेअरचाइल्डमधील चाळीस प्रवाशांपैकी फक्त सोळाजणच वाचले आहेत आणि त्यात आपला मुलगा असेल किंवा नसेलही अशी भीती त्याला वाटत होती. त्यामुळे त्या कागदाकडे न बघताच तो त्याने कर्नल मोरेलच्या सहाय्यकाकडे सरकविला.

काही मिनिटांतच ती यादी टाईप करून झाली आणि पुन्हा विलारोच्या हातात आली; पण ती बघण्याचा धीर त्याला होईना. त्याने यादीच्या कागदावर दुसरा कागद ठेवला. तेवढ्यात फोनची घंटा वाजली. माँटेविडियोहून रेडिओ स्टेशनचा फोन होता.

''काही नवीन बातमी आहे का?'' रेडिओवाल्याने विचारले.

''होय.'' विलारो म्हणाला, ''वाचलेल्या मुलांची नावे मिळाली आहेत; पण कमांडर इन चीफच्या परवानगीशिवाय मला ती देता येणार नाहीत आणि ते हेलिकॉप्टरबरोबर गेलेले आहेत.''

हे ऐकून तिथे उपस्थित असलेले सान फर्नांडोचे महापौर विलारोला, 'मी तुम्हाला नावे प्रसिद्ध करण्याची परवानगी देत आहे' असे म्हणाले. त्यावर विलारोने फोनवर नावे वाचण्यास सुरुवात केली. पहिल्या नावावरून कागद थोडा खाली सरकावून त्यांनी नाव वाचले, ''रॉबर्टो कॅनेसा, रॉबर्टो कॅनेसा.'' मग कागद आणखी किंचित खाली करीत ''नान्दो परॅडो. नान्दो परॅडो.'' याप्रमाणे पुढे जात त्यांनी उरलेली नावे वाचली–

''कोशे इन्शियार्ते.''

''डॅनियल फर्नांडिस.''

'कार्लिटोझ पाएझ' हे नाव घेतल्यावर त्यांचा गळा दाटून आला, डोळ्यांतून अश्रू ओघळू लागले व काही वेळ त्यांना बोलणे अशक्य झाले.

ती नावे वाचत असताना त्याचे त्याच वेळी रेडिओ स्टेशनवर उरुग्वेत थेट प्रक्षेपण केले जात होते. श्रीमती नोगिरा त्या वेळी आपल्या स्वयंपाकघरात काम करित एकीकडे रेडिओ ऐकत होत्या. नावे वाचली जाऊ लागल्याबरोबर त्या एकदम जागच्या जागी थिजल्यासारख्या झाल्या. काय ऐकायला मिळणार, ह्या कल्पनेने त्यांचे हृदय धडधडू लागले.

''कार्लिटोझ पाएझ'' त्याने नाव पुन्हा वाचले. त्यानंतर मॉगिनो, स्ट्रॉच, हार्ले, विझिंटिन, झर्बिनो, डेलगॉडो, अल्गोर्टा, फ्रॅकॉइस, मेथॉल, सबेला यांची नावे आली आणि यादी संपली. नोगिराची आशा कायमची संपली.

□

३

हार्ले आणि निकोलिच मेंडोझाहून एका मालवाहू विमानाने सांटियागोमार्गे सान फर्नांडोला पोहोचले. त्या वेळेस वाचलेल्या मुलांना घेऊन येणाऱ्या हेलिकॉप्टर्सच्या स्वागताचीच तयारी चालली होती. वाचलेल्या मुलांची नावे अजून त्यांना कळली नव्हती. तिथे जमलेल्या गर्दीतून वाट काढीत ते पुढे पाएझ विलारो व उरुग्वायन राजदूत जिथे उभे होते, तिथे पोहोचले. समोर कर्नल मोरेलच्या कोलचागुआ रेजिमेंटचे तीनशे जवान परेडला राहतात, त्याप्रमाणे उभे होते. गर्दीमध्ये पाएझ विलारोला शोधात ज्यांनी कोणत्या ना कोणत्या प्रकारे मदत केली होती, ते बरेचजण होते.

दूर आकाशात तीन हेलिकॉप्टर्स ठिपक्यांप्रमाणे दिसू लागताच लोकांची उत्कंठा शिगेला पोहोचली व एकच गडबड सुरू झाली. विमाने जवळ आल्यावर त्यांनी आकाशात एक वर्तुळाकार चक्कर मारली व मग ती मैदानावर उतरली. त्यांचे पंखे पूर्णपणे थांबायच्या आतच त्यांची सरकती दारे उघडली. विलारोला आपल्या मुलाचा चेहरा दिसला. त्याला मिठी मारण्यासाठी तो धावतच निघत होता. इतक्यात त्याच्या जवळ उभ्या असलेल्या उरुग्वायन राजदूताने त्याचा हात पकडून त्याला मागे ओढले. म्हणून त्याला पुढे जाता येईना; पण कार्लिटोझच विमानातून उडी मारल्यावर धावत आला व त्यांनी एकमेकांना मिठी मारली. इतके दिवसांच्या अथक परिश्रमांचे

सार्थक झाले. त्याच्या डोळ्यांतून अश्रूंच्या धारा वाहत होत्या. हे दृश्य पाहून जमलेल्या लोकांची आणि अगदी परेडला उभ्या असलेल्या जवानांचीही हदये हेलावून गेली.

सान फर्नांडो येथील सेंट जॉन हॉस्पिटलला सकाळी सहा वाजताच कर्नल मोरेलने फोनवर फेअरचाइल्डमधील वाचलेली सोळा तरुण मुले सकाळी तिथे पोहोचतील, त्यासाठी तयार राहण्याची सूचना दिली होती. हॉस्पिटलचे डायरेक्टर डॉ. बाकेडानो यांनी हॉस्पिटलच्या सर्वांत अनुभवी व निष्णात अशा डॉ. ऑसिन, डॉ. वलेंझुएला व डॉ. मेलेज यांची सर्व व्यवस्था बघण्यासाठी एक समिती नेमली. वाचलेल्या मुलांच्या तब्येती कशा आहेत, कोणाला काही दुखापती किंवा आजार झाले आहेत की कसे, याबद्दल त्यांना काहीच माहिती नव्हती. मुले अँडीजमध्ये खूप उंचीवर अन्नाशिवाय सत्तर दिवस अडकली होती, एवढेच त्यांना कळले होते.

पहिली गोष्ट त्यांनी केली. ती म्हणजे मुलांसाठी हॉस्पिटलमध्ये खोल्या रिकाम्या करणे. हॉस्पिटलची एक मजली इमारत बरीच जुनी होती. मधे मधे उघडे चौक आणि इमारतीच्या चारही बाजूंना उघडे व्हरांडे होते. हॉस्पिटलचा एक भाग खाजगी रुग्णांसाठी राखीव होता. त्यातील रुग्णांना इतरत्र हलवून तिथे मुलांना ठेवायचे, असे ठरले. हे सर्व होत असताना, तिघाही डॉक्टरांनी सांटियागो येथील सेंट्रल हॉस्पिटलच्या इन्टेन्सिव्ह केअर युनिटच्या प्रमुख डॉक्टरांशी फोनवर संपर्क साधला. त्यांनी मुलांवर कोणते वैद्यकीय उपचार करावेत, याबद्दल त्यांच्याबरोबर चर्चा केली.

दुपारी तीन वाजून दहा मिनिटांनी आठ मुलांना घेऊन रुग्णवाहिकांचा ताफा हॉस्पिटलमध्ये पोहोचला. नान्दो सोडून इतर सर्वांना स्ट्रेचरवर आत नेण्यात आले. नान्दोने मात्र तसे जाण्यास नकार देऊन जमलेले लोक, नर्सेस व हॉस्पिटलचे इतर कर्मचारी यांच्या गर्दीतून वाट काढीत, तो चालत आत गेला.खाजगी वॉर्डपाशी पोहोचताच त्याला तेथील रखवालदाराने अडवले, ''माफ करा. तुम्हाला आत जाता येणार नाही. हा विभाग फक्त विमान-अपघातात वाचलेल्या मुलांसाठी राखून ठेवला आहे.''

''हो! पण मी त्या वाचलेल्यांपैकीच आहे.'' नान्दो म्हणाला.

रखवालदाराने त्याला संशयानेच न्याहाळले; पण मग त्याचा खप्पड चेहरा, वाढलेले केस व दाढी वगैरे बघून त्याने नान्दोला आत सोडले.

आत नर्सेससुद्धा आश्चर्याने पाहात राहिल्या. त्यांनी नान्दोने पलंगावर पडावे म्हणजे डॉक्टर त्याला तपासतील असे सांगितले; परंतु मी स्नान केल्याशिवाय पडणारही नाही आणि तपासूनही घेणार नाही, असे त्याने ठामपणे सांगितल्यावर

त्यांना काय करावे ते सुचेना. त्यांनी धावत जाऊन डॉक्टरांना सर्व प्रकार सांगितला, तेव्हा डॉक्टरांनी 'त्याच्या इच्छेप्रमाणे करा' असे सांगितले.

नान्दोच्या आंघोळीची तयारी केली गेली. तास-दीड तास आधी टबात व नंतर शॉवरखाली मनसोक्तपणे आंघोळ करून नान्दोने हॉस्पिटलचे स्वच्छ पांढरे कपडे चढविले व मगच तो बिछान्यावर आडवा झाला. त्याला तिघाही डॉक्टरांनी तपासले आणि त्याला काहीच झालेले नसून वैद्यकीय उपचारांची आवश्यकता नाही, असा निष्कर्ष त्यांनी काढला.

अर्थात इतर सात मुलांप्रमाणेच नान्दोचेही वजन खूपच कमी झालेले होते. त्याच्या नेहमीच्या वजनापेक्षा पन्नास पाउंड कमी झाले होते. फर्नांडिस, पाएझ, अल्गोर्टा आणि मॅंगिनो यांचे सर्वांत कमी म्हणजे ३० ते ३३ पाउंड कमी झाले होते. कॅनेसाचे ३७ पाउंड, एडवर्डोचे ४४ आणि इन्शियार्टेंचे ८० पाउंड कमी झाले होते. यावरून ते किती बारीक झाले होते किंवा पूर्वी किती वजनदार होते, याची कल्पना यावी; कारण पूर्वी फर्नांडिस, अल्गोर्टा, मॅंगिनो व एडवर्डो यांची वजने १४५ ते १६५ पाउंडाच्या मधे होती, तर नान्दो व इन्शियार्टेंची २०० पाउंड होती. पाएझ फारसा उंच नसूनसुद्धा त्याचे वजन आता १५१ पाउंड भरले, याचे डॉक्टरांना अतिशय आश्चर्य वाटले.

काही मुलांना मात्र काही तक्रारी किंवा दुखापती होत्या. त्यावर डॉक्टरांनी योग्य ते उपचार केले. उदा. मॅंगिनोचा पाय फ्रॅक्चर झालेला होता, इन्शियार्टेंच्या पायाची जखम फारच चिघळलेली होती, अल्गोर्टाच्या पोटात दुखत होते, मॅंगिनोला थोडा तापही होता. शिवाय, त्याचा रक्तदाब वाढला होता व नाडी अनियमित होती.

सर्वांमध्ये चरबी, प्रथिने व जीवनसत्त्वे यांची कमतरता आढळली. त्याशिवाय, सर्वांचे ओठ भाजल्याप्रमाणे झाले होते, डोळ्यांना जंतुबाधा झाली होती आणि त्वचेलाही विविध प्रकारची इजा झाली होती.

आठही मुले दहा आठवडे केवळ बर्फ खाऊन अशा स्थितीत असणे शक्य नाही, असे त्यांना तपासणाऱ्या तिघाही डॉक्टरांचे मत झाले. इन्शियार्टेंचा पाय तपासताना डॉक्टरने त्याला विचारले, "तुम्ही शेवटी काय खाल्ले?"

"माणसाचे मांस!" इन्शियार्टे उत्तरला.

आश्चर्य किंवा धक्का न दर्शविता डॉक्टर त्याला तपासत राहिला.

फर्नांडिस व मॅंगिनो यांनीही आपण डोंगरावर काय खाऊन गुजराण केली, हे डॉक्टरांना सांगितले; पण डॉक्टरांनी त्यावर काहीही प्रतिक्रिया दाखविली नाही. मात्र डॉक्टरांनी कोणाही पत्रकारांना हॉस्पिटलात प्रवेश देऊ नका, अशा सूचना दिल्या; परंतु मुलांना काय खायला-प्यायला द्यावे, याबद्दल आधी दिलेल्या सूचना बदलाव्यात हे त्यांच्या लक्षात आले नाही. ज्यांचे सर्वांत जास्त कुपोषण झाले होते, त्या मॅंगिनो,

इन्शियार्टे, एडवर्डो व स्ट्रॉच यांना रक्तनलिकेतून खुराक देण्यात येत होता, तर इतरांना पातळ पदार्थ व थोडे जिलेटिन देऊन विश्रांती घ्यायला सांगण्यात आले. याव्यतिरिक्त आपल्याला आणखी काही खायला देणार नाहीयेत, हे लक्षात यायला मुलांना जरा वेळ लागला.

प्रत्येक मुलगा स्वतंत्र खोलीत होता; पण ज्यांना फिरण्याइतकी शक्ती होती, ते इतरांच्या खोल्यांत जाऊन त्यांना भेटत होते. त्यांनी आपापसात चर्चा करून आम्हाला काहीतरी भक्कम असे खायला द्या असे नर्सला सांगावे, असे त्यांनी ठरविले; परंतु डॉक्टरांनी ह्याव्यतिरिक्त काहीही खायला द्यायचे नाही, असे सांगितले आहे, असे नर्स म्हणाली. सर्वांनी फारच तक्रारी केल्यावर अखेरीस डॉक्टरांना बोलविण्यात आले. त्यांनी मुलांना समजविण्याचा प्रयत्न केला, की दीर्घकाळ उपाशी राहिल्यावर एकदम घन अन्न खाण्याने अपाय होण्याचा संभव असतो म्हणून अशा सूचना दिल्या आहेत?

''–पण डॉक्टर, मी काल भरपूर शेवया, उसळ, चीज वगैरे खाल्ले तरी अजून काही झालेले नाही.'' कॅनेसा म्हणाला.

शेवटी डॉक्टरांनी माघार घेतली व नर्सला यांना नेहमीचे पूर्ण जेवण द्या, अशी परवानगी दिली.

आठ मुलांपैकी एकालाही काळजी वाटावी, असे काही झालेले नाही, हे डॉक्टरांच्या लक्षात आले. त्यामुळे डॉक्टरांनी आपले लक्ष आता त्यांच्या मानसिक संतुलनाकडे वळविले. दोन गोष्टी त्यांच्या लक्षात आल्या होत्या. एक म्हणजे सर्व मुले सतत बोलत राहात होती आणि दुसरी म्हणजे एकटे राहायची प्रत्येकाला भीती वाटत होती. हॉस्पिटलमध्ये इन्शियार्टेला प्रथम नेण्यात आले होते. त्याने स्ट्रेचरवर अरातानाच जो डॉक्टरांचा हात घट्ट पकडला, तो त्याला बिछान्यावर ठेवेपर्यंत सोडला नव्हता.

दीर्घकाळ निर्जन ठिकाणी अडकलेल्या माणसांमध्ये वरील लक्षणे बरेच वेळा आढळतात; परंतु मुलांनी नरमांस भक्षण करून दिवस काढले आहेत. तेव्हा त्याचा काही वेगळा अनिष्ट परिणाम त्यांच्या वागण्यावर झाला असेल की काय, याबद्दल त्यांना खात्री नव्हती. त्यामुळे खबरदारीचा उपाय म्हणून डॉक्टरांनी मुलांना भेटण्यासाठी कोणालाही, अगदी त्यांच्या आई-वडिलांनासुद्धा आत सोडू नका, अशा सूचना दिल्या.

हॉस्पिटलच्या स्वागतकक्षात जमा झालेल्या गर्दीत एका व्यक्तीला मात्र वरील नियमांतून सूट देण्यात आली. ती व्यक्ती म्हणजे स्थानिक चर्चमधील धर्मगुरू फादर आंद्रे रोजा.

सान फर्नांडोतील इतर नागरिकांप्रमाणे त्यांच्याही कानावर 'खिसमसच्या चमत्कारा'ची

बातमी आली होती. दुपारी आकाशातून आलेली हेलिकॉप्टर्सही त्यांना दिसली होती. आपण ताबडतोब हॉस्पिटलमध्ये जाऊन आपल्याकडून त्यांना काही मदत होण्यासारखी असेल तर बघावे, या विचाराने ते तिथे आले होते.

फादर रोजा हे फक्त सव्वीस वर्षे वयाचे होते व त्यांना दीक्षा घेऊन दोन वर्षेही झाली नव्हती. लहानसर बांधा, कृष्ण वर्ण, काळे केस अशी त्यांची पोरसवदा मूर्ती होती. त्यात ते इतर धर्मगुरूंप्रमाणे पांढरा डगला न घालता जीन्स आणि शर्ट अशा वेशात असत. त्यामुळे जमलेल्या गर्दीत त्यांच्याकडे कोणाचे लक्षही गेले नसते; परंतु डॉ. ऑसिन व डॉ. मेलेजनी त्यांना ओळखले व मुलांना भेटण्यासाठी आत पाचारण केले.

पहिली खोली इन्शियार्टेंची होती. आपल्याला भेटायला आलेली व्यक्ती धर्मगुरू आहे, हे कळल्यावर इन्शियार्टेंने भडाभडा बोलायला सुरुवात केली. त्याने फादर आंद्रेंना डोंगरातील अनुभवाबद्दल सांगितले. ‘‘कोणाला कल्पनाच करता येणार नाही, असे तिथे वाटत होते. मी घरी असताना दर रविवारी चर्चमध्ये प्रार्थनेला जात असे आणि होली कम्युनियन हा एक यांत्रिक विधी झाला होता; पण तिथे इतक्या चमत्कारांचा अनुभव घेतल्यावर मला आपण देवाच्या अगदी जवळ आहोत, असे वाटू लागले. मी पूर्वी होतो, तसा पुन्हा होऊ देऊ नको, अशी मी आता देवाकडे प्रार्थना करतो. प्रेम करणे म्हणजेच खरे जगणे आणि आपले सर्वस्व दुसऱ्याला देणे म्हणजे प्रेम, हे मी तिथे शिकलो.’’

जसजसा इन्शियार्टें बोलत गेला, तसे त्याच्या मृत मित्रांनी दिलेल्या आपल्या देहाच्या भेटीबद्दल तो बोलत आहे, हे फादरच्या लक्षात आले. त्याबरोबर फादरनी त्या परिस्थितीत तुम्ही जे केले ते पाप म्हणता येणार नाही, असे त्याला सांगितले. ‘‘मी दुपारी प्रसाद घेऊन येईन.’’ ते म्हणाले. ‘‘मग मला कबुली (*Confession*) घ्यायला आवडेल.’’ इन्शियार्टें म्हणाला.

‘‘तू आता मला जे सांगितलंस, ती कबुलीच होती.’’ फादर म्हणाले.

ते जेव्हा मॉगिनोला भेटायला गेले, तेव्हा तिथेही त्यांना तोच अनुभव आला. त्यालाही आपण काय काय केलं, हे सांगून मन मोकळे करण्याची तीव्र इच्छा होती. सांगण्यामध्ये, आपल्या हातून गुन्हा घडला आहे, अशी भावना व तसे का करावे लागले, याचे समर्थन अशा दोन्ही छटा होत्या. त्यालाही फादरने तू जे काही केलेस ते पाप नव्हते, असे आश्वासन दिले.

–पण इन्शियार्टेंने फादरना एक प्रश्न विचारला होता, ज्याला त्यांच्याकडे उत्तर नव्हते. मी वाचलो आणि इतर मेले, असे का झाले? असे करण्यामागे देवाचा काय हेतू होता? त्याचा अर्थ कसा काढावा?

‘‘याला उत्तर नाही.’’ फादर म्हणाले, ‘‘बरेच वेळा देवाने असे का केले, हे

माणसाच्या आकलनापलीकडचे असते. आपल्याला सर्व समजण्याची कुवत आहे, अशा भ्रमात आपण राहू नये, हे उत्तम.''

फादर आंद्रेना मुलांना भेटू देण्यामागे डॉक्टरांचा एक हेतू होता. डोंगरावर असताना आपल्या मित्रांचे मांस भक्षण करावे लागल्यामुळे मुलांची सद्सद्बुद्धी त्यांना खात होती. सर्व मुले रोमन कॅथॉलिक होती व आपल्या हातून घडलेल्या ह्या कृत्याला आपला धर्म व समाज समजून घेईल की नाही, स्वीकारेल की नाही, याबद्दल त्यांच्या मनात खूपच धास्ती होती. त्यामुळे फादरने तुमच्या हातून पाप घडलेले नाही, हे सांगितल्यावर त्यांना दिलासा मिळाला व त्यांची मने शांत झाली.

अर्थात एक-दोन मुले अशी होती, की ज्यांना अशा प्रकारच्या आश्वासनाची गरज वाटत नव्हती. उदाहरणार्थ अल्गोर्टा. त्याला कोणाशीही बोलायची इच्छा नव्हती. त्यामुळे फादर त्याला भेटले, तेव्हा तो गप्पच राहिला.

मुलांचे आणि त्यांच्या नातेवाईकांचे पुनर्मीलन लांबविणे शक्य नव्हते. काही मुलांचे आईवडील शांतपणे डॉक्टरांनी मुलांना भेटण्याची परवानगी देण्याची वाट बघत थांबले होते; परंतु काही पालक मृत्यूच्या दारातून परत आलेल्या आपल्या मुलांना भेटण्यासाठी अधीर झाले होते.

नान्दोची बहीण गार्सियेला बर्जर हिला आत जाताना पोलिसांनी अडवल्यावर ती संतापली, ''मला माझ्या भावाला भेटायचंय.'' ती ओरडली.

आतून ''गार्सियेला, मी इकडे आहे.'' असा नान्दोचा आवाज तिला ऐकू आला आणि पोलिसाला ढकलूनच ती आत गेली. नान्दो दृष्टीला पडताच तिला रडू आवरले नाही. आपल्या भावाच्या भेटीचा आनंद व त्याची अवस्था बघून बसलेला धक्का यामुळे ती आपल्या भावना आवरू शकली नाही. तिच्यामागे तिचा नवरा जॉन व त्याच्यागागे अश्रूंच्या धारा लागलेला सेलर पॅरॅडो आत आले. आपली पत्नी, मुलगा व मुलगी तिघेही अपघातात सापडल्याचे कळल्यापासून सेलरची अवस्था वेड्यासारखी झाली होती. जगण्याला काही अर्थच उरला नव्हता. त्यात काही दिवसांपूर्वी एका खोट्या बातमीत वाचलेल्या लोकांची नावे आली होती, त्यात तिघांचीही नावे होती. आता फक्त नान्दोच वाचला आहे, हे सत्य त्याला समजले. मुलगा वाचल्याचा आनंद व पत्नी आणि मुलगी गेल्याचे दुःख अशा संमिश्र भावनांमुळे त्याची अवस्था अतिशय कठीण झाली होती; पण नान्दो दिसताच त्याने त्याला मिठीत घेतले व त्याच्या डोळ्यांतून आनंदाचे अश्रू घळघळा वाहू लागले.

कॅनेसालाही आपल्या नातेवाईकांचे आवाज ऐकू आले आणि अचानक दारात त्याची प्रेयसी लॉरा सर्को उभी असलेली त्याला दिसली. प्रथम त्याचा विश्वासच बसेना. तिच्यामागे कॅनेसाची आई, मेचा कॅनेसा होती. ती गंभीरपणे 'मेरी ख्रिसमस'

म्हणत आत आली; पण आपल्या मुलाची दशा बघताच तिलाही रडू फुटले. त्यानंतर आलेल्या डॉ. कॅनेसांचीही तीच अवस्था झाली. त्यांनी कसेबसे स्वत:वर नियंत्रण मिळविले व रॉबर्टोला त्रास होऊ नये म्हणून बाहेर जाऊन थांबायचा विचार केला. अर्थात रॉबर्टो त्यांना जाऊ देईना. त्याने त्यांना अपघात कसा झाला, नंतर इतके दिवस डोंगरात कसे राहिलो व जिवंत राहण्यासाठी काय खावे लागले वगैरे सर्व हकीगत सांगितली. ते ऐकल्यावर डॉ. कॅनेसांना धक्का बसल्यासारखे दिसले. रॉबर्टोची आई व मैत्रीण या दोघींना मात्र रॉबर्टो भेटल्याच्या आनंदापुढे त्याचे काही वाटले नाही. आपल्या मुलाला कोणत्या परिस्थितीतून जावे लागले आणि आता कोणत्या परिस्थितीला त्याला सामोरे जावे लागणार आहे, याची कल्पना डॉ. कॅनेसांना आली.

एडवर्डो स्ट्रॉचची, त्याच्या आई, वडील व आत्या यांच्याशी भेट काहीशी अशीच झाली. मात्र जिवंत राहण्यासाठी काय खावे लागले, हे त्याने सांगितल्यावर आईला बसलेला धक्का ती लपवू शकली नाही.

बहुतेक सर्व मुलांच्या आईवडिलांना अपघात झाला, ती जागा कशी असेल, याविषयी योग्य कल्पनाच नव्हती. डोंगरात असल्यामुळे तिथे मुलांना झाडांचा आसरा मिळाला असणार, आजुबाजूला हरीण-ससे वगैरे प्राणी बागडत असणार आणि झरे वगैरे वाहात असून त्यात मासे असणार, अशी त्यांची समजून होती. त्यामुळे जिवंत राहण्यासाठी मुलांना आपल्या मृत मित्रांचे देह खायला लागले, हे कळल्यावर बऱ्याच पालकांना फारच मोठा धक्का बसला.

□

प्रकरण चौदा

१

उरलेली आठ मुले, दोन्ही हेलिकॉप्टर्स वर चढून डोंगराच्या मागे जाईपर्यंत बघत राहिली. मग झर्बिनोने गिर्यारोहक ल्युसेरोला विमाने परत येईपर्यंत आमचे घर तरी बघा, म्हणून फेअरचाइल्डकडे नेले. आजुबाजूला पडलेले मनुष्यदेहाचे भाग बघून ल्युसेरो म्हणाला, ''गिधाडे प्रेते खायला येतात वाटतं?''

''नाही. ती आम्ही खाल्लीत.'' झर्बिनो म्हणाला.

ल्युसेरो काही बोलला नाही आणि त्याने चेहऱ्यावरही कोणतेच भाव दाखविले नाहीत; पण विमानापाशी पोहोचल्यावर विमानावर पडलेले चरबीचे तुकडे वगैरे बघून तो जरा बिचकलाच; पण मग वाकून तो आत गेला. झर्बिनोने तिथे एवढ्याशा जागेत ते सर्वजण कसे राहात होते, झोपत होते, याचे वर्णन केले. तसेच, हिमपात कसा झाला व त्यात आठजण गाडले जाऊन कसे मेले, तेही सांगितले. ल्युसेरोला तिथे येणारी दुर्गंधी सहन होत नव्हती; पण ते न दर्शविता, तो सभ्यपणे झर्बिनोचे बोलणे ऐकत राहिला. दुर्दैवाने झर्बिनोला इथे काही घाण वास येत आहे, हे जाणवतही नव्हते. ल्युरोरोने शक्य तेवढ्या लवकर काढता पाय घेतला.

दरम्यान, सुटकापथकातील इतर माणसे मुलांना औषधपाणी, खायला-प्यायला पाहिजे का, याची चौकशी करू लागले. पोटाच्या गरजेला अर्थातच प्राधान्य मिळाले. आधी सँडविचेसची फेरी झाली. नंतर संत्र्याचा रस, लिंबू सरबत, गिर्यारोहकांबरोबर असलेल्या स्टोव्हवर गरम केलेले सूप आणि शेवटी डायसने आपल्या वाढदिवसानिमित्त आणलेला फ्रूटकेक यांचा फडशा पडला. मुलांनी बोटे व जिभल्या चाटत सर्व पदार्थांचा स्वाद घेतला.

हेलिकॉप्टर्स परत आली, की त्यांना नीट उतरता यावे, यासाठी गिर्यारोहक जवळची जमीन सपाट करण्याचा प्रयत्न करू लागले. त्यांनी विमानाच्या तोंडापाशी मुलांनी उभारलेली भिंत पाडून टाकली व विमानातील प्रवासी भाग व सामानाचा भाग यांना विभागणारी प्लास्टिकची भिंत होती, ती बाहेर आणून ती सपाट केलेल्या

जमिनीवर ठेवली.

नंतर विमानांची वाट बघत असताना त्यांनी तिथले फोटो काढायला सुरुवात केली. हे बघितल्यावर मुले अस्वस्थ झाली व फोटो काढायचे कारण काय, असे त्यांनी त्यांना विचारले. आपण हे फोटो चिलियन लष्कराच्या नियमांप्रमाणे त्यांच्या रेकॉर्डसाठी काढत आहोत आणि हे फोटो कधीही प्रसिद्ध करण्यात येणार नाहीत, असे जवानांनी त्यांना आश्वासन दिल्यावर मुलांचे समाधान झाले.

दुपारचे चार वाजले, तरीही जेव्हा हेलिकॉप्टर्स आली नाहीत, तेव्हा आज ती येणार नाहीत, हे स्पष्ट झाले. डोंगरात आणखी एक रात्र काढावी लागणार, या विचाराने मुले हिरमुसली झाली. गिर्यारोहक जवानांच्या हे लक्षात येऊन त्यांनी मुलांचा उत्साह वाढविण्याचा प्रयत्न केला. त्यांनी स्टोव्ह पेटवून पुन्हा सूप बनविले– आधी चिकन सूप, मग ओनियन सूप आणि त्यानंतर स्कॅडिनेवियन सूप आणि शेवटी कॉफी.

आता सूर्य डोंगराच्या मागे गेला होता, त्यामुळे एकदम गारठा जाणवू लागला. मुलांना याची आता सवय झाली होती. गिर्यारोहकांनीही थंडीसाठी रंगीबेरंगी कपडे आणले होते; पण वैद्यकीय मदतनीस नेहमीच्याच कपड्यात विमानातून उतरला होता. त्यामुळे तो थंडीने कुडकुडू लागला. त्याच्यासाठी मग त्यांनी काही कपडे शोधून काढले.

सर्वजण रात्र काढण्यासाठी फेअरचाइल्डमध्ये गेले. काही वेळ चौघा चिलियनांनी गाणी म्हणून मुलांची करमणूक करायचा प्रयत्न केला; पण हळूहळू जशी थंडी वाढू लागली व रात्र चढू लागली, तसा सर्वांनी झोपायचा प्रयत्न करायचे ठरविले. मुलांनी साहजिकच त्यांच्या पाहुण्यांना आपल्याबरोबर विमानात झोपण्याचे आमंत्रण दिले; परंतु पाहुण्यांनी तसे करण्यास नकार दिला व बाहेर जाऊन आपल्यासाठी त्यांनी एक तंबू ठोकला. मुलांपैकी काहीजणांना पाहुण्यांनी असे करण्याचे कारण उमगले; पण तरीही पाहुण्यांच्या या कृतीने मुले जरा नाराज झाली व पाहुण्यांपैकी एकाने तरी आपल्याबरोबर राहावे, असा त्यांनी आग्रह धरला. त्यासाठी त्यांनी डायसची निवड केली; कारण दुसऱ्या दिवशी त्याचा वाढदिवस होता. त्यांचे हे म्हणणे मान्य केले नाही, तर आपण रात्री तंबूच्या खुंट्या काढून टाकू, अशी धमकी दिल्यावर डायसचा नाइलाज झाला.

मग डायसने मुलांना विमानाच्या तोंडाशी भिंत पुन्हा उभी करायला मदत केली व तिच्यावरून सर्वजण आत गेले. कोणाला झोप येणे शक्यच नव्हते. तेव्हा रात्रभर ते गप्पा मारीत बसले. डायसने मुलांना ऑडिनिस्ट गिर्यारोहकाचे आयुष्य व काम कसे असते, याविषयी आणि त्याच्या कारकिर्दीत घडलेल्या काही रोमांचक कामगिऱ्यांविषयी सांगितले, तर मुलांनी अपघात कसा झाला व नंतर त्यांनी कसे दिवस काढले,

यःविषयी सांगितले. 'तुम्ही जे काही केले आहे ते कळल्यावर बाहेरच्या जगाला धक्का बसणार आहे. त्यासाठी मनाची तयारी करा.' अशी सावधगिरीची सूचना डायसने त्यांना केली.

"–पण लोकांची समजूत पटेल ना?" मुलांनी विचारले.

"अर्थात! जेव्हा पूर्ण हकीगत जगाला कळेल, तेव्हा तुम्ही जे केले, तसे करण्यावाचून दुसरा उपायच नव्हता, हे सर्वांना पटेल," असे बोलून डायसने त्यांना दिलासा देण्याचा प्रयत्न केला.

मध्यरात्री डायस अट्ठेचाळीस वर्षे वयाचा झाला. सर्व मुलांनी 'हॅपी बर्थडे टू यू' गाऊन त्याचे अभिनंदन केले.

दिवस उजाडताच मुलांना न्याहारीचे वेध लागले; पण सर्व खाद्यभांडार तंबूत होते. मुले बाहेर येऊन बघतात, तर तंबूमध्ये काहीच हालचाल दिसेना. तेव्हा मुलांनी 'वुई वॉंट ब्रेकफास्ट, वुई वॉंट ब्रेकफास्ट' अशा घोषणा तंबूच्या बाहेर सुरू केल्या. त्या ऐकून तंबूतील माणसे खडबडून जागी झाली. ल्युसेरोने तंबूतून डोके बाहेर काढून विचारले, "काय पाहिजे ब्रेकफास्टला?"

"काल आम्ही कॉफी घेतली. आज चहा पाहिजे." मुले ओरडली.

"चहा? बऽऽरं!"

ल्युसेरो, विलेगास व ब्रावो तंबूतून बाहेर पडले व थोड्याच वेळात मुलांचा चहा व बिस्किटांचा ब्रेकफास्ट सुरू झाला. गिर्यारोहकांनी हेलिकॉप्टर उतरण्यासाठी सपाट पॅड बनविण्याचा प्रयत्न सोडून दिला. त्यामुळे हेलिकॉप्टर हवेत तरंगतानाच मुलांना चढावे लागणार, हे लक्षात घेऊन डायस वगैरेंनी हेलिकॉप्टरकडे कसे जायचे आणि आत कसे चढायचे, याविषयी मुलांना सूचना केल्या.

न्याहारी झाल्यानंतर मुले सुटकेसाठी तयारी करू लागली. त्यांनी केस विंचरले, कपडे नीटनेटके केले. झर्बिनोने ज्या सूटकेसमध्ये मेलेल्या व्यक्तींचे पैसे व कागदपत्र ठेवले होते, ती बाहेर आणून ठेवली. ती बघून एफ जवान "तुला ही सूटकेस बरोबर नाही नेता येणार." असे म्हणाला.

"ती मला घेतलीच पाहिजे." झर्बिनो म्हणाला. त्याने सूटकेसमध्ये काय आहे ते सांगितले.

दहा वाजण्याच्या सुमारास हेलिकॉप्टर्सचा आवाज ऐकू येऊ लागला. थोड्याच वेळात तीन हेलिकॉप्टर्स आकाशात दिसू लागली. हवा शांत होती. तरीही त्यांनी आकाशात त्यांच्या डोक्यावर दोन-तीन वर्तुळे घेतली. विमानांच्या खिडक्यांमध्ये कॅमेऱ्यांनी खालचे चित्रीकरण चाललेले दिसत होते. थोड्या वेळात पहिले हेलिकॉप्टर खाली आले.

पहिली तीन मुले हेलिकॉप्टरकडे जाऊ लागली; परंतु पंख्याचा वारा इतका

जोरात येत होता, की मुलांना पुढे सरकताच येईना. हार्ले फारच अशक्त झाला होता. त्याला बॉबी फ्रॅकॉइस मदत करू लागला, तर बॉबी स्वत:च मागे फेकला गेला. अखेरीस जवानांच्या मदतीने ते कसेबसे आत चढले. ते हेलिकॉप्टर वर गेल्यावर दुसरे खाली आले. त्यात तीन मुले चढली व शेवटच्या हेलिकॉप्टरमध्ये उरलेले दोघेजण चढले. त्यात झर्बिनो आणि त्याची सूटकेस होती.

तीनही हेलिकॉप्टर्स डोंगरावरून पलीकडे जाऊन लवकरच लॉस मेटर्स येथे हिरवळीवर उतरली. तिथे मुले हसत, ओरडत, एकमेकांना मिठ्या मारीत गवतावर लोळू लागली.

गार्शियाचे हेलिकॉप्टर गिर्यारोहक व वैद्यकीय मदतनीसाला आणण्यासाठी परत गेले. दरम्यान एका लष्करी डॉक्टरने मुलांपैकी कोणाला तातडीच्या वैद्यकीय मदतीची गरज आहे का, हे जाणून घेण्यासाठी प्रत्येकाची प्राथमिक तपासणी केली. सर्वजण प्रवास करण्याच्या अवस्थेत आहेत, असे त्याला आढळले. खरे म्हणजे मुले पिकनिकला आल्याप्रमाणे मौजमजा करीत होती. एक-दोघे जवळच्या झऱ्यात अंग धूत होते, एक-दोघे सेर्डा, गोंझालेझ, कॅटॅलॅन यांच्याशी गप्पा मारीत होते, तर झर्बिनो व स्ट्रॉच तर घोड्यावरून रपेट करायला निघाले होते.

अर्ध्या तासात गार्शिया उरलेल्या माणसांना घेऊन परतला आणि सर्वजण हेलिकॉप्टरने सान फर्नांडोला रवाना झाले. तिथे स्ट्रॉच, झर्बिनो, फ्रॅकॉइस, हार्ले यांचे आई-वडील आलेले होते. पहिल्या तुकडीप्रमाणेच त्यांचेही मुलांशी पुनर्मीलन हृदयस्पर्शी होते.

त्यानंतर सर्व मुलांची लष्करी डॉक्टरांनी तपासणी केली आणि मुलांना पहिल्या तुकडीप्रमाणेच सान फर्नांडोच्या हॉस्पिटलमध्ये पाठवावे की थेट सांटियागोलाच पाठवावे, याविषयी अधिकारी व डॉक्टर यांच्यामध्ये चर्चा झाली व मुले प्रवास झेपण्यासारख्या स्थितीत आहेत, हे लक्षात घेऊन त्यांना सांटियागोला पाठविण्याचे ठरले. आता ख्रिसमस दोनच दिवसांवर येऊन ठेपला होता आणि त्यासाठी सर्व मुलांना आपापल्या घरी पालकांकडे जाता आले तर सर्वांना आनंद होईल, असाही विचार केला गेला.

त्यानुसार सर्व मुले त्या दिवशी तिसऱ्यांदा हेलिकॉप्टरमध्ये चढली व थोड्याच वेळात सांटियागोच्या सेंट्रल हॉस्पिटलच्या गच्चीवरील हेलीपॅडवर उतरली. हार्ले आणि झर्बिनो यांच्या आई-वडिलांनाही त्यांच्याबरोबर नेण्यात आले.

इकडे पहिल्या आठ मुलांनी सत्तर दिवसांनंतर प्रथमच सान फर्नांडोच्या हॉस्पिटलमधील मऊ बिछान्यात गाढ झोप काढली. आधी एवढ्या आरामशीर वातावरणात त्यांना झोपच येईना. डॅनियलला झोपेत हिमपात होत असल्याचे स्वप्न पडले व तो दचकून ओरडत उठला. नंतर त्याला चांगली झोप आली नाही.

इन्शियार्टेप्रमाणे ज्यांना दुखापती झालेल्या नव्हत्या, ती मुले खोल्यांतून बाहेर येऊन व्हरांड्यात वेताच्या खुर्च्यांमध्ये चहाचा आस्वाद घेत, गप्पा मारीत व डोंगरातील आठवणी काढीत बसली होती.

आठ वाजता फादर आंद्रे एक टेपरेकॉर्डर घेऊन हॉस्पिटलमध्ये आले व त्यांनी त्याच्यावर एकेकाची निवेदने नोंदवून घेतली. मॅगिनो म्हणाला, ''आमची जगण्याची इच्छा तीव्र होती आणि आम्ही देवावर विश्वास ठेवून होतो. आम्ही सर्वजण एकीने वागत होतो. एखाद्याचे मनोधैर्य खचले आहे असे वाटले, की इतर सर्वजण त्याला आनंद व्हावा म्हणून प्रयत्न करायचे. रोज रात्री आम्ही प्रार्थना म्हणायचो. त्यामुळे आमचा देवावरील विश्वास आणखी दृढ व्हायचा आणि त्यामुळेच आम्ही इतक्या दिवसांच्या संकटातून सुखरूप बाहेर पडलो.''

कार्लिटोस पाएझ म्हणाला, ''आम्ही जगाला श्रद्धेचे महत्त्व सांगू. जरी हा प्रसंग दुर्दैवी होता; कारण त्यात आम्ही आमचे बरेच मित्र गमावले आहेत, तरी त्याचा आम्हाला एका प्रकारे खूप फायदा झाला आहे. खरे म्हणजे माझ्या आयुष्यातील आत्तापर्यंतचा हा सर्वांत महत्त्वाचा अनुभव होता. त्या ट्रिपविषयी बोलायचे झाले, तर आता मी कधीही विमानाने जाणार नाही. इथून परत जातानासुद्धा मी गाडीने जाणार... मी रग्बी खेळतो. त्या खेळात तुम्ही गोल केला, याचा अर्थ पूर्ण टीमने गोल केला. त्यातच त्या खेळाची गंमत आहे. आम्ही आता वाचलो याचे कारणही तेच होते, की आम्ही सर्व एकजुटीने राहिलो, देवावर विश्वास ठेवला, प्रार्थना केली.''

बाहेर दोन दिवसांपासून बऱ्याच पत्रकारांची व रेडिओ आणि टीव्ही वार्ताहरांची गर्दी झालेली होती. त्यांना अजून मुलांची भेट घेऊ दिलेली नव्हती. त्यांचा दबाव सारखा वाढत होता. त्यामुळे सकाळी साडेदहा वाजता हॉस्पिटलच्या गच्चीवर एक पत्रकार परिषद ठेवण्यात आली. इन्शियार्टे व मॅगिनो हे अजून त्यांची खोली सोडून जाऊ शकत नव्हते; पण इतरांना फोटो काढून घेण्याची परवानगी देण्यात आली. मुले आता हॉस्पिटलच्या कपड्यांऐवजी सान फर्नांडोच्या व्यापाऱ्यांनी भेट दिलेल्या कपड्यांत होती. परिषद फार काळ चालली नाही. मुलांना जेव्हा 'जिवंत राहण्यासाठी तुम्ही काय खाल्ले' असा प्रश्न विचारला गेला, तेव्हा 'आम्ही मेंडोझाहून निघताना बरेच चीज घेतले होते आणि डोंगरात काही वनस्पती होत्या' असे उत्तर देऊन त्यांनी वेळ मारून नेली.

अकरा वाजता तेथील बिशपने हॉस्पिटलच्या आवारात असलेल्या चर्चमध्ये प्रार्थना आयोजित केली होती. चर्चमध्ये ह्या मुलांना पहिल्या रांगेत बसविण्यात आले. त्यातील दोघेजण व्हीलचेअरमध्ये होते. मुलांच्या दृष्टीने हा अतिशय महत्त्वाचा प्रसंग होता. त्यांच्या आता खप्पड झालेल्या चेहऱ्यांवर भक्तीचा भाव दिसत होता.

ज्या तोंडांनी मुलांनी आपल्या मित्रांचे देह खाल्ले होते, तीच तोंडे आता धर्मगुरूंनी दिलेले तीर्थ घेऊन तृप्त झाली.

त्यानंतर त्यांची सांटियागोला जाण्याची तयारी करण्यात आली. इन्शियार्टे व मॅंगिनो यांना अँब्युलन्सने थेट सेंट्रल हॉस्पिटलमध्ये नेण्यात येणार होते, तर इतर मुलांना त्यांच्या कुटुंबियांबरोबर ख्रिसमस साजरा करण्यासाठी हेलिकॉप्टरने थेट शेरॅटन सॅन क्रिस्टोबल हॉटेलमध्ये पोहोचविले जाणार होते.

मुलांची दुसरी आठजणांची तुकडी सान फर्नांडोला न थांबता थेट सांटियागोच्या सेंट्रल हॉस्पिटलमध्ये पोहोचली. त्यांच्यासाठी हॉस्पिटलच्या सर्वांत वरच्या मजल्यावरील एक विभाग राखून ठेवण्यात आला होता. मुलांना घेऊन येणारी हेलिकॉप्टर्स हॉस्पिटलच्या गच्चीवरच उतरली. त्यामुळे मुलांना एकच जिना उतरून यायचे होते, तरीही तिथल्या मोठ्या सज्जांमध्ये त्यांच्या स्वागतासाठी बरीच गर्दी जमली होती.

मुलांना स्वच्छ आंघोळी घातल्या गेल्या. त्यानंतर त्यांच्या वेगवेगळ्या वैद्यकीय चाचण्या घेण्यात आल्या. त्यावरून हार्ले व मेथॉल सोडून इतर सर्वांना त्या दिवशी दुपारीच शेरॅटन हॉटेलमध्ये जाण्याची परवानगी देण्यात आली. हार्ले व मेथॉल यांना इन्शियार्टे व मॅंगिनोबरोबर एका भागात ठेवण्यात आले. या चौघांपैकी हार्लेची तब्येत चिंताजनक होती. त्याच्या रक्तातील पोटॅशियमचे प्रमाण अतिशय कमी झाले होते आणि त्यामुळे त्याच्या हृदयाला धोका संभवत होता. बाकीची मुले मात्र अगदी मजेत होती.

झर्बिनो सर्वांची नजर चुकवून बूट विकत घेण्यासाठी म्हणून हॉस्पिटलमधून निसटला. वाटेतच त्याला त्याचे वडील भेटले. तेही त्याच्याबरोबर निघाले. मांचो सबेला बाटलीभर कोकाकोला प्याला आणि मग त्याचे पोट फुगले.

–आणि सर्वांची काहीतरी खायला द्या, अशी मागणी सतत चालूच होती. नर्सेस त्यांना चहा, बिस्किटे, चीज पुरवीत होत्या. संध्याकाळी सात वाजता प्रार्थना झाल्यावर डेलगॅडो, सबेला, फ्रँकोइस, विझिंटिन, झर्बिनो व फिटो स्ट्रॉच शेरॅटन हॉटेलमध्ये जायला निघाले. मागे हॉस्पिटलमध्ये राहिलेल्या चौघांना रात्री ख्रिसमसचा केक देण्यात आला. रात्री अकरा वाजता तुम्हाला एक 'सरप्राईज' मिळेल, असेही नर्सेसनी त्यांना सांगितले. ते 'सरप्राईज' म्हणजे एक अतिशय सुंदर, वर क्रीम असलेले चॉकलेट मूस होते. त्याचा आस्वाद घेऊन चौघेही तृप्त मनाने झोपी गेले.

तासाभराने हावियर मेथॉल जागा झाला. त्याच्या पोटात भयंकर गडबड चालू होती. त्याला डायरियाचा जबरदस्त अ‍ॅटॅक आला होता. मूस खाल्ल्याची किंमत त्याला अशा रीतीने मोजावी लागली.

❐

२३ डिसेंबरच्या संध्याकाळपर्यंत चिलीला आलेले सर्व उरुग्वायन म्हणजे वाचलेली मुले आणि त्यांचे नातेवाईक सांटियागोच्या टोकाला असलेल्या शेरॉटन सॅन क्रिस्टोबेलमध्ये येऊन थडकले. अपघातात न वाचलेल्या मुलांचे नातेवाईक जरा जुन्या अशा क्रिलन हॉटेलमध्ये उतरले.

तिथे निकोलिच यांनी झर्बिनोने त्यांना दिलेली, त्यांच्या मुलाची दोन पत्रे उघडली. एका पत्रात लिहिले होते, 'तुमचा एका गोष्टीवर विश्वास बसणार नाही; पण आज आम्ही मृतांचे देह कापून खायला सुरुवात केली. दुसरा पर्यायच नव्हता.' पुढे... 'जर तशी वेळ आलीच, की माझ्या देहामुळे दुसऱ्या कोणाचा जीव वाचेल, तर मी आनंदाने अर्पण करीन.' आपल्या मुलांच्या देहावर इतर मुले जगू शकली, याची जाणीव त्या मुलांच्या पालकांपैकी एकाला अशा तऱ्हेने प्रथमच झाली. कदाचित ही भयंकर गोष्ट कधीच बाहेर येणार नाही, अशा आशेने त्याने ती दोन्ही पत्रे फाडून टाकली.

दरम्यान, ज्या बारा मुलांना हॉस्पिटलमधून बाहेर जाण्याची परवानगी मिळाली होती, ती मुले आत्तापर्यंत ज्या गोष्टींपासून वंचित राहिली होती, त्या सर्वांचा त्यांच्यावर शेरॉटन हॉटेलमध्ये वर्षाव होत होता. त्यांच्यापैकी अर्ध्या जणांचे आई-वडील हजर होते. डेलगॅडो व कॅनेसा यांच्या मैत्रिणीसुद्धा आल्या होत्या. हॉटेलमधील वातावरण व सुखे, फेअरचाइल्डच्या तुलनेने दुसऱ्या टोकाची होती. हॉटेलची इमारत नवीनच होती. तिथून सांटियागोचे विहंगम दृश्य दिसत होते. हॉटेलमधील प्रत्येक गोष्टीला श्रीमंती व विलास यांचा गंध व स्पर्श होता. मुले हॉटेलमधील एका उंची उपाहारगृहात जाऊन वेगवेगळ्या पदार्थांवर तुटून पडत होती; परंतु मुलांचे आई-वडील व इतर नातेवाईक, आपली मुले सुखरूप परत आली आहेत, या घटनेमुळे इतके आनंदात होते, की त्यांना मुलांचा अधाशीपणा अजिबात खटकला नाही. इतक्या जीवघेण्या दिव्यातून परतल्यावर काही काळ आपल्या मुलांची वागणूक जरा नेहमीपेक्षा वेगळी असणारच, याची त्यांना जाणीव होती. आपण त्यांना गोंजारले, तरी ती आपल्यावरच डाफरतीलसुद्धा, याबद्दलही त्यांनी मनाची तयारी ठेवली होती.

मुलांनी आपल्या मृत मित्रांचे देह खाऊन दिवस काढले, हे कळल्यावर काही पालकांच्या चेहऱ्यावर तीव्र धक्का बसल्याचा जो भाव दिसायचा, त्यामुळे बऱ्याच मुलांच्या भावना दुखावल्या जात होत्या. प्राप्त परिस्थितीत आपण जे केले, ते कोणालाही, अगदी आपल्या आईवडिलांनासुद्धा धक्कादायक किंवा घृणास्पद का

वाटावे, हे मुलांना कळत नव्हते. याचा अर्थ, आम्ही जे केले ते न करता, सर्वजण तिथे अन्नावाचून मेलो असतो तरी चालले असते असे यांना वाटते, असे मुलांना वाटे. ही बातमी बाहेर फुटली तर काय होईल, अशी भीतीही पालकांच्या मनात घर करून होती.

हॉटेलात मोठ्या संख्येने वार्ताहर व फोटोग्राफर जमले होते. त्यांनी सतत मुलांना प्रश्न विचारून व त्यांचे फोटो काढून त्यांना भंडावून सोडले. याशिवाय, जी मुले वाचली नव्हती, त्यांच्या नातेवाईकांना ती मुले कशी व केव्हा गेली, याविषयी साहजिकच उत्सुकता होती आणि त्यामुळे तेही दिसेल, त्या मुलाला पकडून त्याच्यावर प्रश्नांची सरबत्ती करायचे. मुलांना निदान या क्षणी तरी अपघात व त्यानंतरचे दिवस यांची आठवण होईल, असे काहीही नको होते.

शिवाय, मुलांना हॉटेलमधील सुखसोयींशी जमवून घेणेही जड जात होते. फेअरचाइल्डमध्ये अत्यंत अपुच्या जागेत झोपायची सवय झाल्यामुळे हॉटेलमधील प्रशस्त व मऊ बिछान्यांवर त्यांना झोप येणेही कठीण जात होते.

दुसऱ्या दिवशी २४ डिसेंबरला हॉस्पिटलमध्ये मागे राहिलेल्या चौघाजणांनाही हॉटेलमध्ये जाण्याची परवानगी देण्यात आली व मग सोळाही जण हॉटेलमध्ये एकत्र जमले; परंतु फ्रँकॉइस मंडळी व डॉनियल फर्नांडिस यांनी सांटियागोला थांबण्यापेक्षा ताबडतोब घरी म्हणजे माँटेविडियोला जाणे पसंत केले.

काही मुलांनी कपडे खरेदी करण्यासाठी टॅक्सी करून शहरात जायचा बेत केला; पण तिथे उपस्थित असलेल्या स्थानिक लोकांनी टॅक्सी करू न देता स्वत:च्या गाड्यांमधून त्यांना बाजारात सोडले. तिथे मुले विंडो शॉपिंग करीत रस्त्यातून हिंडू लागली. डोंगरात बर्फात चालण्याच्या सवयीमुळे अजून त्यांची चाल पेंग्विनसारखी होती. त्यामुळे 'अपघातातून वाचलेली मुले हीच' असे त्यांना सर्वजण सहज ओळखायचे आणि जणू काही ही आपलीच मुले आहेत, अशा प्रेमाने वागवायचे. एका कपड्यांच्या दुकानात त्यांनी बरीच खरेदी केली व पैसे भरण्यासाठी ते काउंटरवर गेले, तर दुकान मालकाने त्यांच्याकडून पैसे घ्यायचे नाकारले व कपडे आपल्यातर्फे भेट म्हणून समजा, असे सांगितले.

नंतर हॉटेलात जेवायला बसल्यावर काही मुलांनी वाईनची बाटली ऑर्डर केली. ते बघताच शेजारच्या टेबलावरील एका चिलियन माणसाने आपली बाटलीच त्यांना बळेच दिली. अशा प्रकारे त्यांना कोणाकोणाकडून भेटी येत राहिल्या.

ते अँडीजमध्ये इतक्या उंचावर अशा अवस्थेत जिवंत राहिले, म्हणूनच नव्हे, तर एका दैवी चमत्काराचे जिवंत प्रतीक म्हणूनही त्यांचे कौतुक होत होते. एका बाईचा मुलगा बरेच दिवस आजारी होता. आपण या मुलांपैकी एकाला मिठी मारली,

तर आपला मुलगा बरा होईल, या विश्वासाने ती बाई दुरून मुलांना भेटण्यासाठी हॉटेलमध्ये आली.

संध्याकाळी ख्रिसमसनिमित्त खास पार्टी आयोजित करण्यात आली होती. केवळ चारच दिवसांपूर्वी मुलांना ख्रिसमसच्या सणाला आपण आपल्या आईवडिलांबरोबर असू किंवा पालकांना आपली मुले आपल्याला पुन्हा दिसतील, याविषयी दाटशंका होती.

दुसऱ्या दिवशी दुपारी बारा वाजता कॅथॉलिक युनिव्हर्सिटीमध्ये मुलांसाठी खास प्रार्थनासभा आयोजित करण्यात आली होती. सभेत प्रवचन देताना फादर आंद्रे रोजा यांनी मुलांच्या नरमांसभक्षणाचा उल्लेख केला नाही; परंतु मुलांना समजेल अशा प्रकारे इतर गोष्टींचा संदर्भ देऊन त्यांच्या हातून काहीही गैर घडलेले नाही, असा दिलासा देण्याचा प्रयत्न केला. त्यामुळे मुलांची व त्यांच्या नातेवाईकांची मने शांत झाली.

दुर्दैवाने ही वादळापूर्वीची शांतता ठरली. मुलांच्या नरमांसभक्षणाची कथा प्रथम पेरूतील एका वर्तमानपत्राने छापली. त्यानंतर लगेचच ब्राझील, अर्जेंटिना व चिलीतील वृत्तपत्रांनी ती प्रसिद्ध केली. सांटियागोला मुलांच्या भोवती घोंगावणाऱ्या पत्रकारांना जेव्हा ह्या गोष्टीचा वास लागला, तेव्हा लागलीच त्यांनी 'ही गोष्ट खरी आहे का?' म्हणून मुलांना छेडायला सुरुवात केली. ह्या अनपेक्षित हल्ल्यामुळे मुले गोंधळून गेली व त्यांनी ती कथा सत्य नसल्याचे सांगितले; पण मग २६ डिसेंबरला सांटियागोच्या 'एल मर्क्युरियो' ह्या वृत्तपत्राने फेअरचाइल्डजवळ पडलेल्या एका अर्धवट उरलेल्या मानवी पायाचा फोटो छापला. यावर सर्व मुलांनी एकत्र सल्लामसलत करून असा निर्णय घेतला, की प्रत्येक वृत्तपत्राशी बोलत बसण्याऐवजी मॉंटेविडियोला पोहोचल्यावर एफ पत्रकार परिषदच बोलवावी व तीत सविस्तर कथा सांगावी.

मुलांना सोडवायला आलेल्या ॲंडिनिस्ट गिर्यारोहक जवानांपैकी कोणीतरी ही बातमी व फोटो वृत्तपत्रांपर्यंत पोहोचविले होते; परंतु बातमी जगजाहीर झाल्यावर मुलांना वार्ताहरांच्या ससेमिऱ्याला तोंड देणे कठीण झाले. शिवाय, काही वार्ताहर त्यांना ज्या प्रकारे व शब्दांत प्रश्न विचारायचे, त्यामुळे त्यांच्या मनात वार्ताहरांबद्दल प्रचंड घृणा निर्माण झाली. एका अर्जेंटिनियन वार्ताहराने असे सूचित केले, की मुलांनी सांगितलेली हिमपाताची कथा ही एक लोणकढी थाप असून खरे म्हणजे मुलांमधील सशक्त मुलांनी अशक्त मुलांना खाण्यासाठी मारले असावे आणि ते लपविण्यासाठी हिमपाताच्या कथेचा शोध लावला असला पाहिजे.

ह्या सर्व घटनांमुळे मुले अतिशय व्यथित झाली व संतापली. एका कुप्रसिद्ध चिलियन मासिकाने फेअरचाइल्डभोवती घेण्यात आलेले अनेक फोटो प्रसिद्ध केले.

दुसऱ्या एका वृत्तपत्राने 'देवा, त्यांना क्षमा कर' अशा उपरोधिक व मानभावी मथळ्याखाली कथा छापली. हे जेव्हा मुलांच्या पालकांच्या नजरेला आले, तेव्हा त्यांच्यापैकी बऱ्याचजणांना रडू आवरले नाही.

ह्या सर्व घटनांमुळे शेरॅटन हॉटेलमधील वातावरण एकदम कलुषित झाले. मुलांना आता लवकरात लवकर मॉंटेविडियोला पोहोचावे, असे वाटत होते. त्यामुळे त्यांनी बस किंवा ट्रेननेच जायचा विचार सोडून विमानाने जायला संमती दिली. चार्लोनने त्यासाठी एका बोइंग-७२७ विमानाची व्यवस्था केली. अल्गोर्टा आधीच आपल्या आईवडिलांबरोबर सांटियागोच्या बाहेर त्याचे दुसरे कोणी नातेवाईक राहात होते, त्यांच्याकडे गेला होता. नान्दो परॅडोसुद्धा आपले वडील व आत्याबरोबर हॉटेल सोडून दुसरीकडे राहायला गेला होता. फोटोग्राफर व वार्ताहरांच्या ससेमिऱ्याला तो कंटाळला होता. शिवाय, आपल्या आई व बहिणीच्या मृत्यूच्या दु:खामुळे त्याला हॉटेलात सतत चाललेल्या समारंभांचा व पार्ट्यांचा वीट आला होता.

□

प्रकरण पंधरा

अँडीजमध्ये सत्तर दिवस बाह्य मदतीशिवाय काढून जिवंत राहणाऱ्या उरुग्वायन मुलांची कथा जगातील वृत्तपत्रे, टीव्ही, रेडिओ वगैरे माध्यमांना थरारक वाटली होतीच; पण जगण्यासाठी मुलांना मृत मित्रांचे देह खावे लागले, ही बातमी जेव्हा बाहेर फुटली, तेव्हा तर सर्व प्रसारमाध्यमांना हाती घबाड लागल्यासारखेच झाले. ही सनसनाटी बातमी तिखटमीठ लावून जगातील बहुतेक सर्व देशांत टीव्ही, रेडिओ व वृत्तपत्रांतून प्रसिद्ध झाली. फक्त एकाच देशाचा अपवाद सोडून, तो म्हणजे उरुग्वेचा.

मुले मॉंटेविडियोला परतून त्यांनी स्वत: आपली बाजू मांडल्याशिवाय ह्या गोष्टीला प्रसिद्धी द्यायची नाही, असा उत्स्फूर्त निर्णय उरुग्वेच्या माध्यमांनी देशभक्तीच्या भावनेने प्रेरित होऊन घेतला.

याचा अर्थ उरुग्वायन पत्रकारांना सत्य जाणून घेण्याची उत्सुकता नव्हती, असा नव्हता; पण मुले सांटियागोला असल्यामुळे तसे करणे सोपे नव्हते. मुलांपैकी डॅनियल फर्नांडिस आधीच मॉंटेविडियोला येऊन पोहोचला होता. तो आला तेव्हा त्याच्या आईवडिलांनी त्याला विमानतळावरून घरी आणले व कोणालाही त्याला भेटण्याची परवानगी देण्याचे नाकारले; परंतु दुसऱ्या दिवशी त्याला भेटायला उत्सुक असलेल्या नातेवाईक, मित्र आणि वार्ताहर यांची फारच गर्दी झाली. तो ख्रिसमसचा दिवस होता. त्यामुळे त्यांना घराचा दरवाजा न उघडणे शक्य नव्हते. ते त्यांनी एका नातेवाईकाला आत घेण्यासाठी उघडले; पण एकदा उघडल्यावर ते बंदच करता येईना. सर्व मित्र आणि पत्रकार आत घुसले. अखेरीस डॅनियल पत्रकारांना मुलाखत द्यायला तयार झाला.

तो पत्रकारांच्या समोर बसला. एका पत्रकाराने त्याच्या हातात एक कागद दिला व त्याला तो वाचायला सांगितले. डॅनियलने कागदाची घडी उलगडली. तो एक टेलेक्स मेसेज होता– 'मुलांनी मृत मित्रांचे देह खाल्ले' हे कळविणारा.

''मला ह्याविषयी काहीही सांगायचे नाही.'' तो बोलला.

"ह्या वृत्ताच्या सत्यतेबद्दल तुम्ही होकार किंवा नकार देऊ शकाल का?'' पत्रकाराने विचारले.

''माझे मित्र उरुग्वेला परत येईपर्यंत मला काहीही सांगता येणार नाही.'' डॅनियल म्हणाला.

त्यांचे हे बोलणे चालले होते, तेव्हा डॅनियलच्या वडिलांनी तो कागद घेऊन वाचला. ''ज्याने हा संदेश लिहिला, तो अगदी हलकट असला पाहिजे आणि ज्याने तो इथे आणला, तो माणूस त्याहूनही जास्त हलकट आहे.'' ते म्हणाले. ते त्या पत्रकाराला बळजबरीने बाहेर घालवून देणार होते; पण डॅनियलच्या एका मित्राने त्यांना शांत केले व तो पत्रकार आपणहूनच निघून गेला. तो गेल्यावर डॅनियलच्या वडिलांनी त्याला बाजूला नेऊन सांगितले, ''हे बघ, ही बातमी खरी नाही, असे तू सांगितले पाहिजे.''

''–पण ती खरी आहे!'' डॅनियल म्हणाला.

त्याच्या वडिलांनी थोड्या धक्क्याने व अविश्वासाने त्याच्याकडे बघितले; पण ते काही बोलले नाहीत.

मुलांना चिलीहून मायदेशी नेणारे बोईंग-७२७ विमान चालविण्यासाठी, स्वत: चिलीचे राष्ट्राध्यक्ष विमान-प्रवास करायचे, तेव्हा जो निवडक चालकवर्ग असायचा, तोच दिला होता. विमानतळावर अनेक चिलियन नागरिकांनी जाणाऱ्या ६८ प्रवाशांना भावपूर्ण निरोप दिला. एकंदरीने पाहता, चिलीत मुलांना व त्यांच्या नातेवाईकांना फार चांगली वागणूक मिळाली.

सर्वजण चार वाजता विमानात बसले; पण त्यांना एक तास थांबावे लागले. एक कारण म्हणजे विझिंटिनला यायला जरा उशीर झाला आणि दुसरे म्हणजे अँडीजवरील हवामानाचा रिपोर्ट अनुकूल नव्हता; परंतु हे कारण सांगितले, तर मुले घाबरतील म्हणून विमानात फ्रूट ज्यूसचा साठा संपला होता, तो येण्याची वाट बघत आहोत, असे कारण सांगण्यात आले.

मुले जरा घाबरलेल्या मन:स्थितीत होती. खरे म्हणजे त्यांना कोणालाच विमानाने जायचे नव्हते; पण इतक्या लांबचा प्रवास आगगाडीने करणे त्यांच्या तब्येतीला झेपणार नाही, असे डॉक्टरांनी सांगितल्यामुळे त्यांचा नाईलाज झाला होता.

अखेरीस हवामान सुधारले व विमान निघाले. थोड्या वेळाने कप्तानाने आपण क्यूरिकोवरून जाणार आहोत, कोणाला वरून शहर बघायचे असेल, तर इकडे यावे, असे जाहीर केले; परंतु डोंगरात असताना ज्या शहराचे नाव सारखे घेतले जायचे, ते शहर आहे तरी कसे, हे बघण्याची उत्सुकता कोणीच दाखविली नाही. मुलांच्या मनावर विमान-प्रवासाचा ताण होताच; शिवाय आता उरुग्वेत आपल्यापुढे

काय वाढून ठेवले असेल, याबद्दलची चिंताही होती; परंतु विमान जसे माँटेव्हिडियोवर पोहोचले व त्यांना त्यांचे आवडते शहर, ती प्लेट नदी, बागा, घरे वगैरे दिसू लागली, तशी विमानात 'उरुग्वे झिंदाबाद', 'चिली झिंदाबाद' अशा घोषणा ऐकू येऊ लागल्या व त्यांची मन:स्थिती जरा सुधारली.

विमानतळावर मुलांच्या स्वागतासाठी नुसते त्यांचे नातेवाईकच नव्हे, तर आख्खे माँटेव्हिडिओ शहरच लोटले होते, असे म्हणायला हरकत नसावी, इतका अफाट जनसमुदाय होता. पोलिसांना त्यांना काबूत ठेवणे कठीण जात होते. विमानतळावरून मुलांना थेट स्टेला मारीस कॉलेजमध्ये नेण्यात आले.

तिथे त्यांच्या स्वागताची जय्यत तयारी केलेली होती. कॉलेजचा मोठा हॉल बक्षीस समारंभाच्या वेळी जसा सजवितात, तसा सजविलेला होता. व्यासपीठावर एक लांब टेबल, मायक्रोफोन वगैरे होते.

मुलांना आणणाऱ्या बसेस कॉलेजच्या आवारात येऊन मुले उतरताच त्यांच्या मित्रांनी व शिक्षकांनी त्यांना मिठ्या मारून त्यांचे स्वागत केले. सत्तर-पंच्याहत्तर दिवसांपूर्वी गेलेल्या रग्बी संघापैकी फक्त तीनच खेळाडू परतले होते, या जाणिवेने बऱ्याचजणांच्या डोळ्यांत पाणी आले होते. कॅनेसा, झर्बिनो व विझिंटिन आले होते. परॅडो व हार्ले अजून चिलीतच होते. पेरेझ, प्लॅटेरो, निकोलिच, मॅस्पॉन्स, हुनी, अबल, मागरी, कोस्टेमाल, लामास, नोगिरा, शॉ हे अपघातात वा नंतर अँडीजवर मरण पावले होते.

सभागृह खचाखच भरले होते. जगभरचे पत्रकार, मुलांचे आईवडील व नातेवाईक वगैरे सर्वजण होते. टीव्ही, कॅमेरे सज्ज होते. डॅनियल जुआन हे अध्यक्ष म्हणून टेबलाच्या मध्यावर बसले. बाजूला मुले बसली आणि सभा सुरू झाली.

मुलांनी असे ठरविले होते, की त्यांच्यापैकी प्रत्येकाने त्यांच्या अनुभवाच्या वेगवेगळ्या पैलूंवर बोलायचे आणि सर्वांचे बोलून झाले, की मग प्रश्नांना उत्तरे द्यायची. फक्त नरमांसभक्षणाचा मुद्दा कसा हाताळायचा, याबद्दल त्यांचे एकमत होत नव्हते. काही मुले व त्यांच्या पालकांचे मत होते, की काय खरे होते, ते प्रांजलपणे सांगून टाकावे. काहींचे म्हणणे होते, की त्याचा अप्रत्यक्षपणे मोघम उल्लेख करावा. तिसऱ्या एका गटाचे, विशेषत: कॅनेसा व त्याचे वडील यांचे मत होते, की त्या गोष्टीचा उल्लेखच करू नये. शेवटी अल्फ्रेडो डेलगॉडोने त्या मुद्द्यावर बोलावे, असे ठरले.

सभा सुरू झाली. सभेत पूर्ण शांतता पसरली. एकानंतर एक प्रत्येक मुलगा हकीगत सांगू लागला. डेलगॉडोची वेळ आली. ''जेव्हा डोंगरात सकाळच्या तीव्र शांततेत जाग येते आणि आजुबाजूला डोंगरांच्या उंच बर्फाच्छादित शिखरांव्यतिरिक्त दुसऱ्या कशाचीही सोबत नसते, तेव्हा ते भव्य, दिव्य दृश्य बघून छाती दडपते, घाबरायला होते. आपण अगदी एकाकी आहोत, याची तीव्रतेने जाणीव होते. फक्त

आपण आणि परमेश्वर एवढे दोघेच तिथे आहोत, असे वाटते. आम्हाला सर्वांना आपण परमेश्वराच्या अगदी जवळ आहोत, तो आपल्या प्रत्येकात आहे, अशी जाणीव झाली. जे घडले, ते परमेश्वराच्या इच्छेप्रमाणे घडले. जे घडत होते आणि घडणार होते, तेही त्याच्याच इच्छेप्रमाणे होणार होते, याविषयी आमची खात्री झाली. आमच्याकडून जे घडत होते, ते त्याच्याच इच्छेप्रमाणे होत होते आणि जेव्हा तो क्षण आला, की आमच्याकडे खाण्यासारखे काहीच उरले नाही, तेव्हा आम्हाला वाटले, की जसे येशूने आपले मांस आणि रक्त लोकांना दिले, तसे आपण का करू नये? त्या दृष्टांतामुळेच आज आम्ही आपल्यापुढे दिसत आहोत. त्या गोष्टीविषयी काहीही विचारताना आपण कृपया आमच्या भावनांची कदर करावी, एवढी विनंती करून काय काय व कसे कसे घडले, ते मी आपल्याला सांगतो.''

डेलगॉडोचे निवेदन संपले, तेव्हा सभागृहातील सर्वजण हेलावून गेले होते आणि त्यानंतर जेव्हा अध्यक्षांनी 'कोणाला काही प्रश्न विचारायचे आहेत का?' असे विचारले, तेव्हा कोणाचाच हात वर गेला नाही व सभा सद्गदित वातावरणात समाप्त झाली.

वरील सभेच्या समाप्तीबरोबर मुलांच्या आयुष्यातील अपघातानंतरचा एक महत्त्वाचा व उद्वेगजनक अंक समाप्त झाला व अखेरीस सर्वजण आपापल्या कुटुंबांत शांत चित्ताने सामील झाले; परंतु तरीही अजून त्यांचे जीवन पूर्णपणे पूर्वपदावर येणे इतके सोपे नव्हते. ते ज्या भयंकर संकटातून बाहेर आले होते, ते इतके दीर्घ व महाभयंकर होते, की त्याचा त्यांच्या मनावर व वागणुकीवर झालेला परिणाम नाहीसा होण्यास बराच काळ लागणार होता. काही मुले त्यांच्या आई-वडिलांवर, मित्र-मैत्रिणींवर, क्षुल्लक कारणांवरून चिडत होती. त्यांच्या इच्छेविरुद्ध काही झाले, की त्रागा करायची. कधी घुम्यासारखी कोणाशीही बोलायची नाहीत, तर कधी सारखी बोलतच राहायची आणि मुख्य म्हणजे सारखी खात सुटायची. इतकी, की कॅनेसा काही दिवसांतच गलेलट्ठ झाला.

अशा प्रकारच्या वागण्यापुढे काय करावे, हे त्यांच्या आई-वडिलांना समजत नव्हते. खरे म्हणजे मानसशास्त्रज्ञांनासुद्धा ही नवीनच बाब होती; कारण नरमांसभक्षण केल्यामुळे बसलेल्या मानसिक धक्क्याची केस पूर्वी कोणाच्याच बघण्यात किंवा अभ्यासात आलेली नव्हती.

काही पालकांच्याही मनावर परिणाम झाला होता आणि ते धक्क्यातून सावरले नव्हते. अनपेक्षितपणे, आपला मुलगा जिवंत आहे असे कळल्यामुळे बसलेल्या धक्क्याचा तो परिणाम होता. उदाहरणार्थ, कोशे इन्शियार्टेंची आई आता त्याला डोळ्याआड होऊच देत नव्हती. ती त्याच्याकडे अक्षरशः सतत बघत बसायची. ज्या आया खंबीर मनाच्या होत्या, त्यांच्या बाबतीत असे झाले नाही. उरुग्वेच्या प्रसार माध्यमांनी मुलांना हीरोची वागणूक दिली. अतिशय प्रतिकूल परिस्थितीत सत्तर

दिवस जिवंत राहून एका प्रकारे त्यांनी विक्रमच केला होता. १९५० मध्ये उरुग्वेने फुटबॉलचा विश्वचषक जिंकला होता. त्यानंतर आता प्रथमच त्यांच्या छोट्या देशाने जगाचे लक्ष वेधून घेतले होते.

अपघात व त्यानंतरच्या घटनांनी मुलांचे जीवन व जीवनाकडे बघण्याचा दृष्टिकोन आमूलाग्र बदलून गेला. आत्यंतिक भूक, वेदना, भीती यांचा अनुभव घेतल्यानंतर पूर्वी आपण किती स्वार्थी व कद्रूपणे वागत होतो, याची जाणीव त्यांना झाली. डोंगरात असताना त्यांच्यापैकी कोणीही हजारो डॉलर्सच्या मोबदल्यात एक सिगारेटसुद्धा देऊ केली नसती, तर आता त्यांच्या लेखी पैशाचे महत्त्व संपले होते. आपले कुटुंबीय, आपले मित्र-मैत्रिणी, आपला देश व ईश्वरावरील श्रद्धा हेच आपले सर्वस्व आहे, असे त्यांना वाटू लागले. उंची कपडे व खाणे-पिणे, उथळ मैत्रिणी, नाईटक्लब, ऐश-आरामात वेळ घालविणे ह्या गोष्टींचा त्यांच्या मनात तिरस्कार निर्माण झाला. त्यांच्यातील प्रामाणिकपणा, श्रद्धा व प्रेम या भावना अतिशय प्रखर बनल्या.

फेअरचाइल्डमधील पंचेचाळीस जणांपैकी जे एकोणतीसजण परतले नव्हते, ते मृत झाले आहेत, हे त्यांच्या कुटुंबीयांना निश्चितपणे समजले. त्यातही अबल, नोगिरा यांचा जो वेदनामय अंत झाला, तो कळून त्यांचे आईवडील अतिशय व्यथित झाले. शिवाय, प्रत्येक मृताच्या नातेवाईकांच्या मनात आपला मुलगा, मुलगी, भाऊ, नवरा केवळ मृतच झालेला नाही, तर त्याचा/तिचा देहही खाल्ला गेला आहे, याचेही ज्ञान झाले; परंतु आपल्या अतीव दुःखकारक भावनांवर विजय मिळवून बहुतेक सर्व पालक, वाचलेल्या सोळाजणांच्या पाठीशी उभे राहिले.

डॉ. व्हेलेटा– कार्लोसचे वडील– आपल्या सर्व कुटुंबीयांसह मॉटेविडियोच्या पत्रकार परिषदेला उपस्थित राहिले. ती संपल्यावर एका वृत्तपत्राला दिलेल्या मुलाखतीत ते म्हणाले, "मी इथे माझ्या सर्व कुटुंबीयांना घेऊन आलो; कारण माझ्या मुलांच्या मित्रमंडळींना आम्हाला बघायचे होते आणि ते परत आले, याचा आम्हाला मनापासून आनंद झाला होता. जाताना एकूण पंचेचाळीस जण होते. त्यामधील निदान सोळा तरी सुखरूप परत आले, याचा आम्हाला खरोखरीच आनंद होत आहे. मी डॉक्टर असल्यामुळे त्या जागी तशा प्रतिकूल परिस्थितीत काहीतरी धाडसी निर्णय घेतल्याशिवाय कोणी जगूच शकणार नाही, हे मला पहिल्यापासून माहीत होते.''

अर्तुरो नोगिराच्या वडिलांनी एका वृत्तपत्राला पुढील आशयाचे पत्र लिहिले–

'अँडीजमधील दुःखद अपघातातून वाचून परतलेल्या सोळा वीर मुलांचे कौतुक करण्यासाठी व त्यांच्याबद्दल वाटणारी कृतज्ञता व्यक्त करण्यासाठी मी हे पत्र लिहीत आहे. कौतुक त्यांनी दाखविलेल्या एकजूट, धैर्य, श्रद्धा

या गुणांसाठी व कृतज्ञता त्यांनी आघातानंतर केलेल्या आमच्या मुलाच्या सेवेसाठी. आपण प्रत्येकाने त्या शूर मुलांपासून धडा घेऊन आपला अहंपणा, आपली स्वार्थी व संकुचित विचारसरणी बदलली पाहिजे.'

बऱ्याच आयांनीसुद्धा असेच मनोधैर्य व परिपक्वता दाखविली. वाचलेल्या मुलांमध्ये त्यांना आपली मुले दिसली. जर सर्व पंचेचाळीस जण अपघातातून व हिमपातातून वाचले असते, तर शेवटी सर्वचजण उपासमारीने मेले असते, हे त्यांना उमगले होते. वाचलेल्या मुलांनी जे झाले, ते विसरण्याचा प्रयत्न करावा, त्याबद्दल खेद किंवा दोषाची भावना ठेवू नये; कारण ज्या मृतांचे देह त्यांनी वापरले, ते आधीच स्वर्गात पोहोचले होते.

निकोलिचच्या आई-वडिलांना आपला मुलगा अपघातानंतर दोन आठवडे जिवंत होता, हे कळून अतिशय वेदना झाल्या. जर तांत्रिक क्रॉयसेटच्या नादी लागलो नसतो, तर कदाचित तो मेला नसता, असे वाटून ते स्वत:ला दोष देऊ लागले.

क्रॉयसेटने जे सांगितले होते, त्याचा अर्थ चुकीचा लावल्यामुळे पालकांची दिशाभूल झाली, हे खरे; परंतु त्याने सांगितलेल्या बहुतेक गोष्टी किंवा खुणा खऱ्या निघाल्या. उदाहरणार्थ, त्याने सांगितले होते, की एका मुलाच्या कागदपत्रांबाबतीत काहीतरी अडचण निर्माण होईल. तसे झाले होते. दुसरे म्हणजे तो म्हणाला होता, की विमान स्वत: वैमानिक चालवीत नव्हता. ते खरे होते. विमान एखाद्या चिरडलेल्या किड्याप्रमाणे, नाक चिरडलेले, पंख तुटलेले, पुढचे दार अर्धवट उघडे असे पडले आहे. त्याप्रमाणे होते. विमान आकाशातून दिसावे, यासाठी शोध घेणाऱ्या वैमानिकाला आपले विमान कसे न्यावे लागेल, हे त्याने सांगितले होते. विमान असलेल्या जागेच्या जवळ 'धोका' अशी पाटी आहे व तिथून जवळच मेक्सिकन पद्धतीची पांढरी घरे असलेले खेडे आहे, असे त्याने सांगितले होते. ह्या खुणा नान्दो व कॅनेसाला कुठे आढळल्या नव्हत्या; पण काही काळाने अर्जेंटिनाच्या बाजूने विमान पडले होते, त्या जागेवर एक मोहीम काढली गेली. त्या मोहिमेतील गिर्यारोहकांना ह्या दोन्ही खुणा सापडल्या. अर्थात त्याने सांगितलेल्या इतर बऱ्याच खुणा चुकीच्याही निघाल्या होत्या.

अपघाताच्या कारणांची चौकशी उरुग्वे व चिली ह्या दोन्ही राष्ट्रांच्या हवाईदलांनी केली. दोन्ही चौकशी एकाच निष्कर्षाप्रत आल्या. तो म्हणजे अपघात वैमानिकाच्या चुकीमुळे झाला. अँडीजमध्ये असतानाच त्याने उतरण्यासाठी विमान खाली आणायला सुरुवात केली होती. अपघात झाला, ते ठिकाण क्यूरिकोच्या कुठेही जवळपास नव्हते. ज्या डोंगरावर मुलांनी दोन महिने काढले, तो अर्जेंटिनाच्या हद्दीत होता. फेअरचाइल्ड होते ते ठिकाण ११,५०० फूट उंचीवर होते. नान्दो व कॅनेसा शेवटी

जो डोंगर चढून गेले, तो १३,५०० फूट उंच होता. डोंगर चढण्याऐवजी पहिल्या मोहिमेप्रमाणे ते जर उलट दिशेला दरीत उतरले असते, तर साधारण साडेतीन दिवसांत त्यांना एक रस्ता लागला असता. फेअरचाइल्डपासून पूर्वेला फक्त पाच मैलांवर एक हॉटेल होते, ते हॉटेल फक्त उन्हाळ्यात उघडे असायचे; परंतु त्यात खाद्यपेयांचा भरपूर साठा होता.

विमानाचा रेडिओ चालू करण्याच्या प्रयत्नात मुलांनी दोन आठवडे खर्च केले होते; पण तो चालू झालाच नसता; कारण तो ११५ व्होल्ट AC विजेवर चालायचा. बॅट्यांचा वीज पुरवठा २४ व्होल्ट DC होता.

पालकांच्या मनात उरुग्वायन हवाई दलाच्या वैमानिकांच्या कौशल्याबद्दल असमाधान होते; परंतु अखेरीस जे झाले, ते ईश्वरी इच्छेप्रमाणे झाले, ते अटळ होते, अशी लोकांनी आपल्या मनाची समजून घालून घेतली.

१८ जानेवारी १९७३ रोजी अँडीयन सुटका पथकाचे दहा जवान, हवाई शोध पथकाचा फ्रेडी बर्नालिस, उरुग्वायन हवाईदलाचा लेफ्टनंट एन्रिक क्रोसा आणि एक कॅथॉलिक धर्मगुरू हेलिकॉप्टरने फेअरचाइल्ड होते, त्या ठिकाणी उतरले. त्यांनी तिथे काही दिवस राहण्याच्या बेताने कॅंप उभा केला. सर्व मृतांचे अवशेष ते गोळा करणार होते. तिथून अर्ध्या मैलावर अवशेष पुरण्यासाठी योग्य जागा सापडली. तिथे त्यांनी सर्व शवांचे व देहांच्या भागांचे दफन केले. त्या जागेवर त्यांनी दगडांचे थडगे उभारले व त्यावर तीन फूट उंचीचा लोखंडाचा क्रॉस उभारला. फादरने प्रार्थना म्हटली. सर्व विधी संपल्यावर अँडिनिस्ट जवान पुन्हा फेअरचाइल्डकडे गेले. त्याच्यावर बरोबर आणलेले पेट्रोल ओतून त्याला त्यांनी आग लावली. त्यानंतर सर्वजण परत जायला निघाले. तिथे उगाच थांबणे धोक्याचे होते. कोणत्याही क्षणी हिमपात होऊ शकला असता...

□

मृत्यूशी शर्यत

मूळ इंग्रजी लेखक : **बॉ रिफेनबर्ग**

अनुवाद : **प्रसाददत्त गाडगीळ**

ही कथा आहे, सर डग्लस मॉसन यांच्या ॲन्टार्क्टिक
खंडावरच्या साहसी मोहिमांची... त्यांनी आणि त्यांच्या सहकाऱ्यांनी
अनुभवलेल्या थरारांची... आणि मृत्यूच्या कराल दाढेतून
जिवलगांची जिद्दीने केलेल्या सुटकेची...
ही कथा आहे, मानवी स्वभावातील कंगोऱ्यांची...
राज्यविस्तारासाठीच्या संघर्षाची... आणि पृथ्वीवरचे जैववैविध्य
राखण्यासाठी झटणाऱ्यांची...
ही कथा आहे, अथक मानवी प्रयत्नांची... ज्ञानलालसेची...
आणि कल्पनेपलीकडे असलेल्या निसर्गाच्या विलोभनीय; पण
अकराळ रूपाची; त्याच्या दर्शनाची; त्याच्या साक्षात्काराची!